ശേഷീവാദം:
വിചാരവും വിശകലനവും

ഡോ. സിസ്റ്റർ നോയൽ റോസ്

കർമ്മലീത്താസന്യാസിനീ സമൂഹത്തിലെ അങ്കമാലി പ്രവിശ്യാംഗം. തൊടുപുഴ ന്യൂമാൻ കോളേജിൽ മലയാളം അധ്യാപികയും റിസർച്ച് ഗൈഡും. മഹാത്മാഗാന്ധി സർവ്വകലാശാലയിൽ നിന്ന് ബി.എ.യും എം.എ.യും റാങ്കോടെ പാസായി. സ്ത്രൈണദൈവശാസ്ത്രത്തെയും മലയാളസാഹിത്യത്തെയും ബന്ധപ്പെടുത്തി ആനുകാലികങ്ങളിൽ നിരവധി ലേഖനങ്ങൾ പ്രസിദ്ധീകരിച്ചിട്ടുണ്ട്. ആകാശവാണിയിൽ വിവിധ വിഷയങ്ങളെ അധികരിച്ച് പ്രഭാഷണങ്ങൾ നടത്തിവരുന്നു. സ്ത്രീ ശാക്തീകരണവുമായി ബന്ധപ്പെട്ട് വിവിധ സ്ഥാപനങ്ങളിൽ പരിശീലനം നൽകുന്നുണ്ട്. സ്ത്രീയും ആത്മീയതയും, നഷ്ടപ്പെട്ട നാണയം (എഡി), ബൈബിൾ ഒരു സ്ത്രീപക്ഷ വായന, മലയാള നോവൽ: ആഖ്യാനവും പ്രതിനിധാനവും (എഡി), ദി നൺ (ടെലിഫിലിം തിരക്കഥ) കാറ്റ് എന്നോടു പറഞ്ഞത്, നീ ഇവിടെ ഉണ്ടായിരുന്നെങ്കിൽ, അകക്കൊട്ടാരത്തിന്റെ കാവൽക്കാരി തുടങ്ങി പതിനഞ്ചോളം ഗ്രന്ഥങ്ങൾ. സ്ത്രീയും ആത്മീയതയും ബനീഞ്ഞാക്കവിതകളിൽ എന്ന ഗവേഷണപ്രബന്ധത്തിന് 2014 ലെ ബസ്റ്റ് വുമൺ റിസർച്ച് അവാർഡ് ലഭിച്ചിട്ടുണ്ട്.

വിലാസം:
അസോസിയേറ്റ് പ്രൊഫസർ
ന്യൂമാൻ കോളേജ്, തൊടുപുഴ
മൊബൈൽ: 9497366767

ശേഷീവാദം:
വിചാരവും വിശകലനവും

(പഠനങ്ങൾ)

എഡിറ്റർ
ഡോ. സിസ്റ്റർ നോയൽ റോസ്

FEMINGO BOOKS
കോട്ടയം
2023

വില: 310 രൂപ

Seshivadam Vicharavum Visakalanavum
By Dr Sr Noel Rose

Malayalam Studies

Published by:-
FEMINGO BOOKS
femingobooks@gmail.com
Ph: 90740 98776, 8301034604

Cover Pic Courtsey:
Freepik

Cover Design:
Maxlab

Edition:
First Editon December 2023

Price: Rs. 310

ISBN: 978-81-19940-61-5

പ്രസാധകക്കുറിപ്പ്

മനുഷ്യരെ ശാരീരികവും മാനസികവുമായ കുറവുകളുടെ അടിസ്ഥാനത്തിൽ വേർതിരിക്കുന്ന സമൂഹത്തിന്റെ നേർക്കുപിടിച്ച കണ്ണാടിയാണ്, 'ശേഷീവാദം: വിചാരവും വിശകലനവും' എന്ന ഡോ. സിസ്റ്റർ നോയൽ റോസ് എഡിറ്റ് ചെയ്തിരിക്കുന്ന ഈ ലേഖനസമാഹരം. ഇതിലെ ഓരോ ലേഖനവും സമൂഹത്തിന്റെ ഭിന്നശേഷിക്കാർക്കു നേരെയുള്ള നിലപാടുകൾ എത്രമാത്രം പ്രതിലോമപരമാണ് എന്നു ചൂണ്ടിക്കാട്ടുന്നുണ്ട്. കാലഘട്ടം ആവശ്യപ്പെടുന്ന ഈ പുസ്തകം പ്രസിദ്ധീകരിക്കാൻ സാധിക്കുന്നതിൽ ഞങ്ങൾക്ക് വളരെ അഭിമാനമുണ്ട്. സവിനയം, 'ശേഷീവാദം: വിചാരവും വിശകലനവും', വായനക്കാർക്കായി സമർപ്പിക്കുന്നു.

ദുർഗ മനോജ്
ഫെമിൻഗോ ബുക്സ്

അകം

ലേഖനങ്ങൾ

മുഖക്കുറി

സാമൂഹികഘടനയിൽ ആഴത്തിൽ വേരൂന്നിയ ശേഷീവാദം (Ableism), വിവേചനത്തിന്റെ ഏറ്റവും വ്യാപകവും എന്നാൽ വഞ്ചനാപരവുമായ രൂപങ്ങളിൽ ഒന്നാണ്. 'ശേഷീവാദം: വിചാരവും വിശകലനവും' എന്ന ഈ സമാഹാരം ശേഷിയെ ചുറ്റിപ്പറ്റിയുള്ള സങ്കീർണ്ണതകളെ അനാവരണം ചെയ്യാനും അതിന്റെ ഉത്ഭവം, പ്രകടനങ്ങൾ (manifestations), സത്താപരമായ മാറ്റത്തിന്റെ അടിയന്തിര ആവശ്യകത എന്നിവയിലേക്ക് വെളിച്ചംവീശാനുമുള്ള ഒരു ശ്രമമാണ്.

വ്യക്തികളെ അവരുടെ കഴിവുകൾ അല്ലെങ്കിൽ അവയുടെ അഭാവം എന്നിവയെ അടിസ്ഥാനമാക്കി പാർശ്വവൽക്കരിക്കുകയും വിവേചനം കാണിക്കുകയും ചെയ്യുന്ന ഒരു സംവിധാനമായി ശേഷിവാദം പ്രവർത്തിക്കുന്നു. ദൈനംദിന ഇടപെടലുകളിലും സ്ഥാപനപരമായ ചട്ടക്കൂടുകളിലും നിലനില്ക്കുന്ന സൂക്ഷ്മമായ പക്ഷപാതങ്ങളെ തുറന്നുകാട്ടിക്കൊണ്ട് ശേഷിയെ ശാശ്വതമാക്കുന്ന നിലവിലുള്ള ആഖ്യാനങ്ങളെ പുനർനിർമ്മിക്കാൻ ഈ ലേഖന സമാഹാരം ശ്രമിക്കുന്നു. സാമൂഹികമാനദണ്ഡങ്ങൾ, സാംസ്കാരിക വിശ്വാസങ്ങൾ, ഇവയിൽ നിലനില്ക്കുന്ന, ശേഷീവാദത്തിന്റെ ചരിത്രപരമായ വേരുകൾ പരിശോധിക്കുന്നതിലൂടെയും വിശകലനം ചെയ്യുന്നതിലൂടെയുമാണ് അത് നിർവ്വഹിക്കപ്പെടുന്നത്. ചരിത്രപരമായ സന്ദർഭം മനസിലാക്കുന്നതിലൂടെ, കഴിവുകൾ കാലക്രമേണ ശാശ്വതമാക്കുകയും സാധാരണവൽക്കരിക്കുകയും

ചെയ്തവഴികൾ വെളിച്ചപ്പെടുത്താൻ കഴിയുന്നു. മറ്റുള്ളവരെ പാർശ്വവത്കരിക്കുമ്പോൾ ചില കഴിവുകൾക്ക് കൂടുതൽ മൂല്യം നൽകുന്ന പൊതുബോധത്തെ ശാശ്വതീകരിക്കുകയും സാധരണീകരിക്കുകയും ചെയ്യുന്ന ശ്രേണീബദ്ധതയാണ് (Hierarchy) ഡിസെബിലിറ്റിയുള്ളവരുടെ പാർശ്വവൽക്കരണത്തിന് കാരണമാകുന്നത്. കേവലം തിരിച്ചറിയൽ എന്നതിലുപരി, ഈ സമാഹാരത്തിലെ ലേഖനങ്ങൾ വൈവിധ്യമാർന്ന സന്ദർഭങ്ങളിലുടനീളം കഴിവിന്റെ സൂക്ഷ്മമായ പ്രകടനങ്ങൾ സംഭവിക്കുന്നതെങ്ങനെയെന്ന് ആഴത്തിൽ അപഗ്രഥനവിധേയമാക്കുന്നു.

വിവിധങ്ങളായ ഭൗതിക ഇടങ്ങൾ മുതൽ മുൻവിധിയുള്ള മനോഭാവങ്ങൾ വരെ, വൈകല്യമുള്ള വ്യക്തികളോടുള്ള വിവേചനത്തിന്റെ ബഹുമുഖസ്വഭാവത്തെ അത് പ്രശ്നവല്ക്കരിക്കുന്നു. വ്യക്തിപരമായ വിവരണങ്ങൾ, പണ്ഡിതോചിതമായ വിശകലനങ്ങൾ, ജീവിതാനുഭവങ്ങൾ എന്നിവയിലൂടെ, തങ്ങളെ പൂർണ്ണമായി ഉൾപ്പെടുത്താതെ രൂപകൽപ്പന ചെയ്ത ഒരു ലോകത്തിൽ അന്യവൽക്കരിക്കപ്പെടുന്നവർ അഭിമുഖീകരിക്കുന്ന വെല്ലുവിളികളെ ദൃശ്യവല്ക്കരിക്കുന്നു. ശ്രദ്ധേയമായിരിക്കുന്നത്, ഈ ലേഖനങ്ങൾ കേവലം ഒരു വെളിപ്പെടുത്തൽ മാത്രമല്ല, പ്രവർത്തനത്തിലേക്കുള്ള ആഹ്വാനം കൂടിയാണ് എന്നതാണ്. കൂടുതൽ ഉൾക്കൊള്ളുന്ന (Inclusive) ഒരു സമൂഹത്തിലേക്കുള്ള വഴികൾ തേടേണ്ടത് അനിവാര്യമാണ്. അതിനായി അവ നൂതനമായ സമീപനങ്ങൾ അന്വേഷിക്കുന്നു, മുൻ ധാരണകളെ വെല്ലുവിളിക്കുന്നു, എല്ലാവർക്കും തുല്യതയ്ക്കും അന്തസ്സിനും മുൻഗണന നൽകുന്ന ബദലുകൾ നിർദ്ദേശിക്കുന്നു.

കഴിവുകൾ ആഘോഷിക്കപ്പെടുന്ന, വ്യത്യാസങ്ങൾ ഉൾക്കൊള്ളുന്ന, ഓരോ വ്യക്തിക്കും അർഹമായ ബഹുമാനവും അവസരങ്ങളും നൽകുന്ന ഒരു സമൂഹത്തെ വളർത്തിയെടുക്കുകയെന്നത് പൊതുനീതിയുടെ വിഷയമാണ്. 'ശേഷീവാദം: വിചാരവും വിശകലനവും' എന്ന ഈ ഗ്രന്ഥം, ശേഷി (Ability) എന്ന പരികല്പനയെക്കുറിച്ചുള്ള ശ്രേണീബദ്ധ സമീപനം ഇല്ലാതാക്കുന്നതിന് കൂട്ടായ പരിശ്രമം ആവശ്യമാണെന്ന് തിരിച്ചറിഞ്ഞുകൊണ്ട്, ഈ വിമർശനാത്മക സംഭാഷണത്തിൽ ചേരാൻ വായനക്കാരെ ക്ഷണിക്കുന്നു. ആഴത്തിൽ വേരൂന്നിയ ഈ സാമൂഹികപ്രശ്നത്തിന്റെ സങ്കീർണ്ണതകളെ അഭിമുഖീകരിക്കുമ്പോൾ, വൈവിധ്യം അംഗീകരിക്കപ്പെടാതെ ആഘോഷിക്കപ്പെടുന്ന ഒരു ലോകത്തെ പ്രചോദിപ്പിക്കും.

കഴിവിന്റെ പരിമിതികൾ ഉൾപ്പെടുത്തലിന്റെ അതിരുകളില്ലാത്ത സാധ്യതകളെ ബാധിക്കാത്ത ഒരു ലോകത്തെ പ്രചോദിപ്പിക്കാൻ ഈ ഉദ്യമത്തിന് കഴിയുമെന്ന് പ്രതീക്ഷിക്കുന്നു.

മലയാളത്തിന്റെ അക്കാദമിക പൊതുമണ്ഡലത്തിൽ ഇതാദ്യമായി നടക്കുന്ന ഈ അക്കാദമിക വിചാരത്തിന് വിഷയത്തിന്റെ സമകാലപ്രസക്തി തിരിച്ചറിഞ്ഞ് അർഹിക്കുന്ന ഗൗരവത്തോടെ സഹകരണവും സഹായവും നല്കിയ ഫെമിൻഗോ ബുക്സിനോടു നന്ദി... മലയാളത്തിൽ ആദ്യത്തേത് എന്ന് അഭിമാനിക്കാൻ കഴിയുന്ന ഈ ഉദ്യമത്തിൽ സഹകരിച്ച എല്ലാ ലേഖകർക്കും സ്നേഹം.

ഡോ. സിസ്റ്റർ നോയൽ റോസ്

1

മുച്ചുണ്ടിന്റെയും മുറിയണ്ണാക്കിന്റെയും ചിത്രീകരണം: സിനിമയും യാഥാർത്ഥ്യവും

ക്രിസ്റ്റി അന്ന തോമസ്

മലയാളസിനിമയിൽ പല കാലഘട്ടങ്ങളിലും ശാരീരികവൈകല്യങ്ങളുള്ള ജീവിതങ്ങൾ അവതരിപ്പിക്കപ്പെട്ടിട്ടുണ്ട്. ശാരീരികവൈകല്യമുള്ള വ്യക്തികൾ ശാരീരികമായും മാനസികമായും അനുഭവിക്കുന്ന ബുദ്ധിമുട്ടുകൾ, ജീവിതസാഹചര്യങ്ങൾ, അവർ നേരിടുന്ന പ്രതിസന്ധികൾ എന്നിങ്ങനെ ജീവിതത്തിന്റെ പല കോണുകളും സിനിമ അടയാളപ്പെടുത്തിയിട്ടുണ്ട്. എന്നാൽ വളരെക്കുറച്ചു മാത്രം ചിത്രീകരിക്കപ്പെട്ട ഒന്നാണ് മുച്ചുണ്ട് അഥവാ മുറിയണ്ണാക്ക് എന്ന ശാരീരികാവസ്ഥ. ചുണ്ട് ഇരുവശത്തേയ്ക്കും പിളർന്നിരിക്കുന്ന അവസ്ഥയാണ് മുറിച്ചുണ്ട് അഥവാ മുച്ചുണ്ട്. ചുണ്ടിനു പിളർപ്പ് മാത്രമായോ ചുണ്ടിനും അണ്ണാക്കിനും ഒന്നിച്ചോ അണ്ണാക്കിനു മാത്രമായോ ഈ പിളർപ്പ് കണ്ടുവരുന്നു.

ഏകദേശം 700-ൽ ഒരാൾക്ക് എന്ന കണക്കിൽ ഇന്ത്യയിൽ ഈ വൈകല്യം കണ്ടുവരുന്നു. ശസ്ത്രക്രിയകൊണ്ട് പൂർണമായും ഭേദമാക്കാവുന്ന അവസ്ഥയാണെന്നിരിക്കെ പിളർപ്പിനൊപ്പം മറ്റു പല അനുബന്ധപ്രശ്നങ്ങളും മുച്ചുണ്ടും മുറിയണ്ണാക്കും കാരണം ഉണ്ടാകുന്നുണ്ട്. ഭക്ഷണം കഴിക്കുന്നതിനുള്ള ബുദ്ധിമുട്ട്, ഭാഷണ വൈകല്യം, പല്ലിനും മുഖത്തും ഉണ്ടാകുന്ന ഘടനാപരമായ വ്യത്യാസങ്ങൾ തുടങ്ങിയവയാണിവ. ഇതിനെല്ലാമപ്പുറമായി സാമൂഹികചുറ്റുപാടിൽ ഇവർ അനുഭവിക്കുന്ന അരക്ഷിതാവസ്ഥയും അവഗണനയും കൂടി പരിഗണിക്കേണ്ടിയിരിക്കുന്നു.

മുച്ചുണ്ടും അതിനോട് അനുബന്ധമായ പ്രശ്നങ്ങളും അവതരിപ്പിക്കുന്ന മലയാളസിനിമയാണ് 'സൗണ്ട് തോമ'. ബോക്സ് ഓഫീ

സിൽ വൻവിജയം നേടിയ സിനിമയിലെ കേന്ദ്രകഥാപാത്രം എത്ര മാത്രം യാഥാർത്ഥ്യത്തോട് അടുത്തുനിന്നാണ് പ്രേക്ഷകരോട് സംവദിക്കുന്നത് എന്നത് ആലോചിക്കേണ്ട വിഷയമാണ്. മുച്ചുണ്ട്, മുറിയണ്ണാക്ക് എന്നീ അവസ്ഥകളോട് ചേർന്നുവരുന്ന ഭാഷണവൈകല്യം 'സൗണ്ട് തോമ' എന്ന ചലച്ചിത്രം വളരെ പ്രത്യക്ഷമായിത്തന്നെ ചിത്രീകരിക്കുന്നുണ്ട്. ചിത്രത്തിന്റെ പേരിൽത്തന്നെ 'സൗണ്ട്' കടന്നുവരുന്നത് അതുകൊണ്ടാണല്ലോ. സമൂഹത്തിൽ വളരെയേറെ സ്വാധീനം ചെലുത്താനാവുന്ന ചലച്ചിത്രമെന്ന മാധ്യമം, അത്തരം അവസ്ഥകൾ എപ്രകാരമാണ് ചിത്രീകരിക്കുന്നതെന്ന് ഈ പഠനം പരിശോധിക്കുന്നു. അതോടൊപ്പംതന്നെ മികച്ച ഡോക്യുമെന്ററിക്കുള്ള 81-ാമത് അക്കാദമി അവാർഡ് നേടിയ 'സ്മൈൽ പിങ്കി'യും, മുച്ചുണ്ടുള്ള രണ്ട് ഇന്ത്യൻ കുട്ടികളെക്കുറിച്ചുള്ളതാണ്. അവരുടെ ജീവിതവും ശസ്ത്രക്രിയയുമാണ് ഡോക്യുമെന്ററിയുടെ പ്രതിപാദ്യവിഷയം. ഡോക്യുമെന്ററി ആയതിനാൽത്തന്നെ കൃത്യവും വ്യക്തവുമായ വിവരങ്ങൾ പ്രേക്ഷകരിലെത്തിക്കാൻ സ്മൈൽ പിങ്കിക്ക് കഴിയുന്നുണ്ട്. ഈ സാഹചര്യത്തിൽ സിനിമയും യാഥാർത്ഥ്യവും, സൗണ്ട് തോമ എന്ന സിനിമയും സ്മൈൽ പിങ്കി എന്ന ഡോക്യുമെന്ററിയും മുൻനിർത്തിയുള്ള ഒരന്വേഷണമാണ് ഈ ലേഖനം ലക്ഷ്യം വയ്ക്കുന്നത്.

സിനിമയും യാഥാർത്ഥ്യവും

മുച്ചുണ്ടുള്ള തോമ എന്ന ചെറുപ്പക്കാരന്റെ ജീവിതവും പ്രണയവുമാണ് സിനിമയുടെ കേന്ദ്രകഥ. ഒറ്റനോട്ടത്തിൽ സമൂഹത്തിൽനിന്നും കുടുംബത്തിൽനിന്നും അവഗണനകളും കളിയാക്കലുകളും നേരിടേണ്ടിവരുമ്പോഴും അഭിമാനത്തോടും തികഞ്ഞ ശുഭാപ്തി വിശ്വാസത്തോടുംകൂടി ജീവിതത്തെ നോക്കിക്കാണുന്ന ഒരു ചെറുപ്പക്കാരനായാണ് തോമ അവതരിപ്പിക്കപ്പെടുന്നത്. എന്നാൽ യാഥാർത്ഥ്യത്തോട് എത്രമാത്രം അടുത്തുനിന്നുകൊണ്ടാണ് സിനിമ, മുച്ചുണ്ടുള്ള ഒരു കഥാപാത്രത്തെ അവതരിപ്പിക്കുന്നത് എന്നത് വിശകലനവിധേയമാക്കേണ്ടതുണ്ട്. ആദ്യം കൃത്യമായി ഈ ശാരീരികാവസ്ഥയെ മനസ്സിലാക്കുക എന്നുള്ളതാണ് പ്രധാനം.

എന്താണ് മുച്ചുണ്ടും മുറിയണ്ണാക്കും?

ജന്മനായുള്ള രൂപവൈകല്യങ്ങളിൽ ഒന്നാണ് മുച്ചുണ്ടും മുറിയണ്ണാക്കും. അണ്ണാക്കും ചുണ്ടും ചേർന്ന ഭാഗങ്ങളിൽ ഉണ്ടാവുന്ന

പിളർപ്പാണിത്. ചുണ്ടിൽ തന്നെയോ, അണ്ണാക്കിൽ മാത്രമോ രണ്ടുഭാഗത്തും ചേർന്നോ ഇങ്ങനെ സംഭവിക്കാം. അണ്ണാക്ക് രൂപപ്പെടുന്ന ടിഷ്യു കൃത്യമായി രൂപപ്പെടാത്തതാണ് ഈ പിളർപ്പിന് കാരണം. മുച്ചുണ്ട് പലപ്പോഴും ഗർഭാവസ്ഥയിലെ അൾട്രാസൗണ്ട് സ്കാനിങ്ങിൽ കണ്ടെത്താൻ കഴിയും. എന്നാൽ ക്ലെഫ്റ്റ് പാലറ്റ് അഥവാ മുറിയണ്ണാക്ക് മാത്രമാണെങ്കിൽ ഇത് തിരിച്ചറിയുക ബുദ്ധിമുട്ടാണ്. ജനനശേഷമാവും പലപ്പോഴും ഇത് കണ്ടെത്തുക.

ജനിതകമായ പ്രശ്നങ്ങൾ ഗർഭാവസ്ഥയിൽ കഴിക്കുന്ന ചില മരുന്നുകൾ എന്നിങ്ങനെ പലവിധ കാരണങ്ങൾ ഈ അവസ്ഥയ്ക്ക് കാരണമായി പറയുന്നുണ്ടെങ്കിലും കൃത്യമായ ഒരു കാരണം ഇതുവരെയും കണ്ടെത്തിയിട്ടില്ല. ഇന്ത്യയിൽ 700-ൽ ഒന്ന് എന്ന കണക്കിന് മുച്ചുണ്ടും മുറിയണ്ണാക്കുമായി കുട്ടികൾ ജനിക്കുന്നുണ്ട് എന്നതാണ് 'സ്മൈൽ ട്രെയിൻ' കണക്കുകൾ സൂചിപ്പിക്കുന്നത്. ഒന്നോ അതിലധികമോ ശസ്ത്രക്രിയയിലൂടെ പരിഹരിക്കാവുന്ന ഒരു പ്രശ്നമാണ് മുച്ചുണ്ടും മുറിയണ്ണാക്കും.

മുച്ചുണ്ട് മാത്രമാണ് കുട്ടിക്കുള്ളതെങ്കിൽ ഏകദേശം നാലാം മാസം അതിനുള്ള ശസ്ത്രക്രിയ ചെയ്യാനാവുന്നതാണ്. പലപ്പോഴും പാലറ്റിന്റെ ശസ്ത്രക്രിയ ആരംഭിക്കുന്നത് ഏകദേശം പത്താം മാസത്തോട് അടുപ്പിച്ചാണ്. കുട്ടിയുടെ ഭാരം, രക്തത്തിന്റെ അളവ് തുടങ്ങിയവ അനുസരിച്ച് ഇതിൽ വ്യത്യാസം വരാം. ഒന്നോ അതിലധികമോ ശാസ്ത്രക്രിയകൾ ആവശ്യമായി വരും. പിളർപ്പിന്റെ സ്ഥാനം, വലുപ്പം, ഏതൊക്കെ ഭാഗങ്ങളെ വൈകല്യം ബാധിച്ചിരിക്കുന്നു എന്നതൊക്കെ അനുസരിച്ചിരിക്കും എത്ര ശസ്ത്രക്രിയകൾ വേണം എന്നുള്ളത് തീരുമാനിക്കുന്നത്.

മുച്ചുണ്ടും മുറിയണ്ണാക്കും മൂലമുള്ള ബുദ്ധിമുട്ടുകൾ

മുച്ചുണ്ടുള്ളവർ പ്രാഥമികമായി നേരിടുന്ന പ്രശ്നം മറ്റുള്ളവർക്ക് പ്രഥമദൃഷ്ട്യാ തിരിച്ചറിയാൻ സാധിക്കുന്ന ചുണ്ടിന്റെ പിളർപ്പ് തന്നെയാണ്. എന്നാൽ അതിലുമധികമാണ് മുച്ചുണ്ടും മുറിയണ്ണാക്കുമുള്ള കുട്ടികൾ അനുഭവിക്കുന്ന മറ്റുപ്രശ്നങ്ങൾ. കൃത്യമായി ഭക്ഷണം കഴിക്കാൻ ഇവർക്ക് സാധിക്കാതെ വരുന്നു. ഇങ്ങനെയുള്ള കുട്ടികൾക്ക്, പ്രത്യേകിച്ചും അണ്ണാക്കിൽ പിളർപ്പുള്ള കുട്ടികൾക്ക് മുലപ്പാൽ വലിച്ചുകുടിക്കുക സാധ്യമല്ല. മുലപ്പാൽ പിഴിഞ്ഞു നൽകുകയാണ് ചെയ്യുന്നത്. വായ്ക്കുള്ളിലെ പിളർപ്പ്, ഭക്ഷണപദാർഥങ്ങൾ ശ്വാസകോശത്തിൽ പോകുവാനുള്ള സാധ്യത ഉണ്ടാ

ക്കുന്നു. ഒരു സമയം വരെ ഖരപദാർഥങ്ങൾ ഒഴിവാക്കുകയും ദ്രാവകരൂപത്തിലുള്ള ഭക്ഷണങ്ങൾ മാത്രം നൽകേണ്ടിവരുകയും ചെയ്യുന്നു. ഇത്തരം ബുദ്ധിമുട്ടുകൾ ശരിയായ പോഷകം ലഭിക്കാതിരിക്കാൻ ഇടയാക്കുകയും ശാരീരികവളർച്ചയേയും പ്രതിരോധശേഷിയേയും ബാധിക്കുകയും ചെയ്യുന്നു.

ഭാഷണവൈകല്യമാണ് മറ്റൊരു പ്രധാന വെല്ലുവിളി. ശരിയായ ഉച്ചാരണത്തിന് ചുണ്ടിന്റെയും വായയുടെയും പൂർണ്ണത അനിവാര്യഘടകമാണ്. ചുണ്ടിന്റെയും അണ്ണാക്കിന്റെയും പിളർപ്പ് ഉച്ചാരണത്തെ സാരമായി ബാധിക്കുന്നു. ശസ്ത്രക്രിയയ്ക്ക് ശേഷം സ്പീച്ച് തെറാപ്പി നൽകി ഒരു പരിധിവരെ ഉച്ചാരണം ശരിയാക്കാൻ സാധിക്കുമെങ്കിലും പിളർപ്പിന്റെ വലിപ്പവും ഘടനയുമനുസരിച്ച് അതിനും പരിമിതികളുണ്ട്.

ക്ലെഫ്ട് പാലറ്റ് പലപ്പോഴും ചെവിയിലെ അണുബാധയ്ക്കും കേൾവിക്കുറവിനും കാരണമാകാറുണ്ട്. ഭാഷണത്തെ ബാധിക്കുന്നതിൽ ഇതും ഒരു ഘടകമാണ്. ഇതോടൊപ്പം തന്നെ പല്ലുകൾക്കും മോണകൾക്കുമുണ്ടാവുന്ന ഘടനാപരമായ വൈകല്യങ്ങളും ഇതിനോട് ചേർത്തുവയ്ക്കേണ്ടിയിരിക്കുന്നു. ഇത്തരം ബുദ്ധിമുട്ടുകളെല്ലാം തന്നെ ഓരോ കുട്ടികളിലും വ്യത്യസ്തമായിരിക്കും.

സൗണ്ട് തോമയും സ്മൈൽ പിങ്കിയും

മുച്ചുണ്ടുള്ള നായകന്റെ കഥയാണ് സൗണ്ട് തോമയിൽ പ്രതിപാദിക്കുന്നത്. പൗലോയുടെ മൂന്നു മക്കളിൽ ഇളയവനാണ് തോമ. രണ്ട് ചേട്ടന്മാർക്കും ഇല്ലാത്ത ഒരു പ്രത്യേകത തോമയ്ക്കുണ്ട്. മുച്ചുണ്ടോടുകൂടി ജനിച്ചു എന്നതാണ് ആ പ്രത്യേകത. തോമയുടെ ജനനത്തോടെയാണ്? സിനിമ ആരംഭിക്കുന്നത്. അവിടെ ഇപ്രകാരം ഒരു സംഭാഷണം കേൾക്കാം. 'ഒട്ടിച്ചേർന്ന മൂക്കോടെ വികൃതമായ ശബ്ദത്തിൽ കരയുന്ന കുഞ്ഞിനെക്കണ്ട് ആ മാലാഖമാർ വിഷമത്തോടെ മൂക്കത്ത് വിരൽവെച്ചു.' മുച്ചുണ്ടോടുകൂടി ജനിച്ച തോമയെ വളരെവിഷമത്തോടു കൂടിയാണ് നഴ്സുമാർ നോക്കുന്നത്: സമൂഹത്തിന്റെ തുറിച്ചുനോട്ടത്തിന്റെ തുടക്കം ഇവിടെയാണ്.

ജനനത്തോടുകൂടിത്തന്നെ അമ്മ മരിക്കുന്ന തോമ പിന്നീട് അപ്പനും ചേട്ടന്മാർക്കുമൊപ്പമാണ് ജീവിക്കുന്നത്. ഒരു മേജർ ഓപ്പറേഷൻ വഴി തോമായുടെ മൂക്കും മുഖവും ശബ്ദവും ശരിയാക്കിയെടുക്കാം എന്നാണ് ഡോക്ടർമാർ പൗലോയ്ക്ക് നൽകുന്ന വാഗ്ദാനം. എന്നാൽ ഇതിന് ചിലവേറെയാണ് എന്നു മനസ്സിലാക്കുന്ന

പലിശക്കാരൻ പൗലോ, തന്റെ മകൻ തോമായുടെ ശബ്ദത്തെ വിധിക്ക് വിട്ടുകൊടുക്കുന്നു. ഇതിനായി പൗലോ പറയുന്ന ന്യായ മാകട്ടെ 'ദൈവത്തിന്റെ സൃഷ്ടി മാറ്റാൻ ആർക്കും അവകാശമില്ല.' എന്നതാണ്. അങ്ങനെ തോമ മുച്ചുണ്ടുമായി ജീവിതം മുന്നോട്ടു കൊണ്ടുപോവുകയാണ്. സ്കൂളിൽ പോയിത്തുടങ്ങിയ തോമായു ടെ മുഖം കണ്ട് കുട്ടികൾ പേടിക്കുകയും സ്കൂൾ മാറിപ്പോവുക യും ചെയ്തതോടെ അധ്യാപകർ ഇടപെട്ട് തോമയ്ക്ക് ആദ്യത്തെ ശസ്ത്രക്രിയ ചെയ്തു എന്നതാണ് തോമ പറയുന്നത്. തമാശരൂ പേണയാണ് തോമയത് പറയുന്നതെങ്കിലും പൊതുഇടങ്ങളിൽ സാധാരണ ആളുകളെപ്പോലെ ഇടപെടാൻ പലപ്പോഴും ഇത്തരം വ്യക്തികൾക്ക് സാധിക്കുന്നില്ല എന്നതാണ് വാസ്തവം. വേദനയു ളവാക്കുന്ന പ്രതികരണങ്ങളും കളിയാക്കലുകളും സിനിമയിലുട നീളം പ്രകടവുമാണ്. എന്നാൽ ഇതിനെയൊക്കെ വളരെയെളുപ്പം മറികടക്കുകയും അതിജീവിക്കുകയും ചെയ്യുന്ന വ്യക്തിയായാണ് തോമ അവതരിപ്പിക്കപ്പെടുന്നത്. ശബ്ദത്തിന്റെ പരിമിതികൾ സ്വയ മറിഞ്ഞിരിക്കെ, പള്ളിയിലെ ഗാനമേളയിൽ മുൻപിൽത്തന്നെ നിന്ന് ആദ്യത്തെ ഗാനം പാടണം എന്ന് ആവശ്യപ്പെടുകയും ഉച്ച ഭാഷിണിയിലൂടെ പുറത്തുകേൾക്കും എന്ന് അറിയാമായിരുന്നിട്ടും മൈക്ക് കൈയിലെടുത്ത് ഉറക്കെ പാട്ടുപാടുകയും ചെയ്യുന്നത് ഇതിന് ഉദാഹരണമാണ്. തോമയുടെ മുച്ചുണ്ടിനെ ഒരു വലിയകു ഴപ്പമായി കാണുന്ന പൗലോ, തന്റെ മകനെ എന്തിനുകൊള്ളാം എന്നു ചോദിക്കുന്നുണ്ട്. ഇതു കേൾക്കുന്ന തോമ, സങ്കടപ്പെട്ട് കര യുന്നു. അങ്ങനെയുള്ള ഒരാൾ ഇത്ര ധൈര്യശാലിയായി നാട്ടിലു ള്ള ജനം മുഴുവൻ കേൾക്കെ മൈക്ക് എടുത്ത് പാട്ടുപാടുമോ എന്ന ത് ചിന്തനീയമാണ്.

വളരെ ചെറിയൊരുശതമാനത്തെ മാറ്റിനിർത്തിയാൽ, ഭാഷണ വൈകല്യമുള്ള വ്യക്തികൾ യഥാർത്ഥ ജീവിതത്തിൽ പൊതുജന ത്തിനുമധ്യേ ഇങ്ങനെ ഇടപെടുന്നത് വിരളമാണെന്നതാണ് ഈ ചിന്തയ്ക്ക് പിന്നിൽ. ഒരു സിനിമ പൊളിറ്റിക്കലി കറക്റ്റ് ആവേണ്ട ആവശ്യമില്ല എന്ന് പറയുമ്പോഴും ശാരീരികവൈകല്യമുള്ള ഒരു കഥാപാത്രത്തെ സിനിമ അവതരിപ്പിക്കുമ്പോൾ, ശരിയായ അവ സ്ഥ അവതരിപ്പിക്കാനുള്ള ബാധ്യത സിനിമയ്ക്കുണ്ട്. സിനിമയു ടെ ആദ്യഭാഗത്ത് വളരെ ചെലവേറിയ ഒരു ശസ്ത്രക്രിയയായാണ് ഡോക്ടർമാർ മുച്ചുണ്ടിന്റെ ശസ്ത്രക്രിയയെ അവതരിപ്പിക്കുന്നത്. സിനിമയാണെങ്കിൽ കൂടി ഡോക്ടർമാർ പറയുന്നതിന്റെ ആധികാ

രികത ഉറപ്പു വരുത്തേണ്ടതാണ്. വർഷങ്ങളായി സ്മൈൽ ട്രെയിൻ എന്ന ലാഭരഹിത എൻജിഒ മുച്ചുണ്ടിനും മുറിയണ്ണാക്കിനും സൗജന്യമായി ശസ്ത്രക്രിയ നൽകിവരുന്നുണ്ട്. ലോകമെമ്പാടുമിത് ലഭ്യമാണ്. എന്നാൽ സിനിമ കാണുന്ന സാധാരണക്കാരൻ കരുതുക ഇത്തരത്തിലുള്ള ഒരവസ്ഥ വന്നാൽ സാമ്പത്തികമായി തങ്ങളെക്കൊണ്ട് ഒന്നും ചെയ്യാൻ സാധിക്കില്ല എന്നാണ്. ഇവിടെയാണ് 'സ്മൈൽ പിങ്കി' എന്ന ഡോക്യുമെന്ററി പ്രസക്തമാകുന്നത്.

2008-ൽ പുറത്തിറങ്ങിയ അമേരിക്കൻ ഡോക്യുമെന്ററിയാണിത്. പിങ്കി എന്നും ഗുട്ട്റു എന്നും പേരുള്ള രണ്ട് കുട്ടികളുടെ ജീവിതവും ശസ്ത്രക്രിയയുമാണ് ഡോക്യുമെന്ററി പങ്കുവയ്ക്കുന്നത്. സൗണ്ട് തോമയിലെ തോമ, പാതിവഴിയിൽ വിദ്യാഭ്യാസം നിലച്ച വ്യക്തിയാണ്. അധ്യാപകർ പിരിവിട്ട് ശസ്ത്രക്രിയ നടത്തിയെന്നതിന്റെ പേരിൽ അപ്പനെ മറ്റുള്ളവർ കളിയാക്കുമ്പോൾ അപ്പനാണ് തോമയുടെ വിദ്യാഭ്യാസം അവസാനിപ്പിക്കുന്നത്. എന്നാൽ സ്മൈൽ പിങ്കി കാണിച്ചുതരുന്നത് മുച്ചുണ്ടും മുറിയണ്ണാക്കും കാരണം സഹപാഠികളിൽനിന്നു കളിയാക്കലുകളും അവഗണനയും നേരിടേണ്ടി വരുന്നതുമൂലം സ്കൂളിൽ പോകാൻ കഴിയാത്ത കുട്ടികളെയാണ്. കൂട്ടുകാരുടെ മുറിച്ചുണ്ടുള്ളവൾ എന്ന വിളി സഹിക്കാനാവാതെയാണ് പിങ്കി പഠനം അവസാനിപ്പിക്കുന്നത്. ഗുട്ട്റുവിന്റെ അമ്മ പറയുന്നത് തന്റെ കുട്ടിയുടെ വായയുടെ അകം കണ്ട്, കുട്ടികൾ ഭയക്കുമായിരുന്നു എന്നാണ്. അങ്ങനെയാണ് ഗുട്ട്റു പഠനം അവസാനിപ്പിക്കുന്നത്. ഇവർ സ്കൂളിൽ പോവുകയും എന്നാൽ തുടർന്നുപഠിക്കാൻ സാഹചര്യമില്ലാത്തവിധം മാനസികമായി തളരുകയും ചെയ്യുന്നതോടെ പഠനം അവസാനിപ്പിക്കുകയാണ്. ശസ്ത്രക്രിയയ്ക്ക് ശേഷമുള്ള അവരുടെ ആഗ്രഹങ്ങളിൽ പ്രധാനം സ്കൂളിൽ പോകുക എന്നുള്ളതാണ്. ഇതൊരു വലിയ യാഥാർത്ഥ്യമാണ്. അടിസ്ഥാനഅവകാശമായ വിദ്യാഭാസം നേടുന്നതിൽനിന്നും ഇവരെ പിന്തിരിപ്പിക്കുന്നത് അവർക്കു ചുറ്റുമുള്ള നാമടങ്ങുന്ന സമൂഹമാണ് എന്നതാണ് യാഥാർത്ഥ്യം.

തോമയെക്കുറിച്ച് അപ്പൻ തന്നെ പറയുന്നത് കിണുകിണാ എന്ന് പറയുന്നവന് എന്ത് സ്ത്രീധനം കിട്ടാനാണ്? വെറുതെ തീറ്റിപ്പോറ്റാം എന്നല്ലാതെ. ബാക്കിയുള്ളവർക്ക് ഭാരമായി ഒരു പാഴ്ജന്മം, എന്നാണ്. വീടിനുവേണ്ടി അദ്ധ്വാനിക്കുകയും അപ്പനൊപ്പം എല്ലാകാര്യങ്ങളും നോക്കി നടത്തുകയും ചെയ്യുമ്പോഴും തോമയുടെ ശബ്ദമാണ് തോമയെ അടയാളപ്പെടുത്തുന്നത്. അപ്പൻ പറയു

ന്നതു കേട്ട് തോമ വിഷമിക്കുകയും കരയുകയും ചെയ്യുന്നുണ്ടെങ്കിലും നാട്ടുകാരിൽ നിന്നുമുണ്ടാകുന്ന ഇത്തരം പ്രതികരണങ്ങൾക്ക് തോമയ്ക്ക് ഉരുളയ്ക്കുപ്പേരിപോലെ മറുപടിയുണ്ട്.

തന്റെ പ്രണയം യാതൊരു ഭയപ്പാടും ശങ്കയുമില്ലാതെ തുറന്നു പറയുന്നതിലും ഗായിക കൂടിയായ പെൺകുട്ടിയുടെ പിന്നാലെ പരസ്യപ്രേമാഭ്യർത്ഥന നടത്തുന്നതിലും യാതൊരു സങ്കോചവുമില്ലാത്ത കഥാപാത്രമാണ് തോമ. മുച്ചുണ്ടും മുറിയണ്ണാക്കും അധികം സിനിമകളിൽ ചിത്രീകരിക്കപ്പെട്ടിട്ടില്ല എന്നതിനാൽ സിനിമ മുന്നോട്ടുവയ്ക്കുന്ന പലതും യാഥാർത്ഥ്യമാണെന്ന് കരുതുക സ്വാഭാവികമാണ്. ശസ്ത്രക്രിയയ്ക്ക് ശേഷവും കൃത്യമായി ഉച്ചാരണം ശരിയാകാത്ത ആളുകൾ നമുക്ക് ചുറ്റുമുണ്ട്. എന്നാൽ സിനിമ അവതരിപ്പിക്കുന്നതുപോലെ, പൊതുവേദിയിലേക്കോ പൊതുഇടങ്ങളിലേക്കോ അത്ര ലാഘവത്തോടെ അവർ കടന്നുവരുന്നില്ല എന്നത് ഒന്നു കണ്ണോടിച്ചാൽ തിരിച്ചറിയാനാവുന്നതേയുള്ളൂ. സമൂഹത്തിന്റെ പൊതുമനോഭാവം അത്ര നല്ല സ്വീകാര്യതയല്ല ഇവർക്ക് സമ്മാനിക്കുന്നത് എന്നതുതന്നെയാണ് ഇതിനുകാരണം.

'സ്മൈൽ ട്രെയിൻ' കണക്കനുസരിച്ച് ഇന്ത്യയിൽ 700-ൽ ഒരു കുട്ടി എന്നകണക്കിന് മുച്ചുണ്ടും മുറിയണ്ണാക്കുമുള്ള കുട്ടികൾ ജനിക്കുന്നുണ്ട്. അതിൽ തങ്ങളുടെ അവസ്ഥയെ കൃത്യമായി മനസ്സിലാക്കുവാനും അംഗീകരിക്കുവാനും സാധിക്കുന്ന ഒരു ചെറിയ ശതമാനത്തിന് മാത്രമേ സിനിമ അവതരിപ്പിക്കുന്നതുപോലെ ഇത്ര തുറന്നുജീവിക്കാൻ സാധിക്കൂ.

തന്റെ അപ്പൻ ചെയ്ത പാപത്തിന്റെ ഫലമാണ് തനിക്കുണ്ടായ ശാരീരികാവസ്ഥ എന്ന് തോമയോട് ആരെങ്കിലുമൊക്കെ പറയുന്ന ഘട്ടത്തിൽ അതിന് കൃത്യമായി എതിർവാദം ഉന്നയിക്കാൻ തോമയ്ക്ക് കഴിയുന്നുണ്ട്. തെങ്ങ് കയറ്റക്കാരൻ, തോമയുടെ ശബ്ദം ഇങ്ങനെയായത് 'പലിശ കൊടുത്തു മുടിഞ്ഞവരുടെ ശാപമാണ് എന്നാണ് നാട്ടുകാർ പറയുന്നത്' എന്ന് പറയുന്നു. 'അങ്ങനെയാണെങ്കിൽ ലോകത്തുള്ള എല്ലാ ബാങ്കുകാരുടെയും സൗണ്ട് ഇങ്ങനെയാവണമല്ലോ.' എന്നാണ് തോമയുടെ മറുപടി. എന്നാൽ എല്ലായ്പ്പോഴും ഇങ്ങനെയല്ല യാഥാർത്ഥ്യം എന്നതാണ് തിരിച്ചറിയേണ്ടത്.

സ്മൈൽ പിങ്കിയിൽ മെഡിക്കൽ ക്യാമ്പിന്റെ ഭാഗങ്ങൾ കാണുമ്പോഴാണ് നമുക്ക് ചുറ്റും ഇത്രയധികം ആളുകൾ മുറിയണ്ണാക്കുമായി ജനിക്കുന്നുണ്ട് എന്ന് മനസ്സിലാക്കാൻ സാധിക്കുന്നത്.

കുടുംബത്തിലെ സ്വാധീനം

സ്മൈൽ പിങ്കിയിലെ മെഡിക്കൽ ക്യാമ്പിന്റെ രംഗങ്ങളിൽ, മുച്ചുണ്ടുള്ള വ്യക്തിയ്ക്കൊപ്പം കുടുംബവും അനുഭവിക്കുന്ന സംഘർഷങ്ങൾ വ്യക്തമാക്കുന്നുണ്ട്. തോമയുടെ അവസ്ഥമൂലം ചുറ്റുമുള്ളവർ അധികമൊന്നും ബദ്ധപ്പാട് അനുഭവിക്കുന്നതായി സിനിമ കാണിക്കുന്നില്ല. ഒരു സിനിമയെല്ലാം കാണിക്കണമെന്നുണ്ടോ എന്നത് പ്രസക്തമായ ചോദ്യമാണ്. എന്നാൽ മറ്റ് ചലച്ചിത്രാഖ്യാനങ്ങൾ ഒന്നുംതന്നെ കണ്ടെത്താൻ സാധിക്കാത്തതിനാൽ സിനിമ സമൂഹത്തിന് നൽകുന്ന ആശയങ്ങളിൽ വ്യക്തതയുണ്ടാവേണ്ടത് അനിവാര്യമാണ്. സ്മൈൽ പിങ്കി ഡോക്യുമെന്ററിയിൽ ഡോക്ടറും കുടുംബങ്ങളുമായുള്ള സംഭാഷണത്തിൽ വെളിവാകുന്ന ചില കാര്യങ്ങൾ ഇങ്ങനയാണ്. കുട്ടി ജനിച്ചയുടനെ താൻ ബോധരഹിരയായി എന്നാണ് ഒരമ്മ പറയുന്നത്. കുട്ടിയുടെ മുഖം കണ്ടയുടനെ ഭാര്യയെ ഉപേക്ഷിച്ചു പോകുന്ന ഭർത്താവ്, കുടുംബത്തിലുള്ള മറ്റ് അംഗങ്ങളൊന്നും തന്റെ കുട്ടിയെ കാണാൻ വരാറില്ല എന്നു പറയുന്ന മറ്റൊരമ്മ, 'നീ എന്തിനാണ് ഒരു രാക്ഷസന് ജന്മം കൊടുത്തത്?' എന്ന ചോദ്യം കേൾക്കേണ്ടി വരുന്ന മറ്റൊരമ്മ. എന്നിങ്ങനെ ചുറ്റുമുള്ളവരുടെ കുറ്റപ്പെടുത്തലുകൾ ഏൽക്കേണ്ടിവരുന്ന ജീവിതങ്ങൾ.

ഗർഭാവസ്ഥയിൽ ഉണ്ടാകുന്ന ശാരീരികവൈകല്യമായതിനാൽ ത്തന്നെ പലപ്പോഴും അമ്മമാർ ഇതിന് ഉത്തരവാദികളായി മാറുന്ന ഒരു സാഹചര്യം കാണാറുണ്ട്. മറ്റുചിലപ്പോൾ മാതാപിതാക്കൾ രണ്ടുപേരും ഇതിന് കാരണക്കാരായി ആരോപിക്കപ്പെടുന്നു. അതിനാൽ ഇത് മുച്ചുണ്ടുള്ള വ്യക്തിയെ മാത്രമല്ല അയാൾക്കു ചുറ്റമായിരിക്കുന്ന ആളുകളെക്കൂടി ഈ അവസ്ഥ സ്വാധീനിക്കുന്നു. വ്യക്തിക്കൊപ്പം സഹോദരങ്ങളും മാതാപിതാക്കളും അടുപ്പമുള്ളവരും കളിയാക്കലുകൾ അനുഭവിക്കുക, കുട്ടിയുടെ പ്രശ്നത്തിന്റെ പേരിൽ മാതാപിതാക്കൾ തമ്മിൽ പിരിഞ്ഞുമാറുക, കുടുംബത്തിൽ നിന്നും ഒഴിവാക്കപ്പെടുക, എന്നിങ്ങനെ അന്നുവരെ ഉണ്ടായിരുന്ന കുടുംബക്രമം പാടെമാറുന്ന സാഹചര്യമൊരുങ്ങുന്നു. ഇതു കുടുംബങ്ങളിൽ ഉണ്ടാക്കുന്ന മാനസികപിരിമുറുക്കം ചെറുതല്ല.

കണ്ണാടി നോക്കാറുണ്ടോ എന്ന ഡോക്ടറുടെ ചോദ്യത്തിന് ഇല്ല എന്നാണ് ഒരു കുട്ടി മറുപടി നൽകുന്നത്. വൈകല്യമൊരു കുറവല്ല എന്നു മറ്റുള്ളവർക്ക് എളുപ്പം പറയാൻ സാധിക്കുമെങ്കിലും അനുഭവിക്കുന്നവർക്ക് അതത്ര എളുപ്പമല്ല എന്നതിന്റെ തെളിവാ

ണ് ഈ മറുപടി. മുച്ചുണ്ടും മുറിയണ്ണാക്കും ശരീരത്തിലുപരി മനസിനെകൂടി മുറിപ്പെടുത്തുന്നുവെന്നതുതന്നെ ഇതിനു കാരണം.

അജ്ഞത

മുച്ചുണ്ടിനെയും മുറിയണ്ണാക്കിനെയും കുറിച്ച് കൃത്യമായ ധാരണകൾ ഇല്ലാതിരിക്കുന്നതും വൈദ്യസഹായം ലഭ്യമാക്കുന്നതിന് തടസ്സമാവാറുണ്ട്. സൗണ്ട് തോമയിൽ ഡോക്ടർമാർ കൃത്യമായി ഇതിന്റെ ശസ്ത്രക്രിയയെക്കുറിച്ച് പറയുന്നുണ്ടെങ്കിലും പണച്ചെലവാണ് പൗലോയെ അതിൽനിന്നും പിന്തിരിപ്പിക്കുന്നത്. എന്നാൽ സ്മൈൽ പിങ്കി പ്രതിനിധാനം ചെയ്യുന്നത് വളരെ സാധാരണക്കാരായ, വിദ്യാഭ്യാസപരമായി പിന്നാക്കം നിൽക്കുന്ന സർവ്വസാധാരണ ജനത്തെയാണ്. മുച്ചുണ്ടിന് ശസ്ത്രക്രിയ ലഭ്യമാണ് എന്നതുപോലും അവരറിയുന്നില്ല. എന്നാൽ ഇന്ത്യയിലൂടനീളം സ്മൈൽ ട്രെയിൻ എന്ന ലാഭരഹിത എൻജിഒ വഴി മുച്ചുണ്ടിന്റെയും മുറിയണ്ണാക്കിന്റെയും ശസ്ത്രക്രിയ സൗജന്യമായി വർഷങ്ങളായി നടന്നുവരുന്നു. ഇത് പിങ്കിയുടെ മാതാപിതാക്കൾ അറിയുന്നത് അവരുടെ ഗ്രാമത്തിൽ ഇത്തരം കുട്ടികളുണ്ടോ എന്ന അന്വേഷണവുമായി വരുന്ന ആരോഗ്യപ്രവർത്തകരിലൂടെയാണ്. പിങ്കിയും ഗുട്ട്റുവും ശസ്ത്രക്രിയ്കായി ആശുപത്രിയിലെത്തുമ്പോൾ കാണാൻ സാധിക്കുന്നത് അവരെ പോലെയുള്ള ഒട്ടനവധി കുട്ടികളെയാണ്. അതിൽ ഡോക്ടർമാർ പറയുന്ന ശ്രദ്ധേയമായ ഒരു കാര്യം മുച്ചുണ്ടിന്റെ ശസ്ത്രക്രിയ ഏകദേശം നാലാം മാസത്തിൽ ചെയ്യുന്നതായിരുന്നു അത്യുത്തമം എന്നുള്ളതാണ്. ഈ ശസ്ത്രക്രിയകൾ ഓരോന്നും ലഭിക്കേണ്ട ഓരോ പ്രായമുണ്ട്. പ്രായം മുന്നോട്ടു പോകുമ്പോൾ പൂർണമായ ഫലം ലഭിക്കുന്നില്ല എന്നതാണ് കാര്യം. ഇത്തരത്തിലൊരു ശസ്ത്രക്രിയയെപ്പറ്റി ധാരണപോലുമില്ലാത്ത പിങ്കിയുടെ മാതാപിതാക്കൾ വൈകിയെങ്കിലും ശാസ്ത്രക്രിയ നടത്താൻ പറ്റിയതിൽ സന്തോഷിക്കുകയാണ്.

കൃത്യമായ അറിവില്ലായ്മ പലപ്പോഴും രോഗങ്ങളെയും ശാരീരിക-മാനസിക ബുദ്ധിമുട്ടുകളെയും വിശ്വാസത്തോട് ബന്ധപ്പെടുത്തി ചിന്തിക്കുന്നതിന് കാരണമാകാറുണ്ട്. ഇത്തരത്തിൽ ജന്മനാ കുഞ്ഞുങ്ങൾക്കുണ്ടാകന്ന വൈകല്യങ്ങൾക്ക് വിശ്വാസപരമായ കാരണങ്ങൾ ചാർത്തിക്കൊടുക്കുന്ന പ്രവണത പലയിടത്തും നിലവിലുണ്ട്. ഇത് ശരിയല്ല എന്ന് മാത്രമല്ല കൃത്യസമയത്ത് വൈദ്യസഹായം ലഭിക്കാനുള്ള അവരുടെ സാഹചര്യത്തെ ഇല്ലാതാ

ക്കുകയും ചെയ്യുന്നു. സ്മൈൽ പിങ്കിയിൽ പിങ്കിയുടെ അമ്മ ഗർഭാവസ്ഥയിലുണ്ടായ ഗ്രഹണമാണ് തന്റെ കുട്ടിക്ക് ഇങ്ങനെ ഉണ്ടാവാൻ കാരണമെന്നാണ് കരുതുന്നത്. അവർ അങ്ങനെ വിശ്വസിക്കുകതന്നെ ചെയ്യുന്നു. ഇത് ശസ്ത്രക്രിയയിലൂടെ പരിഹരിക്കാനാവുന്ന ഒരു കാര്യമാണെന്നത് അവരിൽ അത്ഭുതമുളവാക്കുന്നുണ്ട്. ഇത്തരത്തിലുള്ള അന്ധവിശ്വാസങ്ങൾ കൃത്യമായ വൈദ്യസഹായം ലഭിക്കാതിരിക്കുന്നതിന് കാരണമാകുന്നു. അത്ര അപൂർവ്വമല്ലാത്ത ഒരു ശാരീരികാവസ്ഥയായിരുന്നിട്ടുകൂടി ഈ അജ്ഞത നമുക്കിടയിൽ ഇപ്പോഴും നിലനില്ക്കുന്നുവന്നത് വിഷമകരമാണ്.

സമൂഹത്തിന്റെ ഇടപെടൽ സ്വാധീനം

വൈകല്യമുള്ള ജീവിതങ്ങളിൽ സമൂഹത്തിന്റെ ഇടപെടലുകൾക്ക് വളരെ പ്രാധാന്യമുണ്ട്. ഒരു വ്യക്തിയെ അരക്ഷിതാവസ്ഥയിൽ എത്തിക്കാതെ കൈപിടിച്ച് മുന്നോട്ടു കൊണ്ടുപോകാൻ അവനായിരിക്കുന്ന സമൂഹത്തിന് കഴിയുന്ന. സൗണ്ട് തോമയിൽ തോമ ഏറെക്കുറെ അങ്ങനെ തന്നെയാണ്. തന്റെ ശാരീരികാവസ്ഥ മനസ്സിലാക്കുമ്പോൾത്തന്നെ സമൂഹത്തിൽ ഇറങ്ങി ചെല്ലുവാനും തന്റെ പ്രണയത്തിന് പിന്നാലെ പോകുവാനും മറ്റുള്ളവരോട് കൃത്യമായ മറുപടി നൽകുവാനും തോമയ്ക്ക് കഴിയുന്നുണ്ട്. തോമയുടെ സാമ്പത്തിക സ്ഥിതിയും, മാറ്റിനിർത്താതെ കൂടെ നിർത്തുന്ന സഹോദരങ്ങളും തന്നെയാണ് ഇതിനു കാരണം. സൗണ്ട് തോമ എന്ന സിനിമ ചിത്രീകരിക്കുന്നത് ഒരു വ്യക്തിയുടെ അതിജീവനത്തിന്റെ കഥയാണെന്ന് പറയാമെങ്കിൽ കൂടി അതിൽ നിന്നും കണ്ടെത്തേണ്ട ചില പാഠങ്ങൾ ഏറെയാണ്. തനിക്ക് ഉണ്ടാവുന്ന പഴികളെയൊക്കെ മാറ്റിനിർത്തി സമൂഹത്തിലേക്ക് ഇറങ്ങിച്ചെന്ന് മറ്റേതൊരു വ്യക്തിയെയും പോലെ ജീവിക്കുവാൻ തോമ ശ്രമിക്കുമ്പോഴും അദ്ദേഹത്തിന്റെ പ്രയത്നത്തെ നിസ്സാരവത്കരിക്കുന്ന തരത്തിലുള്ള പ്രതികരണങ്ങളാണ് പലപ്പോഴും സമൂഹത്തിൽ നിന്നും ഉണ്ടാവുന്നത്. സിനിമയുടെ ആരംഭത്തിൽ തോമയെക്കുറിച്ച് സുരാജിന്റെ കഥാപാത്രം പറയുന്നത് ഇങ്ങനെയാണ്.

'സന്ധ്യാപ്രാർഥനയ്ക്കു തോമാച്ചായൻ അകത്തുകേറി പാടുമ്പോ ഞാനും മുതലാളിയും ഇറങ്ങി പുറത്തുനിൽക്കും, അല്ലെങ്കി ഞങ്ങൾ തല്ലിയിട്ടു നിലവിളിക്കുന്നതാണെന്നേ ആൾക്കാർ വിചാരിക്കൂ.'

തോമയുടെ ശബ്ദം മൈക്കിൽ കൂടി കേൾക്കുമ്പോ ഒരാൾ 'ഇതെന്താ നമ്മുടെ കോളാമ്പിക്ക് ജലദോഷം പിടിച്ചോ' എന്ന് ചോദിക്കുന്നു. തനിക്കു ചുറ്റുമുള്ളവരിൽ ഒരാളായി ഇഴുകിച്ചേരാനുള്ള തോമയുടെ കഠിനപരിശ്രമം സമൂഹം തിരിച്ചറിയുന്നില്ല എന്നതാണ് വാസ്തവം. അതിനു കാരണം, എന്താണ് തോമയെ വ്യത്യസ്തമാക്കുന്നത് എന്നതിരിച്ചറിവ് സമൂഹത്തിനില്ല എന്നതാണ്. പലപ്പോഴും ചുറ്റുമുള്ള ആളുകളുടെ ശാരീരിക പരിമിതികളെക്കുറിച്ച് നമ്മളടങ്ങുന്ന സമൂഹം അജ്ഞരാണ്.

തുറിച്ചുനോട്ടങ്ങളെ അതിജീവിച്ച തോമയാണ് സൗണ്ട് തോമയിൽ അവതരിപ്പിക്കപ്പെടുന്നത്. ഇങ്ങനെ സിനിമ മുന്നോട്ടുവയ്ക്കുന്ന ആശയം മികച്ചതാണെന്ന് പറയുമ്പോഴും സൗണ്ട് തോമ വിമർശനവിധേയമാകേണ്ടത് തോമയുടെ തന്നെ ഒരു സംഭാഷണ ശകലത്തിൻമേലാണ്. 'തോമയ്ക്ക് ഇതേ ശബ്ദമുള്ള വേറെ പെൺകുട്ടി വരും' എന്നു നായിക പറയുമ്പോൾ, 'എന്തിന്? അവൾ പറയുന്നത് മനസ്സിലാക്കാൻ പറ്റാതെ ഞാൻ അവളെ തല്ലിക്കൊല്ലാനോ?' എന്നാണ് തോമയുടെ മറുപടി. സിനിമയുടെ കാഴ്ചപ്പാട് മാറിപ്പോകുന്നത് അവിടെയാണ്. സ്വന്തം പരിമിതികൾ കൃത്യമായി തിരിച്ചറിഞ്ഞ് അതിജീവിക്കാൻ ശ്രമിക്കുന്ന തോമയ്ക്ക് തന്നെപ്പോലെയുള്ള മറ്റൊരുവൾ എന്ന് ചിന്തിക്കാൻ സാധിക്കുന്നില്ല. താൻ ജീവിക്കുകയും വളരുകയും ചെയ്യുന്ന സമൂഹത്തിന്റെ പൊതുബോധമാണ് അയാളെക്കൊണ്ട് അങ്ങനെ പറയിപ്പിക്കുന്നത്.

മുച്ചുണ്ടിന്റെയും മുറിയണ്ണാക്കിന്റെയും യാഥാർത്ഥ്യമാണ് സ്മൈൽ പിങ്കി എന്ന ഡോക്യുമെന്ററി മുന്നോട്ടുവയ്ക്കുന്നത്. എന്താണ് തന്റെ മകൾക്ക് സംഭവിച്ചത് എന്നുപോലും മനസ്സിലാക്കാൻ പിങ്കിയുടെ മാതാപിതാക്കൾക്ക് സാധിക്കുന്നില്ല. ഡോക്ടർമാർ കാര്യങ്ങൾ വിശദീകരിക്കുമ്പോൾ 'ഇത് അറിഞ്ഞിരുന്നെങ്കിൽ ഉണ്ടായ ഉടനെ ഞങ്ങൾ കുട്ടിയുമായി വരുമായിരുന്നു.' എന്നാണ് അച്ഛൻ പറയുന്നത്. സാക്ഷരതയും വിദ്യാഭ്യാസവും മുതൽ പല കാരണങ്ങൾ ഈ അറിവില്ലായ്മയ്ക്ക് കാരണമാണ്. എന്നാൽ വളരെയെളുപ്പത്തിൽ ഇത്തരം അറിവുകൾ സമൂഹത്തിലെത്തിക്കാൻ സിനിമ പോലെയുള്ള മാധ്യമങ്ങൾക്ക് സാധിക്കും. എന്നാൽ പലപ്പോഴും സിനിമയുടെ ലക്ഷ്യം കച്ചവടം മാത്രമാണ്.

സൗണ്ട് തോമ ജനപ്രിയമാകുന്നതിൽ നായകന്റെ വൈകല്യത്തിനുള്ള സ്ഥാനം ചെറുതല്ല. അങ്ങനെ ആലോചിക്കുമ്പോൾ, സിനിമ ജനപ്രിയമാകാനുള്ള ഒരു ടൂൾ മാത്രമാണ് തോമയുടെ

മുച്ചുണ്ട്. അതിന് അനുബന്ധമായി കഥ വികസിക്കുന്നുവെന്നുമാത്രം. എന്നാൽ സമൂഹത്തിന്റെ ഇടപെടലും പൊതുബോധവും കൃത്യമായി അവതരിപ്പിക്കുന്നതിൽ സിനിമ ഏറെക്കുറെ വിജയിച്ചിട്ടുണ്ട് എന്ന് കരുതാം.

എന്നിരുന്നാലും സമൂഹത്തിൽ ചലനം സൃഷ്ടിക്കാനാവുന്ന ഒരു മാധ്യമമെന്ന നിലയിൽ എത്രമാത്രം സിനിമയതിന് ശ്രമിച്ചു എന്നത് ആലോചിക്കേണ്ട വിഷയമാണ്. ഡോക്യുമെന്ററിയിൽ നിന്നും ഭിന്നമായി കഥയാണ് സിനിമയുടെ കേന്ദ്രം എന്ന് കരുതുമ്പോഴും വൈകാരികമായി കൈകാര്യം ചെയ്യുന്ന വിഷയങ്ങളവതരിപ്പിക്കുമ്പോൾ സമൂഹത്തോട് അത്രത്തോളം ഉത്തരവാദിത്തം സിനിമയ്ക്കുണ്ടാവേണ്ടതുണ്ട് എന്നതു പരിശോധിക്കേണ്ടതുണ്ട്. മുച്ചുണ്ട്-മുറിയണ്ണാക്ക് എന്നീ അവസ്ഥ ശാരീരികമെന്നതിലുപരി മാനസികമായും വ്യക്തികളെ മുറിപ്പെടുത്തുന്നുവെന്ന് നാം മനസിലാക്കിക്കഴിഞ്ഞു. ഇങ്ങനെയൊരു വിഷയത്തിന്മേൽ സിനിമയുണ്ടാവുമ്പോൾ പ്രേക്ഷകരിലേക്ക് നിജസ്ഥിതികൾ മാത്രം പകർന്നു നല്കാൻ സിനിമ ശ്രദ്ധിക്കേണ്ടത് അനിവാര്യമാണ്.

ഒരു വർഷം 35,000 കുട്ടികൾ ഇന്ത്യയിൽ മുച്ചുണ്ട്, മുറിയണ്ണാക്ക് എന്നീ ബുദ്ധിമുട്ടുകളുമായി ജനിക്കുന്നു എന്നാണ് സ്മൈൽ ട്രെയിൻ കണക്ക് പറയുന്നത്. ഇത്രയധികം കുഞ്ഞുങ്ങൾ നമുക്കിടയിൽ ജനിക്കുമ്പോഴും ഈ അവസ്ഥയെക്കുറിച്ചു പൊതുസമൂഹം ഏതാണ്ട് അജ്ഞരാണ്. എന്താണ് മുച്ചുണ്ട്? എന്താണ് മുറിയണ്ണാക്ക്? ഏതൊക്കെ അവയവങ്ങളെയാണ് ഈ അവസ്ഥ ബാധിക്കുന്നത്? എന്നിങ്ങനെ അടിസ്ഥാനപരമായ അറിവ് ലഭിച്ചാൽത്തന്നെ, ഈ ശാരീരികാവസ്ഥയെ പരിഹാസരൂപേണയുള്ള അനുകരണത്തിനും മറ്റും മാറ്റമുണ്ടാകും. ഇതിനോടനുബന്ധമായി ഉണ്ടാവുന്ന ഭാഷണവൈകല്യങ്ങളും പലപ്പോഴും വലിയൊരളവിൽ പരിഹാസത്തിന് കാരണമാകാറുണ്ട്.

അറിവില്ലായ്മയാണ് ഒരു പരിധിവരെ പരിഹാസാനുകരണത്തിന് വഴിയൊരുക്കുന്നത്. ഇതേ അറിവില്ലായ്മയും പൊതുബോധവുമാണ്, സഹതാപത്തിനു നിന്നു കൊടുക്കാതെ അതിജീവനത്തിനായി കുതിക്കുന്ന തോമ എന്ന കഥാപാത്രത്തെക്കൊണ്ടു തന്നെ ഇതേ അവസ്ഥയുള്ള ഒരാളെ തനിക്ക് വിവാഹം ചെയ്യാൻ സാധിക്കില്ല എന്നു പറയിപ്പിക്കുന്നത്. ഈ പൊതുബോധത്തെ ഉടച്ചുവാർക്കലാണ് സമൂഹത്തിലുണ്ടാവേണ്ടത്.

ഗ്രന്ഥസൂചി

സൗണ്ട് തോമ. സംവി. വൈശാഖ്, നിർ. അനൂപ്. പ്രിയാഞ്ജലി, 2013

സ്മൈൽ പിങ്കി. സംവി. മേഗൻ മൈലൻ, നിർ. മേഗൻ മൈലൻ. പ്രിൻസിപെ പ്രൊഡക്ഷൻസ്, 2008

Clapa. The Cleft Lip and Palate Association. 14 August 2023. <https://www.clapa.com/what-is-cleft-lip-palate/>

Smile train. Smile train. 14 August 2023. <https://www.smiletrain.org/2022/10/12/smile-train-commissioned-study-reveals-deadly-reality-malnutrition-and-clefts>

Vyas T, Gupta P, Kumar S, Gupta R, Gupta T, Singh HP. Cleft of lip and palate: A review . J Family Med Prim Care. 9(6) (2020): 2621-2625. June <https://www.ncbi.nlm.nih.gov/pmc/articles/PMC7491837/>

2
ഭിന്നശേഷി: ആശയം, വിചാരമാതൃക, വിനിമയം

ജിനി എം. ടി.

മനുഷ്യരുടെ ശരീരഘടന, പ്രവർത്തനം, ചിന്ത എന്നിവയുമായി ചേർന്നുകാണുന്ന ചില ശരിമാനദണ്ഡങ്ങൾ നമ്മുടെ സമൂഹത്തിൽ പണ്ടുമുതലേ സ്ഥാനംനേടിയിരുന്നു. ശരീരത്തിന്റെ ഘടന, പ്രവർത്തനം എന്നിവയും ചിന്ത, ബുദ്ധി എന്നിവയും ശരിബോധ്യങ്ങളിൽനിന്ന് മാറുമ്പോൾ അവയെ ഏതെങ്കിലും പോരായ്മപ്പട്ടികയിൽപ്പെടുത്താനാണ് സമൂഹം എക്കാലവും ഉദ്യമിച്ചിരുന്നത്. നമ്മുടെ നാട്ടുവഴക്കങ്ങളായ ഇരട്ടപ്പേരുകൾ അതു വ്യക്തമാക്കുന്നു. മനുഷ്യശരീരത്തിന് നിർവചനങ്ങൾ കണ്ടെത്തിക്കൊണ്ട് ഒരു വ്യക്തിയുടെ ശാരീരിക-മാനസിക പൂർണ്ണതയെ അളന്നുതിട്ടപ്പെടുത്തുകയും അതനുസരിച്ച് മനുഷ്യരെ പൂർണ്ണരെന്നും അപൂർണ്ണരെന്നും വർഗീകരിക്കുകയും ചെയ്യുന്ന പ്രവണത സമൂഹത്തിൽ നിലനിൽക്കുന്നു. ഈ പ്രവണതയുടെ സ്വാധീനംകൊണ്ട് സമൂഹത്തിൽ അധികാരാടയാളങ്ങൾ നിശ്ചയിക്കപ്പെടുന്നു. ഈ അടയാളങ്ങളുടെ ബാഹുല്യമാണ് ഭിന്നശേഷിക്കാർക്ക് സമൂഹത്തിലും സമൂഹനിർമിതിയിലും സ്ഥാനമില്ലാതാക്കിയിരിക്കുന്നത്. ഭിന്നശേഷിയെന്നു പരാമർശിക്കുമ്പോൾ അതൊരു കുറവായാണ് സമൂഹം ഇന്നും മനസിലാക്കുന്നത്.

തികഞ്ഞവ്യക്തി എന്ന നിലവാരപ്പലകയ്ക്കു കീഴിൽ ഓരോ മനുഷ്യനും വിലയിരുത്തപ്പെടുന്നുണ്ട്. സ്വത്വബോധത്തിന് ശ്രമിക്കുന്ന ഭിന്നശേഷിയുള്ള വ്യക്തിക്ക് ഉത്തമവ്യക്തിയെ പ്രതിഫലിപ്പിക്കുന്ന ഒരു ദർപ്പണം നൽകി 'നീ അപൂർണനാണ്, നിന്റെ വ്യക്തിത്വം ശകലിതവും' എന്ന് പറയുന്നതാണ് സമൂഹത്തിന്റെ നയം. സ്വന്തം സിദ്ധികളെയും വ്യക്തിത്വങ്ങളെയും തിരിച്ചറിയാൻ അനുവദിക്കാത്ത ജ്ഞാനരൂപങ്ങൾക്കിടയിൽ, സാംസ്കാരികവിനിമയ

ത്തിൽ തങ്ങളെക്കൂടി ഉൾകൊള്ളുന്നതിന് ഏത് സ്വത്വം കൈയാളണം എന്ന ചിന്തയിൽ ഉഴറുന്ന ഭിന്നശേഷിവ്യക്തിത്വങ്ങൾക്ക് സമകാലസാംസ്കാരികഭൂമികയിൽ സ്ഥാനമില്ലാതെവരുന്നു.

വ്യത്യസ്തമായ സവിശേഷതകളുള്ള ഒട്ടേറെവിഭാഗങ്ങൾ ഉൾപ്പെടുന്നതാണ് ഭിന്നശേഷിവിഭാഗം. 1995-ൽ ഡിസെബിലിറ്റി ആക്ട് നിലവിൽ വന്ന സമയത്ത് ഏഴ് വിഭാഗം ഭിന്നശേഷികളാണ് ഉൾപെട്ടിരുന്നത്. 2016-ൽ RPWD (Right to persons with Disabilities Act) വന്നപ്പോൾ അത് ഇരുപത്തിയൊന്നായി വർദ്ധിച്ചു. പെട്ടെന്നുണ്ടായ വർദ്ധനവല്ല ഇത്. നമ്മുടെ സാമൂഹികാവബോധം, സാമൂഹ്യസംവേദനശേഷി എന്നിവ വ്യാപിക്കുന്നതിന്റെയും വർദ്ധിക്കുന്നതിന്റെയും വികസിക്കുന്നതിന്റെയും അടിസ്ഥാനത്തിലാണിത്.

ഭിന്നശേഷി എന്ന പദം

ഈ മേഖല അഭിമുഖീകരിക്കുന്ന വലിയ പ്രതിസന്ധികളിലൊന്ന് കൃത്യമായ അർത്ഥം ധ്വനിപ്പിക്കുന്ന ഭാഷ, അല്ലെങ്കിൽ വാക്കുകൾ ലഭ്യമല്ല എന്നതാണ്. സാധാരണകരുതുന്ന രീതിയിൽ പ്രവർത്തിക്കാൻ പ്രാപ്തിയില്ലാത്ത ഒരു വ്യക്തിയെയാണ് ഭിന്നശേഷിക്കാരൻ/ഭിന്നശേഷിക്കാരിയായി മിക്ക ആളുകളും കരുതുന്നത്.

ഡിസെബിലിറ്റി എന്ന പദം വഹിക്കുന്ന ആശയലോകം കേരളത്തിലെ ഭാഷയ്ക്കും സംസ്കാരത്തിനും ഇനിയും പൂർണമായി ഉൾക്കൊള്ളാനായിട്ടില്ലെന്നു കാണാൻ പ്രയാസമില്ല. സംസ്കാരം, ഭാഷ, മാനവികത എന്നിവയ്ക്കുള്ളിൽ നിന്നുകൊണ്ട് ഡിസെബിലിറ്റിയെ മനസിലാക്കുകയും ചർച്ചചെയ്യുകയും വേണമെന്നത് കേരളം ഗൗരവമായെടുത്തിട്ട് ഏതാനും വർഷമേ ആയിട്ടുള്ളു. ഇംഗ്ലീഷിൽ ഉപയോഗിച്ചുവരുന്ന മൂന്നു പദങ്ങൾക്ക്, (എബിലിറ്റി, ഇന്നബിലിറ്റി, ഡിസെബിലിറ്റി) കൃത്യമായ മലയാളപരിഭാഷ സാധ്യമല്ല. ഏതാണ്ട് പതിനേഴാം നൂറ്റാണ്ടുവരെ ഇന്നബിലിറ്റി, ഡിസെബിലിറ്റി എന്നീ രണ്ടുപദങ്ങളും ഒരേ അർത്ഥത്തിൽ പ്രയോഗിച്ചുവന്നു. ക്രമേണ ഡിസെബിലിറ്റി ശാരീരികമായ എന്തെങ്കിലും പോരായ്മയെ സൂചിപ്പിക്കുന്ന വാക്കായി മാറുകയാണ് ഉണ്ടായത്. മലയാളത്തിൽ ആയിരത്തിതൊള്ളയിരത്തിതൊണ്ണൂറുകൾ വരെ ഡിസെബിലിറ്റി എന്നാൽ വികലാംഗതയായിരുന്നു. വികലാംഗപെൻഷൻ, വികലാംഗസർട്ടിഫിക്കറ്റ്, വികലാംഗക്ഷേമ കോർപ്പറേഷൻ തുടങ്ങി നിരവധി സങ്കല്പങ്ങൾ അക്കാലത്തുണ്ടായവയാണ്. ഇരുപതാംനൂറ്റാണ്ടിന്റെ അന്തിമദശകം വരെ വികലാംഗത എന്ന

സങ്കല്പത്തിനു ചുറ്റുമാണ് കേരളത്തിൽ ആശയങ്ങൾ രൂപീകരിച്ചിരുന്നത്. അപ്പോഴേക്കും അന്താരാഷ്ട്രനിലപാട് മാറിക്കഴിഞ്ഞിരുന്നു. ഐക്യരാഷ്ട്രസംഘടനയുടെ ഡിസെബിലിറ്റി നയരേഖകൾ സൂക്ഷ്മപരിശോധനാഘട്ടം കഴിഞ്ഞു. എബിലിറ്റിയിൽ നിന്നും ഡിസെബിലിറ്റിയെ വേർതിരിച്ച് നിഷ്പക്ഷമായ മാനത്തിൽ കാണാനാകുക എന്നത് മനുഷ്യാവകാശത്തിന്റെയും സ്വയം നിർണയാവകാശത്തിന്റെയും അടിസ്ഥാനത്തിൽ ലോകമനസിന്റെ സാമൂഹികനിർമിതിയുടെ ഭാഗമാക്കുക എന്നതിലേക്കു നീങ്ങി.

വിദേശത്ത് ഡിസബിലിറ്റിയുള്ള വ്യക്തികളെ Persons with disability (PWD) എന്നുമാത്രം പറയുമ്പോൾ കേരളത്തിൽ അംഗപരിമിതി, ഭിന്നശേഷി എന്നീ പദങ്ങൾ ഉപയോഗിക്കുന്നു. കഴിഞ്ഞ ഏതാനും വർഷമായി 'ഭിന്നശേഷി' എന്ന പദമാണ് കൂടുതൽ അഭികാമ്യമെന്ന അഭിപ്രായം ശക്തമായി. ഈ പദം എത്രകണ്ട് അർത്ഥപൂർണവും നിഷ്പക്ഷവുമാണെന്ന് പറയാനാവില്ലെന്നുമാത്രമല്ല, ഡിസെബിലിറ്റി സമൂഹവും അവരുമായി ബന്ധപ്പെട്ടുപ്രവർത്തിക്കുന്നവരും പൂർണമായി അംഗീകരിക്കുന്നുമില്ല. ഭിന്നശേഷി എന്ന പദത്തിന് 'differently abled' എന്ന പ്രയോഗവുമായി സാമ്യമുണ്ട്. പണ്ട് അമേരിക്കയിൽ സ്പോർട്സ് രംഗത്ത് ഭിന്നശേഷിയുള്ളവർ വന്നുതുടങ്ങിയപ്പോൾ കണ്ടെത്തിയ പ്രയോഗമാണത്. എന്നാൽ വ്യക്തികൾ പരസ്പരം വ്യത്യസ്തരായിരിക്കും എന്നതിനാൽ ഇങ്ങനെയൊരു പ്രയോഗംതന്നെ പര്യായോക്തപരമല്ലേ? (euphemism) എന്ന ചോദ്യം ശക്തമായി (ഭാഷാസാഹിതി 22,23). വ്യക്തികളെ അവരുടെ കഴിവിന്റെയോ സ്വഭാവത്തിന്റെയോ അടിസ്ഥാനത്തിൽ വർഗീകരിക്കേണ്ടതുണ്ടോ എന്നത് കാലികപ്രസക്തമായ ചോദ്യമാണ് എന്ന് അണ്ണാമലൈ സർവകലാശാല, മെഡിസിൻ ആൻഡ് റീഹാബിലിറ്റേഷൻ സെന്റർ മുൻപ്രൊഫസർ ഡോ. യു. നന്ദകുമാർ വിലയിരുത്തുന്നു.

ഭിന്നശേഷിക്കാരെക്കുറിച്ച് സമൂഹം എങ്ങനെ ചിന്തിക്കുന്നു എന്നത് അവർ ഭിന്നശേഷിയെക്കുറിച്ച് എങ്ങനെ കരുതുന്നു എന്നതിനെ ആശ്രയിച്ചിരിക്കുന്നു. ഭിന്നശേഷിയെക്കുറിച്ച് ആളുകൾക്ക് വ്യത്യസ്തവീക്ഷണങ്ങൾ ഉണ്ടെങ്കിലും ഈ കാഴ്ചപ്പാടുകളെ ഭിന്നശേഷിയുടെ മൂന്ന് മാതൃകകളായി തിരിക്കാം. ധാർമികം, വൈദ്യശാസ്ത്രപരം, സാമൂഹികം. ഓരോ മാതൃകയും ഭിന്നശേഷിയുടെ കാരണങ്ങൾ, ഉചിതമായ പ്രതികരണങ്ങൾ, ആഴത്തിലുള്ള അർത്ഥങ്ങൾ എന്നിവ വ്യക്തമാക്കുന്നു.

ധാർമിക മാതൃക (Moral Model)

ധാർമികമാതൃകയിൽ ഭിന്നശേഷി എന്നത് വ്യക്തിയുടെ അല്ലെങ്കിൽ കുടുംബത്തിന്റെ സ്വഭാവം, പ്രവൃത്തികൾ, ചിന്തകൾ, കർമം എന്നിവയെക്കുറിച്ചുള്ള അർത്ഥമായിക്കാണുന്നു. ഈ വീക്ഷണകോണിൽ ഭിന്നശേഷിയെന്നത് കളങ്കവും നാണക്കേടും കുറ്റപ്പെടുത്തലും നേരിടേണ്ടിവരുന്ന അവസ്ഥാവിശേഷമായും തെറ്റായപ്രവർത്തനത്തിന്റെ അടയാളമായും ഒരു കൂട്ടർ കാണുന്നു.

ബൈബിളിൽ ഈ ചിന്ത വ്യക്തമാക്കുന്ന ഒരു ഭാഗമുണ്ട്. 'അവൻ കടന്നുപോകുമ്പോൾ ജന്മനാഅന്ധനായ ഒരുവനെ കണ്ടു. ശിഷ്യന്മാർ യേശുവിനോടു ചോദിച്ചു. റബ്ബി ഇവൻ അന്ധനായി ജനിച്ചത് ആരുടെ പാപം നിമിത്തമാണ്, ഇവന്റെയോ, ഇവന്റെ മാതാപിതാക്കന്മാരുടെയോ? യേശു മറുപടി പറഞ്ഞു. ഇവന്റെയോ ഇവന്റെ മാതാപിതാക്കന്മാരുടെയോ പാപം നിമിത്തമല്ല, പ്രസ്തുത ദൈവത്തിന്റെ പ്രവൃത്തികൾ ഇവനിൽ പ്രകടമാകേണ്ടതിനാണ്'(യോഹന്നാൻ 9:1-3). വൈകല്യവും പാപവും തമ്മിലുള്ള ബന്ധം ശിഷ്യന്മാർ പ്രതീക്ഷിച്ചിരുന്നു. നൂറ്റാണ്ടുകൾക്കു മുമ്പുതന്നെ ഈയൊരു ചിന്ത സമൂഹത്തിൽ ആഴത്തിൽ വേരോടിയിരുന്നു എന്ന് ഇതിൽനിന്നു മനസിലാക്കാം. പാപവും ഭിന്നശേഷിയും തമ്മിലുള്ള ആശയക്കുഴപ്പം വൈകല്യത്തിന്റെ മതപരമായ തലത്തെ സ്ഥിരീകരിക്കുന്നു. ഇത് വൈകല്യത്തെ, പാപത്തിന്റെ ഫലമായി ഒരു വ്യക്തിക്കോ കുടുംബത്തിനോ ദൈവം നൽകിയ ശിക്ഷയായി കാണുന്നു. തന്മൂലം വൈകല്യം വ്യക്തിയെ മാത്രമല്ല മുഴുവൻ കുടുംബത്തെയും കളങ്കപ്പെടുത്തുന്നു. സമൂഹത്തിന്റെ സാമൂഹിക, സാമ്പത്തിക, രാഷ്ട്രീയ, ആത്മീയ മേഖലകളിൽ നിന്ന് ഭിന്നശേഷിക്കാരെ ഒഴിവാക്കുന്നതാണ് ഇതിന്റെ സൂചന. വിശുദ്ധി പൂർണ്ണതയിലും സ്വാഭാവികതയിലും ശാരീരിക ആവിഷ്കാരം കണ്ടെത്തുന്നു എന്ന ആശയം വ്യക്തമായി പുറത്തുവരുന്നു.

സുഭാഷ് ചന്ദ്രന്റെ 'സമുദ്രശില' എന്ന നോവലിലെ ധാർമികസങ്കല്പം ഈ ആശയത്തോടു ചേർത്തുവായിക്കാം. ഇതിഹാസകഥാപാത്രമായ അംബ തന്റെ സ്രഷ്ടാവിനോട് ഉത്കണ്ഠയോടെ ചോദിക്കുന്ന ഒരു ചോദ്യം ഞാൻ അങ്ങയെ പ്രാപിച്ചിരുന്നെങ്കിൽ എനിക്ക് ജനിക്കുന്ന കുഞ്ഞിന് സംഭവിച്ചേക്കാമായിരുന്ന ന്യൂനത എന്തായിരിക്കുമെന്നാണ് (പുറം 23). അതിനുത്തരമായി സ്വേച്ഛയോടെ പുരുഷനെ പ്രാപിക്കാത്ത പാപത്തിന് സ്വേച്ഛയോടെ കൈകാലുകൾ ചലിപ്പിക്കാൻപറ്റാത്ത മകൻ ജനിക്കുമായിരുന്നെന്ന് പറയു

ന്നു(പുറം 24). മഹാഭാരതത്തിന്റെ തുടർച്ചയായി അവതരിപ്പിക്കപ്പെട്ട ആധുനികകാലത്തിലെ ഭിന്നശേഷിക്കാരന്റെ അമ്മയായ അംബയും ആശ്വാസം കണ്ടെത്തുന്നത് വിവാഹപൂർവലൈംഗിക ബന്ധമെന്ന മിഥ്യയുടെ നിഴലിൽ സൃഷ്ടിച്ചെടുത്ത പാപബോധത്തിലാണ്. ഇതിലൂടെ പുരുഷനെ അതൃപ്തിയോടെ പ്രാപിച്ചതിന്റെ പാപഫലമായുണ്ടായ ശാപജന്മങ്ങളാണ് ധൃതരാഷ്ട്രരും പാണ്ഡുവുമെന്ന് പറയുന്ന ഇതിഹാസത്തിലെ ധാർമികസങ്കല്പം തന്നെയാണ് നോവലും പങ്കുവയ്ക്കുന്നത്.

മറ്റൊരു തരത്തിൽ വൈകല്യത്തെ ബഹുമാനത്തിന്റെയോ വിശ്വാസത്തിന്റെയോ ശക്തിയുടെയോ അടയാളമായി കാണാവുന്നതാണ്. ഉദാഹരണത്തിന് മതവിശ്വാസിയായ ഒരാൾ തങ്ങളെ (അല്ലെങ്കിൽ അവരുടെ കുടുംബാംഗങ്ങളെ) ദൈവവിശ്വാസം നിമിത്തം വൈകല്യമുള്ളവരായി തിരഞ്ഞെടുത്തുവെന്ന് വിശ്വസിച്ചേക്കാം. ജീവിതവെല്ലുവിളിയെ അതിജീവിച്ചതിന്റെ നല്ല ഓർമപ്പെടുത്തലായി വൈകല്യത്തെ കണക്കാക്കാം. (ഉദാ: പോളിയോ, പകർച്ചവ്യാധി, കുഴിബോംബിൽ ചവിട്ടുക.) ധാർമികമാതൃക ലോകമെമ്പാടും വളരെ വ്യാപകമാണ്. അത് പലപ്പോഴും മാധ്യമങ്ങളിൽ ചിത്രീകരിക്കപ്പെടുന്നു. ഉദാഹരണത്തിന് ചില സിനിമകൾ തിന്മ, ഹാസ്യം എന്നിവ ചിത്രീകരിക്കാൻ ഭിന്നശേഷിയെ ഉപയോഗിക്കുന്നു. ഇതിനു വിപരീതമായി, അതുല്യമായ ലക്ഷ്യങ്ങൾ കൈവരിക്കാൻ സാധാരണ മാനുഷികതലങ്ങൾക്കപ്പുറത്തേക്ക് പോകുന്ന ഒരാളായി ചില സിനിമകൾ ഭിന്നശേഷിക്കാരനെ ചിത്രീകരിക്കുന്നു.

വൈദ്യശാസ്ത്ര മാതൃക (Medical Model)

1800-കളുടെ പകുതി മുതൽ ഭിന്നശേഷിയുടെ വൈദ്യശാസ്ത്ര മാതൃക ധാർമികവും മതപരവുമായ മാതൃകയെ മാറ്റിസ്ഥാപിക്കാൻ തുടങ്ങി. ഭിന്നശേഷിയുടെ മെഡിക്കൽ മോഡലിനെ ചിലപ്പോൾ 'പേഴ്സണൽ ട്രാജഡി' എന്നും വിളിക്കുന്നു (തോമസ്& വുഡ്സ് 2003:15). കാരണം ഇത് ഭിന്നശേഷിയെ വസ്തുനിഷ്ഠമായി മോശവും ദയനീയവുമായ ഒരവസ്ഥയായി കണക്കാക്കുന്നു. 'വ്യക്തിക്കും അദ്ദേഹത്തിന്റെ കുടുംബത്തിനും തടയപ്പെടേണ്ടതും സാധ്യമെങ്കിൽ സുഖപ്പെടുത്തേണ്ടതുമായ വ്യക്തിപരമായ ഒരു ദുരന്തം' എന്ന് കാൾസൺ(കാൾസൺ 2010:5) ഇതിനെ നിർവചിക്കുന്നു. കാൾസൺ ചൂണ്ടിക്കാണിക്കുന്നതുപോലെ ഭിന്നശേഷിയെക്കുറിച്ചുള്ള ഈ

നിഷേധാത്മകസങ്കൽപം ഭിന്നശേഷിക്കാരായ വ്യക്തികളിൽ നടത്തുന്ന ചില സംശയാസ്പദമായ മെഡിക്കൽചികിത്സകൾക്കു കാരണമായിട്ടുണ്ട്. ഉദാഹരണത്തിന് നിർബന്ധിതവന്ധ്യംകരണം, ദയാവധം തുടങ്ങിയവ. മെഡിക്കൽ മോഡൽ അനുസരിച്ച് ഭിന്നശേഷിക്കാർ സാധാരണയിൽ നിന്ന് വ്യതിചലിക്കുന്നു. അസാധുവായ, വികലാംഗ, മന്ദബുദ്ധിയുള്ള തുടങ്ങിയ പദങ്ങളെല്ലാം മെഡിക്കൽ മോഡലിൽ നിന്ന് ഉരുത്തിരിഞ്ഞതാണ് (ക്രീമർ 2009:22). ഈ സമീപനം ഭിന്നശേഷിക്കാരായ വ്യക്തികളെ അവരുടെ കഴിവുള്ള എതിരാളികളുമായി താരതമ്യപ്പെടുത്താനാകില്ലെന്ന ധാരണയെ ശക്തിപ്പെടുത്തുന്നു. ഭിന്നശേഷിയെക്കുറിച്ചുള്ള വ്യാഖ്യാനത്തിന്റെ മെഡിക്കൽ മോഡൽ ഒരു ദ്വൈതവാദത്തെ അവതരിപ്പിക്കുന്നു. ഇത് 'കഴിവുള്ളവരെ' ഏതെങ്കിലും വിധത്തിൽ മെച്ചപ്പെട്ടവർ, അല്ലെങ്കിൽ പരിമിതിയുള്ളവരേക്കാൾ ശ്രേഷ്ഠർ എന്ന് തരംതിരിക്കുന്നു.

വൈദ്യശാസ്ത്രമേഖലയിൽ ഭിന്നശേഷിയെന്നത് ഒരു ശരീരവ്യവസ്ഥയിലോ പ്രവർത്തനത്തിലോ ഉള്ള വൈകല്യമായിട്ടാണ് കാണുന്നത്. ഈ വീക്ഷണകോണിൽനിന്ന്, സിസ്റ്റം അല്ലെങ്കിൽ പ്രവർത്തനം കഴിയുന്നത്ര സാധാരണയിലേക്കു തിരികെനൽകുക എന്നതാണ് ലക്ഷ്യം. പ്രത്യേക പരിശീലനമുള്ള പ്രൊഫഷണലുകൾ അധികാരം സ്ഥാപിക്കുന്ന ഈ മാതൃകയിൽ ഭിന്നശേഷിക്കാർ ഇവരുടെ ഉപദേശം പിന്തുടരുന്നവരായിമാറുന്നു. രോഗനിർണയവും ചികിത്സയും കൃത്യമാണെന്നും രോഗിയുടെ പ്രശ്നങ്ങൾ രോഗിയേക്കാൾ കൂടുതൽ വൈദ്യന് അറിയാമെന്നുമുള്ള ധാരണ രൂപപ്പെടുന്നു. രോഗികളുടെ ആത്മാവബോധത്തിന് ഒരു പരിഗണനയും ഇവിടെ ലഭിക്കുന്നില്ല. ഇവിടെ ഭിന്നശേഷിയുടെ ചരിത്രവും ഭാവിയും കഠിനമായി സങ്കുചിതമാകുന്നു. മെഡിക്കൽ പ്രത്യാഘാതങ്ങളിൽ മാത്രം ശ്രദ്ധകേന്ദ്രീകരിക്കുകയും വൈകല്യത്തിന്റെ അനുഭവത്തിന് സംഭാവന നൽകുന്ന യഥാർത്ഥ സാമൂഹികഘടനകളെ അവഗണിക്കുകയും ചെയ്യുന്നു.

സാമൂഹികമാതൃക (Social Model)

ഒന്നാം ലോകയുദ്ധം ഭിന്നശേഷിയോടുള്ള കാഴ്ചപ്പാടുകളിൽ മാറ്റമുണ്ടാക്കി. ആരോഗ്യമുള്ള ചെറുപ്പക്കാർ യുദ്ധസേവനത്തിനു പോകുകയും അതിൽ ധാരാളം പേർ ഭിന്നശേഷിക്കാരായി തിരിച്ചെത്തുകയും ചെയ്തു. അവരുടെ പുനരധിവാസം അടിയന്തിരമാ

യി വേണ്ടിവന്നു. വൈദ്യശാസ്ത്രവും ടെക്നോളജിയും ഒന്നിച്ച് പൊയ്ക്കാലുകൾ തുടങ്ങിയ കൃത്രിമഅവയവങ്ങൾ, ശാരീരികക്ഷമത വർദ്ധിപ്പിക്കാനുള്ള ഉപകരണങ്ങൾ എന്നിവയുടെ നിർമാണം വ്യാപകമാക്കി. ഭിന്നശേഷിയുള്ളവരെക്കൂടി ജോലിയിൽ പ്രവേശിപ്പിക്കാൻ തൊഴിൽദാതാക്കളെ പ്രേരിപ്പിക്കുകയും അവർക്കുവേണ്ടുന്ന സുരക്ഷ തൊഴിലിടങ്ങളിൽ ഏർപ്പെടുത്തുകയും ചെയ്തു. ഭിന്നശേഷിക്കാർക്കുതകുന്ന പാർപ്പിടങ്ങളും മെച്ചപ്പെട്ട ജീവിതാവസരവും ഉണ്ടായത് ഡിസബിലിറ്റി എന്ന ആശയം തന്നെ പുനർവിചിന്തനം ചെയ്യാൻ അവസരമൊരുക്കി. രണ്ടാംലോകയുദ്ധവും ഭിന്നശേഷിക്കാരോടുള്ള കാഴ്ചപ്പാടിൽ കാതലായ മാറ്റമുണ്ടാക്കി. ഇംഗ്ലണ്ടിൽ മാത്രം മൂന്നുലക്ഷം ചെറുപ്പക്കാർ യുദ്ധക്കളത്തിൽനിന്നും ഭിന്നശേഷിയുമായി തിരിച്ചെത്തി. ഭിന്നശേഷിയുള്ളവരുടെ എണ്ണം കൂടുന്നത് ശരിയല്ലെന്ന് കണ്ടിരുന്ന ശാസ്ത്രജ്ഞരും ഉണ്ടായിരുന്നു. ന്യൂനതയും കുറവുകളുമുള്ള ശിശുക്കൾ ജനിക്കാതിരുന്നാൽ ഭിന്നശേഷി ഭാവിയിൽ നിയന്ത്രിതമാകുമെന്ന് സ്വപ്നംകണ്ടിരുന്നവർ യൂജെനിക്സ് എന്ന വിജ്ഞാനീയത്തിന് രൂപംകൊടുത്തു.

യൂജെനിക്സ് സൊസൈറ്റിയുടെ തലവനായിരുന്ന ജൂലിയൻ ഹക്സലി (1930)ഇങ്ങനെ പറഞ്ഞു, 'ന്യൂനതയും കുറവുമുള്ള ഓരോ പുരുഷനും സ്ത്രീയും കുട്ടിയും ഭാരമാണ്. അവരെ പോറ്റുന്നതും വസ്ത്രം ധരിപ്പിക്കുന്നതും രാജ്യത്തിന് അധികഭാരമാണ്. അവരുടെ സംഭാവന നിസ്സാരമാവാം, അല്ലെങ്കിൽ ഒന്നുമുണ്ടാവില്ല'. (കി 1930, Julian Huxley, secretary of the London Zoological Society and chairman of the Eugenics Society wrote: 'What are we going to do? Every defective man, woman and child is a burden. Every defective is an extra body for the nation to feed and clothe, but produces little or nothing in return.)

ജർമനിയിൽ യൂജെനിക്സ് പരീക്ഷണങ്ങളുടെ ഭാഗമായി അംഗവൈകല്യമുള്ളവരെ കൂട്ടക്കൊല ചെയ്തതിന്റെ തെളിവുകൾ പുറത്തുവന്നു. അനേകംപേർ വന്ധ്യംകരണത്തിന് വിധേയമായിരുന്നു. അവകാശങ്ങളെക്കുറിച്ചും മൂല്യസങ്കല്പത്തെക്കുറിച്ചും പുതിയ ചിന്തകൾക്ക് ഇതെല്ലാം വഴിയൊരുക്കി. മുൻകാലങ്ങളിൽ ഭിന്നശേഷി ഒരു വൈദ്യശാസ്ത്രവിഷയമായാണ് കരുതപ്പെട്ടിരുന്നത്. എന്നാൽ യു.എൻ.സി.ആർ.പി.ഡി, ലോകാരോഗ്യസംഘടന എന്നിവരുടെ പുതുക്കിയ കാഴ്ചപ്പാടുകൾ അനുസരിച്ച്, വൈകല്യ

മുള്ളവർ എന്ന ആശയത്തെ ശാരീരികമോ, മാനസികമോ, ബുദ്ധിപരമോ, സംവേദനപരമോ ആയ ചിലയിനം ബലഹീനതകളിലേക്ക് ചുരുക്കുന്നില്ല. പകരം ഭിന്നശേഷിയെ, വൈദ്യശാസ്ത്രപരമായ നിർവ്വചനങ്ങളിൽ നിന്ന് സാമൂഹികമായ നിർവ്വചനത്തിലേക്ക് കൊണ്ടുവരുന്നു. അതായത് പ്രധാനസ്രോതസ്സ് ഒരാളുടെ ശാരീരികമോ, മാനസികമോ, ബുദ്ധിപരമോ, സംവേദനപരമോ ആയ ബലഹീനതകളല്ല, പകരം, അത്തരം ബലഹീനതകൾ സമൂഹത്തിലെ അല്ലെങ്കിൽ മറ്റു ഘടനകളിലെ തടസ്സങ്ങളിൽ തട്ടുന്നതു കാരണം പൂർണ്ണവും ഗുണപരവുമായ സാമൂഹ്യഇടപടലുകൾ നടത്താൻകഴിയാത്ത അവസ്ഥയാണ് എന്നാണ്. ഈ നിർവ്വചനം വ്യക്തമാക്കുന്നത് വൈദ്യശാസ്ത്രപരമായ പ്രവർത്തനങ്ങൾ മാത്രം മതിയാവില്ല എന്നും, അതിന് മുകളിൽ സൂചിപ്പിച്ച 'തടസ്സങ്ങളെ' യാണ് ശ്രദ്ധിക്കേണ്ടതെന്നും ഈ സംഘടനകൾ വാദിക്കുന്നു. സമൂഹങ്ങളുടെ ബോധപൂർവ്വമായ പ്രവർത്തനങ്ങളിലൂടെ ഇത്തരം തടസ്സങ്ങൾ ഒഴിവാക്കപ്പെടുമ്പോൾ പരിമിതി, ഭിന്നശേഷിയായി മാറ്റപ്പെടുന്നു.

ഭിന്നശേഷിക്ക് കാരണമാവുന്ന അവസ്ഥകളെ പലതായി വർഗ്ഗീകരിക്കാം. വൈദ്യശാസ്ത്രകാഴ്ചപ്പാടിൽ, ഭിന്നശേഷിക്ക് കാരണമാവുന്ന വൈകല്യങ്ങൾ, ഹാനികൾ എന്നിവ ജന്മസിദ്ധമോ, ജനിതകമോ, ആർജ്ജിതമോ, അജ്ഞാതകാരണങ്ങളാലുള്ളതോ ആവാം. എന്നാൽ ഭിന്നശേഷിയുടെ സാമൂഹ്യമാതൃക അനുസരിച്ച്, ഒരു വ്യക്തിയുടെ പ്രത്യേകതകളേയും പരിമിതികളേയും ഉൾക്കൊള്ളുന്നതിനു സമൂഹത്തിന് കഴിയാതിരിക്കുന്ന ഏതവസ്ഥയും ഭിന്നശേഷിക്ക് കാരണങ്ങളാണ്. പ്രധാനമായും ദാരിദ്ര്യം, സാമൂഹ്യ-രാഷ്ട്രീയഘടനകൾ, വിദ്യാഭ്യാസലഭ്യതയില്ലായ്മ, ആരോഗ്യമേഖലയുടെ കാര്യക്ഷമതയില്ലായ്മ, സാങ്കേതികമായപിന്നോക്കാവസ്ഥ, സാമൂഹ്യകാഴ്ചപ്പാടുകൾ, ജീവിതസാഹചര്യങ്ങൾ, സമൂഹത്തിന്റെ സാമ്പത്തികഘടനയും നയങ്ങൾ എന്നിവയാണ് സാമൂഹ്യമായി ഭിന്നശേഷിക്കാരെ സൃഷ്ടിക്കുന്നതും, അതിന്റെ വ്യാപനത്തിന് കാരണമാവുന്നതും. സാമൂഹികബഹിഷ്കരണത്തിലേക്കും അടിച്ചമർത്തലിലേക്കും നയിക്കുന്ന വ്യവസ്ഥാപിതവും ഘടനാപരവുമായ തടസ്സങ്ങൾ സമൂഹം സൃഷ്ടിക്കുന്നു. ഭിന്നശേഷിസൗഹൃദമല്ലാത്ത കെട്ടിടങ്ങളും ഗതാഗതസേവനങ്ങളും ഉദാഹരണമാണ്.

സാമൂഹിക മാതൃകയിൽ ഭിന്നശേഷിത്വം വ്യക്തിയുടെ വ്യക്തിത്വത്തിന്റെ ഒരു വശമായി കാണുന്നു. വംശം, വർഗം, ലിംഗഭേദം

മുതലായവ പോലെ, ഈ വീക്ഷണകോണിൽ ഭിന്നശേഷിക്കാരനും പരിസ്ഥിതിയും തമ്മിലുള്ള (ശാരീരികവും സാമൂഹികവുമായ) പൊരുത്തക്കേടിന്റെ ഫലമായാണ് വൈകല്യമെന്ന് വിശ്വസിക്കപ്പെടുന്നു. ഈ പരിതസ്ഥിതിയാണ് തടസ്സങ്ങൾ സൃഷ്ടിക്കുന്നത്, മറിച്ച് ശേഷിക്കുറവല്ല. ഈ മാതൃകയിൽ ഭിന്നശേഷിയെ അഭിസംബോധന ചെയ്യുന്നതിനുള്ള മാർഗം പരിമിതികളുള്ളവരേക്കാൾ പരിസ്ഥിതിയെയും സമൂഹത്തെയും മാറ്റുക എന്നതാണ്. ഒരു സാധാരണവ്യക്തിക്ക് ജീവിതത്തിലെ ഏതുഘട്ടത്തിലും ഭിന്നശേഷികർതൃത്വം കൈവരാം. പഞ്ചേന്ദ്രിയങ്ങളും പ്രവർത്തിക്കുന്ന സാധാരണക്കാർക്കുവേണ്ടി നിർമിച്ച വീടുകളും വിദ്യാലയങ്ങളും പൊതുഇടങ്ങളും സാമൂഹികപരിസരങ്ങളുമാണ് ഭിന്നശേഷി ജനവിഭാഗത്തിന് സാമൂഹികപ്രക്രിയയിൽ തുല്യപങ്കാളിത്തവും അവസരങ്ങളും നഷ്ടമാക്കിയത്. അതായത് ശാരീരികവെല്ലുവിളികൾ മാത്രമല്ല, ഭൂരിപക്ഷജനത അവർക്കുവേണ്ടി രൂപപ്പെടുത്തിയ സാമൂഹികജീവിതപരിസരങ്ങൾ അവയുണ്ടാക്കിയ തടസങ്ങൾ കൊണ്ട് അവസരം നഷ്ടമായവരാണ് ഭിന്നശേഷിസമൂഹം.

ഭിന്നശേഷിയും സാംസ്കാരികഇടപെടലും

സാമൂഹികജീവിതത്തിൽ പരസ്പരം ആശയവിനിമയം നടത്തുന്ന പാരമ്പര്യവിശ്വാസങ്ങൾ, മൂല്യബോധം, ധാർമികവ്യവസ്ഥ, സാമൂഹികഘടനയിൽ അടങ്ങിയിരിക്കുന്ന അധികാരബന്ധങ്ങൾ തുടങ്ങിയവ വിനിമയം നിർവഹിക്കുന്നത് വ്യവഹാരത്തിലൂടെയാണ്. അത് സാമാന്യബോധമായി ജനസഞ്ചയത്തിൽ നിലനിൽക്കുന്നു. അറിവും അധികാരവും കൂടിച്ചേരുന്ന ഇടം എന്ന അർത്ഥത്തിൽ മിഷേൽഫൂക്കോ വ്യവഹാരത്തെ നിർവചിക്കാൻ ശ്രമിക്കുന്നുണ്ട്. വ്യവഹാരത്തിലൂടെ പഠിക്കപ്പെടുന്നത് സാമൂഹികതയാണ്. അവയാകട്ടെ അധികാരത്തെ പ്രസരണം ചെയ്യുന്നതും. സാമൂഹികവിനിമയത്തിന് സാധ്യമാവുന്ന എല്ലാ ഘടകങ്ങളും വ്യവഹാരത്തിൽ ഉൾപെടുത്താമെന്ന് ഫെയർ ക്ലോ നിരീക്ഷിക്കുന്നു. ഭിന്നശേഷി കേവലമായ ശാരീരികാവസ്ഥ മാത്രമല്ലെന്നും അത് സാമൂഹികമായും സാംസ്കാരികമായും നിർമിക്കപ്പെടുന്ന ഒന്നാണെന്നുമുള്ള വെളിച്ചത്തിലാണ് മാനവികശാസ്ത്രമേഖലയിൽ ഭിന്നശേഷിയെ അധികരിച്ചുള്ള പഠനങ്ങൾ നടക്കുന്നത്. ഏതൊരു വ്യവഹാരത്തിലും (Discourse) അധികാരം ബോധ-അബോധതലങ്ങളിൽ പ്രവർത്തിക്കുന്നുണ്ട്. അധികാരത്തെ മുൻനിർത്തിയുള്ള ആ

ലോചനകൾ സമകാല സാമൂഹിക-സംസ്കാര പഠനങ്ങളിൽ പ്രസക്തമാണ്. പലതരത്തിലുള്ള അധികാരത്തിന്റെ രൂപങ്ങളിലൊന്നാണ് ശരീരത്തിനുമേലുള്ള അധികാരം. സാമൂഹികജീവിയായ മനുഷ്യന്റെ മനോഭാവവും ചിന്തയും പെരുമാറ്റരീതിയും സമൂഹത്തിൽ തന്നെയാണ് നിർമിക്കപ്പെടേണ്ടത്. അങ്ങനെ നിർമിക്കപ്പെടുന്ന മനോഭാവത്തിൽ ശരീരനിർവചനങ്ങൾ പൂർണമായും തിരസ്കരിക്കപ്പെടേണ്ടതുണ്ട്. ഭിന്നശേഷിക്കാരോട് സംസാരിക്കുന്ന ഭാഷയും അവരെ സൂചിപ്പിക്കാൻ ഉപയോഗിക്കുന്ന വാക്കുകളും മാറ്റപ്പെടേണ്ടതുണ്ട്. ആദരവോടെയുള്ള ഭാഷ, പൂർണപങ്കാളിത്തത്തിലേക്ക് അവരെ നയിക്കും. നാം ഉപയോഗിക്കുന്ന പഴഞ്ചൊല്ലുകളിൽ പ്രധാനപ്രതികൾ ഭിന്നശേഷിക്കാരോ കീഴാളവർഗ്ഗത്തിൽപെട്ടവരോ സ്ത്രീകളോ ആണ്.

ഭിന്നശേഷിമേഖലയിൽ ശരീരത്തിനുമേലുള്ള ഭാഷാധികാരം (Power on Language) പലമട്ടിൽ പ്രവർത്തിക്കുന്നതുകാണാം. ശരീരത്തിനുമേൽ ഭാഷകൊണ്ട് സൃഷ്ടിക്കുന്ന അധികാരമാണത്. ഭിന്നശേഷിയുമായി ബന്ധപ്പെട്ട ഭാഷാപദങ്ങൾ ഭ്രാന്തൻ, കുറുക്കൻ, പൊട്ടൻ, മുടന്തൻ, മറയൻ, കോലൻ, എലുമ്പൻ, തടിയൻ, ഉണ്ടക്കണ്ണൻ, കോലാപ്പി, അരപ്പിരി, മന്ദബുദ്ധി, കുള്ളൻ, വിക്കൻ, എന്നിങ്ങനെ നീളുന്നു. ഇവ പൂർണമായും ഒഴിവാക്കുകതന്നെ വേണം. വിദ്യാലയങ്ങളിൽ നിന്നുതന്നെ ഇത്തരം ശീലങ്ങൾ ആരംഭിക്കണം. ഭിന്നശേഷിസൗഹൃദമായ പാഠഭാഗങ്ങൾ ഉൾപ്പെടുത്തുകയും ഭിന്നശേഷിക്കാരുമൊത്തുള്ള സഹ-അധ്യയനത്തിന് അവസരമൊരുക്കുകയും വേണം. ജനാധിപത്യബോധത്തിന്റെ വെളിച്ചം, നിഴലിൽക്കിടക്കുന്ന ഈ മേഖലയിൽ വ്യാപിപ്പിക്കാൻ കഴിയണം. ശരീരത്തിന്റെ പൂർണത എന്ന പൊതുബോധത്തിന്റെ അധികാരസങ്കല്പങ്ങൾക്കെതിരെയുള്ള പിന്മടക്കമില്ലാത്ത സമരം തന്നെയാണ് ഏറ്റവും നല്ല ഭിന്നശേഷി പ്രവർത്തനം. അതൊരു മനുഷ്യാവകാശപ്രവർത്തനം കൂടിയാണ്.

ഇംഗ്ലീഷിൽ ഷേക്സ്പിയറിന്റെ കാലം മുതൽ ഡിസെബിലിറ്റി സാഹിത്യത്തിൽ കടന്നുവന്നിരുന്നു. അന്ന് ഡിസെബിലിറ്റിയുടെ അർത്ഥവും അതിനെക്കുറിച്ചുള്ള അറിവും വ്യത്യസ്തമായിരുന്നു. ഈ നൂറ്റാണ്ടിൽ ഭിന്നശേഷിയുടെ എല്ലാ വശങ്ങളും പോളിയോ, സെറിബ്രൽപാൾസി, ഓട്ടിസം, അൽഷെയ്മേഴ്സ്, കാൻസർ തുടങ്ങിയവ അവയുടെ ശാസ്ത്രീയത കൈമോശംവരാതെ ആംഗല സാഹിത്യത്തിന്റെ സർഗസൃഷ്ടികളിൽ കൊണ്ടുവന്നിട്ടുണ്ട്.

1994ൽ നോബൽ സമ്മാനം ലഭിച്ച ജാപ്പനീസ് നോവലിസ്റ്റാണ് കേൻസബറോ ഒയ് (Kenzaburo Oe) 'ദി ഹീലിംഗ് ഫാമിലി' എന്ന അദ്ദേഹത്തിന്റെ നോവലും അതിലെ 'ഹിലരി' എന്ന കഥാപാത്രവും ലോകശ്രദ്ധ പിടിച്ചുപറ്റി. ഒരു ഭിന്നശേഷിക്കുട്ടി അനുഭവിക്കുന്ന വേദനയും പ്രയാസവുമാണ് നോവലിന്റെ പ്രധാനപ്രമേയം. ലോകം മുഴുവൻ ഓട്ടിസത്തെക്കുറിച്ച് ചർച്ചചെയ്യാൻ അത് കാരണമായി. ഒട്ടേറെ മുൻവിധി ഉണ്ടായിരുന്ന ഓട്ടിസം എന്ന അവസ്ഥയുമായി ബന്ധപ്പെട്ട് പുതിയ പ്രത്യാശകളും പ്രതീക്ഷകളും പകർന്നു നൽകാൻ ഈ നോവലിനു സാധിച്ചു. ഭിന്നശേഷിക്കാരുമായി ബന്ധപ്പെട്ട പ്രശ്നങ്ങളിൽ കൂടുതൽ ക്രിയാത്മകമായി പ്രതികരിക്കുവാൻ ഇതു പ്രേരകമായി. (ഭാഷാസാഹിതി.17) സാഹിത്യപരമായിട്ടുള്ള ഒരു ഇടപെടൽ ഈ മേഖലയെ എത്രമാത്രം പ്രകാശമാനമാക്കുമെന്നതിന് ഉദാഹരണമാണിത്. ഓസ്കർ അവാർഡ് ലഭിച്ച 'റെയിൻമാൻ' എന്ന സിനിമയും 'ബ്ലാക്ക്', 'പാ', 'താരേ സമീൻ പർ' തുടങ്ങിയ സിനിമകളും ഏറെ ചർച്ചചെയ്യപ്പെട്ടിരുന്നു. അത്തരത്തിലുള്ള സൃഷ്ടികൾ സമൂഹത്തിൽ ചെലുത്തുന്ന സ്വാധീനം വളരെവലുതാണ്. മലയാളത്തിൽ ഈ വികാസം ഇനിയും വരാനിരിക്കുന്നതേയുള്ളൂ. ഭിന്നശേഷിപഠനങ്ങളും അറിവുകളും ഭാഷയിലേക്കും അതുവഴി സമൂഹമനസിലേക്കും വന്നുചേർന്നാൽ മാത്രമേ ഇതെല്ലാം സാധ്യമാകൂ.

ആധാരസൂചി

▸ ഗിരീഷ്, പി.എം.2001. അധികാരവും ഭാഷയും, കോഴിക്കോട്, പാപ്പിയോൺ.

▸ സ്റ്റാലിൻ ദാസ്, 2018, ഭിന്നശേഷീപഠനം: നവസമീപനങ്ങളും പ്രയോഗങ്ങളും ലേഖനം, സംസ്കാരപഠനത്തിന്റെ പുതുവഴികൾ, എഡിറ്റർ: ഷീബ എം.കുര്യൻ, തിരുവനന്തപുരം, കേരളസർവകലാശാല.

▸ ഷീബ കുര്യൻ എം., (എഡി.) 2020, ഭാഷാസാഹിതി 105-124, തിരുവനന്തപുരം, കേരളസർവകലാശാല, മലയാളവിഭാഗം.

▸ Foucault Michael, 2001, Power (Ed) James D Fabrian (Trans.Robert Hurley), Penguin Books, England.

▸ Fair Clagh, Norman, 1989, Language and Power, London, Longwan.

▸ The Rights of Persons with Disabilities Act 2016; No.59, dt.

28 Dec 2016

▶ Disabled persons in India: A statitical profile 2016, New Delhi: Ministry of statitics and programme implementation, Government of India, 2017.

▶ Carlson, L., 2010, The faces of intellectual disability, Indiana University Press, Bloomington, IN.

▶ Creamer, D., 2009, Disability and Christian theology: Embodied limits and constructive possibilities, Oxford University Press, Oxford.

▶ Thomas, D. & Woods, H., 2003, Working with people with learning disabilities, Jessica Kingsley Publishers, London.

▶ https:// www.un.org/disabilities/ documents/convention/ convoptprot-e.pdf.

▶ http://www.who.int/topics/ disabilities/en/. World Health Organization.

▶ www.disablity affirs.gov.in

▶ https://blog.easterseals.com/ 12-different-ways-to-say- disabled/

▶ https://historicengland.org. uk/research/inclusive- heritage/ disability-history/

OO

3
ഭിന്നശേഷി പ്രതിനിധാനം: മലയാളസാഹിത്യത്തിൽ

ഡോ. ബിൻസി ഡൊമിനിക്

സാമൂഹിക, സാംസ്കാരിക, രാഷ്ട്രീയപ്രതിഭാസമായി ഭിന്നശേഷി പഠനത്തെ മനസ്സിലാക്കുകയും അവകാശങ്ങൾക്കുവേണ്ടി നിലകൊള്ളുകയും ചെയ്യുന്ന പുതുസമീപനമാണ് ശേഷീവാദസാഹിത്യം. ഭിന്നശേഷിയുള്ളവർ എഴുതിയ രചനകളാണ് ഈ വിഭാഗത്തിന്റെ മുഖ്യവ്യവഹാരമെങ്കിലും അംഗപരിമിതർ കഥാപാത്രങ്ങളായി വരുന്ന സാഹിത്യവ്യവഹാരങ്ങളും ഈ മേഖലയിൽ ഉൾപ്പെടുന്നു. സാഹിത്യത്തിലും മറ്റു സംസ്കാരികസ്ഥാപനങ്ങളിലും ഭിന്നശേഷി വിഭാഗത്തെ എപ്രകാരം അടയാളപ്പെടുത്തുന്നുവെന്നും വൈകല്യത്തിനെതിരായ മുൻവിധി എത്രമാത്രം ശക്തമായി നിലനിൽക്കുന്നുവെന്നും അന്വേഷിക്കുമ്പോൾ വ്യക്തമായ സാമൂഹ്യതാത്പര്യങ്ങൾ ഇതിനു പിന്നിലുണ്ടെന്നു വെളിപ്പെടും. സാംസ്കാരിക മണ്ഡലങ്ങളുടെ സവിശേഷ സൂക്ഷ്മവിതാനങ്ങളെ സാഹിത്യകൃതികളുടെ പശ്ചാത്തലത്തിൽ വിശകലനംചെയ്തുകൊണ്ട് ശാരീരികമാനസിക വൈകല്യമുള്ളവരെ രണ്ടാംതരമായി പ്രതിനിധീകരിക്കുന്നതിൽ സാഹിത്യത്തിന്റെ പങ്ക് അന്വേഷിക്കുന്നതു സംബന്ധമായ പഠനമാണ് ഈ ലേഖനത്തിലുൾപ്പെടുന്നത്.

ശേഷീവാദം-ചരിത്രവും വർത്തമാനവും

ശാരീരികമോ മാനസികമോ ആയ വെല്ലുവിളികൾ നേരിടുന്ന പാർശ്വവത്കൃതവിഭാഗമാണ് ഭാരതത്തിലെ ജനസംഖ്യയുടെ ഏകദേശം 2.1 ശതമാനത്തോളം വരുന്ന അംഗപരിമിതർ.(1) അർഹമായ അവസരങ്ങൾ നിഷേധിക്കപ്പെട്ട അവരുടെ അവകാശപ്ര

ക്ഷോഭങ്ങളെ മുൻനിർത്തിക്കൊണ്ടുള്ള പ്രവർത്തനങ്ങളുടെ ഫലമായി ഇരുപതാംനൂറ്റാണ്ടിന്റെ അവസാനത്തിൽ പടിഞ്ഞാറൻരാജ്യങ്ങളിൽ വികലാംഗ പഠനങ്ങൾ ഉയർന്നുവരാൻ തുടങ്ങി. അസാമാന്യ ജീനിയസുകളായ ആൽബർട്ട് ഐൻസ്റ്റീനും ഐസക് ന്യൂട്ടണും ഓട്ടിസം ബാധിച്ചവരായിരുന്നു. കലാരംഗത്ത് പെരുമയുണ്ടാക്കിയ മൊസാർട്ട്, ബീഥോവൻ, ഹാൻസ് ക്രിസ്റ്റ്യൻ ആൻഡേഴ്സൺ, ഇമ്മാനുവേൽ കാന്റ് എന്നിവരും ശാരീരികമായ വെല്ലുവിളികൾ നേരിടുന്നവരായിരുന്നു. സാഹിത്യരംഗത്തെ പ്രശസ്തരായ ജോർജ്ജ് ഓർവെൽ, ചാൾസ് ഡെഗ്വാല്ലേ എന്നിവരും ഓട്ടിസത്തിന്റെ ലക്ഷണങ്ങൾ ഉള്ളവരായിരുന്നു (2) എന്ന തിരിച്ചറിവ് വൈകല്യവിഭാഗത്തെ മുഖ്യധാരയിലേക്കെത്തിക്കുന്ന പഠനങ്ങൾക്ക് ഉപോത്ബലകമായി. ഭിന്നശേഷിക്കാർക്കു വേണ്ടിയുള്ള ഇത്തരം പ്രവർത്തനങ്ങൾ, അവകാശങ്ങൾക്ക് ഊന്നൽനൽകുകയും മാനവികതയുടെ നൂതനാശയങ്ങൾ വിനിമയം ചെയ്യുകയും ചെയ്യുന്നതായിരുന്നു.

സ്ത്രീ-കീഴാള-വിമതലൈംഗീകത തുടങ്ങിയ സ്വത്വാധിഷ്ഠിത സമീപനങ്ങളുടെ തുടർച്ചയാണ് ഈ മേഖലയുടെ ആവിർഭാവത്തെ ഒരു പരിധിവരെ രൂപപ്പെടുത്തിയത്. കൂടാതെ സാമൂഹികനിർമ്മിതിവാദവും, പോസ്റ്റ് കൊളോണിയൽ സൈദ്ധാന്തികാന്തരീക്ഷവും ഭിന്നശേഷീപഠനത്തിന് ഊർജ്ജസ്രോതസ്സൊരുക്കുകയായിരുന്നു. വിവിധവിഭാഗങ്ങൾ ഒന്നിച്ചപ്പോൾ സമൂഹത്തിലും സാഹിത്യത്തിലും അനുരണനങ്ങളുണ്ടായി. തത്ഫലമായി ശാരീരിക/മാനസിക വൈകല്യകാരണത്താൽ പാർശ്വവത്കൃതരായവർക്ക് ഒരു ഐഡന്റിറ്റി ലഭിച്ചു. മാനവികതയെക്കുറിച്ചും സാമൂഹികനീതിയെക്കുറിച്ചും സമകാലികസമൂഹത്തിന്റെ ചിന്താധാരയിൽ മാറ്റം വന്നുതുടങ്ങി. എന്നാൽ ഇതിനു നൂറ്റാണ്ടുകളുടെ നിശബ്ദപോരാട്ടം വേണ്ടിവന്നു എന്നതാണു വാസ്തവം. ഭിന്നശേഷിക്കാരുടെ രചനകളും അവർക്കു വേണ്ടിയുള്ള രചനകളും സാഹിത്യമണ്ഡലത്തിൽ സ്വീകാര്യമായി. സാമ്പ്രദായിക സൗന്ദര്യസങ്കൽപങ്ങൾക്കു മാറ്റംവന്ന ആധുനികകാലത്തും ശാരീരികപരിമിതിയില്ലാത്തവരാണ് ഉത്കൃഷ്ടരെന്ന പൊതുബോധം സമകാലിക സാഹിത്യവ്യവഹാരത്തിലൂടെ പിന്തുടരുന്നതും കാണാം.

ആദ്യകാല സാഹിത്യപ്രതിനിധാനങ്ങൾ

വികലാംഗകഥാപാത്രങ്ങളുടെ പ്രാതിനിധ്യം എന്നും സാഹിത്യ

ത്തിലുണ്ടായിരുന്നെങ്കിലും സാധാരണ കഥാപാത്രങ്ങൾക്കൊപ്പം കഥകളിൽ തങ്ങളുടേതായ ഇടങ്ങൾ സൃഷ്ടിക്കാനുള്ള അവസരങ്ങൾ കുറവായിരുന്നു. അത്തരം കഥാപാത്രങ്ങൾക്ക് നൽകുന്ന ഇടമോ സ്ഥാനമോ ഒരിക്കലും മറ്റ് കഥാപാത്രങ്ങളുടേതിന് സമാനമായിരുന്നില്ല. അംഗപരിമിതർ സാധാരണകഥാപാത്രങ്ങളിൽ നിന്ന് വ്യത്യസ്തരായി അവതരിപ്പിക്കപ്പെട്ടു. ഒന്നുകിൽ പ്രധാനകഥാപാത്രങ്ങളുടെ മഹത്വം ഉദ്ഘോഷിക്കാനായി വികൃതമായിരിക്കുക അല്ലെങ്കിൽ ദുഷ്ടകഥാപാത്രമായി നിലകൊള്ളുക എന്നതാണ് പലപ്പോഴും സാഹിത്യത്തിൽ അവരുടെ നിയോഗം. വൈകല്യത്തെ തിന്മയുമായി തുലനം ചെയ്യുകയും നിഷേധാത്മകമായി ചിത്രീകരിക്കുകയും ചെയ്യുന്ന സാഹിത്യരൂപങ്ങളായിരുന്നു പൊതു സമൂഹത്തിന്റെ മാതൃകയായിരുന്നത്. സാഹിത്യത്തിന്റെ ഉത്ഭവം മുതൽ, വാമൊഴി സാഹിത്യമോ പുരാണകഥകളോ ബാലസാഹിത്യമോ, നാടോടികഥകളോ തുടങ്ങിയ ഏതു തരത്തിലുമുള്ള സാഹിത്യവ്യവഹാരങ്ങളിലുമാകട്ടെ, കഥയുടെ ചലനാത്മകതയ്ക്കായി നിയോഗിക്കപ്പെട്ട ദുഷ്ടകഥാപാത്രത്തെ ശരീരികമോ മാനസികമോ ആയ വൈകല്യമുള്ളവരായി ചിത്രീകരിക്കുന്ന കാര്യത്തിൽ സാഹിത്യരൂപങ്ങളെല്ലാം ശ്രദ്ധവെച്ചിരുന്നു. എഴുത്തുകാരുടെ ഔചിത്യമനുസരിച്ച് മുഖ്യകഥാപാത്രത്തിന് പോഷണം ലഭിക്കാനായി അവർക്കും ഇതിവൃത്തപ്രവേശനം ലഭിച്ചു.. ഒന്നുകിൽ വില്ലൻ അല്ലെങ്കിൽ കോമാളി എന്നീ നിലകളിൽ അവരെ ആവിഷ്കരിക്കുകയായിരുന്നു.

കുട്ടികളുടെ സാഹിത്യത്തിൽവരെ വികലാംഗകഥാപാത്രങ്ങൾ പതിവ് സ്റ്റീരിയോടൈപ്പുകളിലൂടെ മുഖ്യകഥാപാത്രങ്ങളെ മഹത്വവത്കരിക്കാനുള്ള ഉപകരണങ്ങളാക്കി മാറ്റുകയായിരുന്നു. സാഹിത്യത്തിൽ പ്രതിഫലിക്കുന്ന അജ്ഞതയുടെ ഈ അനുരണനങ്ങൾ സമൂഹത്തിന്റെ പൊതുബോധത്തിലും ആഴ്ന്നിറങ്ങി. യഥാർത്ഥ ജീവിതത്തിന് അതീതമെങ്കിലും ശാരീരികമായ കുറവുകളാൽ തിന്മയുടെ പ്രതിരൂപങ്ങൾ എന്ന് അളക്കാൻപാകത്തിൽ വൈകല്യത്തെ അടയാളപ്പെടുത്താൻ അവ സാഹിത്യചിഹ്നങ്ങളെ ഉപാധികളാക്കി. ഇത്തരം സങ്കല്പനങ്ങൾ ബാലമനസ്സിൽ ആഴത്തിൽ വേരോടുകയും മനസ്സിന്റെ അബോധതലങ്ങളിൽ വൈകല്യത്തെ തിന്മ, പാപം എന്നിങ്ങനെ ആഴപ്പെടുത്തുകയും ചെയ്തു. വൈകല്യത്തിന്റെ ആലങ്കാരിക രൂപകങ്ങളുടെ പ്രയോഗം മോശമായ സംജ്ഞയായി മാറുന്നത് ബോധപൂർവ്വമുള്ള പ്രവർത്തനത്തിന്റെ

ഫലമായാണ്. കുള്ളൻ, പൊട്ടൻ, കണ്ണുപൊട്ടൻ തുടങ്ങി പദപ്രയോഗങ്ങളും 'കള്ളനെ നമ്പിയാലും കുള്ളനെ നമ്പരുത്' പോലുള്ള പഴഞ്ചൊല്ലുകളുകളും പ്രതിനിധാനം ചെയ്യുന്നത് വൈകല്യമുള്ളവർക്ക് കല്പിക്കുന്ന താഴ്ന്ന നിലയിലുള്ള സ്ഥാനമാണ്.

പുരാണേതിഹാസ മാതൃകകൾ

ക്ലാസിക് കഥാപാത്രങ്ങളെ ഉദാഹരണമായെടുത്താൽ ശാരീരികവൈകല്യം മാനുഷികപരിമിതിയായി ചിത്രീകരിക്കപ്പെടുന്ന നിരവധി കഥാപാത്രങ്ങളെ ഇതിഹാസ പുരാണങ്ങളിൽ നിന്നു കണ്ടെത്താം. മഹാഭാരതത്തിലെ മിക്കവാറും നെഗറ്റീവ് കഥാപാത്രങ്ങൾ വൈകല്യമുള്ളവരോ ഏന്തെങ്കിലും തരത്തിൽ കുറവുള്ളവരോ ആയിരുന്നു. കൗരവരുടെ അമ്മാവനും കുരുക്ഷേത്രയുദ്ധത്തിന്റെ സൂത്രധാരനുമായ ശകുനി മുടന്തനായും കൈകേയിയുടെ ദാസിയും ഇക്ഷ്വാകു വംശത്തിന്റെ അന്തഃച്ഛിദ്രത്തിനു കാരണക്കാരിയുമായ മന്ഥര, കൂനിയായി അവതരിപ്പിക്കപ്പെട്ടതും അബോധപൂർവ്വമായിരുന്നില്ല.

സാമ്പ്രദായികവ്യവസ്ഥകളെ നിരാകരിക്കുന്നത് വൈകല്യത്തിനു കാരണമാകുന്നു എന്ന ഓർമ്മപ്പെടുത്തലുമുണ്ട്. കുരുവംശത്തിലെ രാജാവായ ധൃതരാഷ്ട്രരുടേയും പാണ്ഡുവിന്റേയും വൈകല്യത്തിനു കാരണം അവരുടെ അമ്മമാരുടെ പ്രവൃത്തിദോഷമാണെന്ന വ്യഖ്യാനവും കാണാം. ചീരജടാധാരിയായ വേദവ്യാസനെക്കണ്ട് ധൃതരാഷ്ട്രമാതാവായ അംബിക താത്പര്യമില്ലാതെ കണ്ണടച്ചു സ്വീകരിച്ചതിനാൽ ധൃതരാഷ്ട്രർ അന്ധനും, പാണ്ഡുമാതാവായ അംബാലിക വിളറിവെളുത്ത് അതൃപ്തയായി സംയോഗത്തിലേർപ്പെട്ടതിനാൽ പാണ്ഡു പാണ്ഡുവർണനുമായി എന്നു വ്യക്തമാക്കുന്നതിലൂടെ പിത്രാധികാരവ്യവസ്ഥയെ ലംഘിക്കുന്നത് പാപമാണെന്നും പാപത്തിന്റെ ഫലം ശാരീരികവൈകല്യമാണെന്നുമുള്ള ധാരണ ഊട്ടിയുറപ്പിക്കുന്നു. മഹാഭാരതത്തിലെ കഥാപാത്രമായ അഷ്ടാവക്രൻ സ്വന്തം അച്ഛന്റെ തെറ്റ് ഉപദേശിച്ചുതിരുത്താൻ ശ്രമിച്ചതുമൂലം ശരീരത്തിൽ എട്ടു വളവുകൾ (വക്രങ്ങൾ) ഉള്ള കുഞ്ഞായിട്ടാണ് ജനിച്ചത് എന്ന വെളിപ്പെടുത്തൽ അധികാരവ്യവസ്ഥയെ ചോദ്യംചെയ്യുന്നത് പാപമാണെന്നും ഫലം വൈകല്യമാണെന്ന ഓർമ്മപ്പെടുത്തൽ കൂടിയാണ്.

വേദകാലം മുതൽ ദുഷ്ടകഥാപാത്രങ്ങളായി കണ്ടിരുന്ന അസുരഗണത്തിലുള്ളവരുടെ ദുഷ്ടത ശരീരഭാഷയിലൂടെയാണ് പ്രകട

മാക്കിരുന്നത്. അന്ധകാരത്തിൽ ജനിച്ചവനാകയാൽ അന്ധനും വിരൂപനുമായി ജനിച്ച അന്ധകൻ, സ്വന്തം വയറിൽ മുഖവും നീള മേറിയ കൈകളുമുള്ള കബന്ധൻ തുടങ്ങി നീണ്ടനിരതന്നെയുണ്ട്. പലപ്പോഴും വൈകല്യത്തിൽ നിന്ന് മോക്ഷം നൽകാൻ പ്രാപ്തി യുള്ളത് സുന്ദരനും ആരോഗ്യവാനുമായ നായകനായിരിക്കും. ഓരോ അടയാളപ്പെടുത്തലിനും പിന്നിൽ വ്യക്തമായ അധികാര -രാഷ്ട്രീയ അജണ്ടയുണ്ട് എന്ന് ഇന്ന് തിരിച്ചറിയപ്പെടുന്നുണ്ട്.

ഇത്തരം ചിന്തകളെ ഊട്ടിയുറപ്പിക്കുന്നതിൽ മതഗ്രന്ഥങ്ങളും അതിന്റേതായ പങ്കുവഹിച്ചിട്ടുണ്ട്. അന്ധത, കുഷ്ഠരോഗത്തിന്റെ ഫലമായുണ്ടാകുന്ന വൈകല്യങ്ങൾ ഇവയെല്ലാം പാപത്തിന്റെ ഫലമായുണ്ടാകുന്നതെന്ന പരാമർശം ബൈബിളിൽ കാണുന്നുണ്ട്.

തളർവാതരോഗിയോട് യേശു പറയുന്നു, 'നിന്റെ പാപങ്ങൾ ക്ഷ മിച്ചിരിക്കുന്നു' (മത്തായി9:2). രോഗത്തെ പാപത്തോടും ശാരീരികാരോഗ്യത്തെ പാപമോചനത്തോടും ബന്ധപ്പെടുത്തി സം സാരിക്കുന്നത് ബൈബിളിൽ വിവിധഭാഗങ്ങളിലായി കാണാം.

വൈകല്യത്തിന്റെ അടയാളപ്പെടുത്തൽ മലയാളസാഹിത്യത്തിൽ

ബുദ്ധിവൈകല്യമുള്ളവർ, പൊക്കം കുറവായവർ, ഓട്ടിസം ബാധിച്ചവർ എന്നീ നിലകളിലുള്ള കഥാപാത്രങ്ങളെ രണ്ടാംതരം പൗരന്മാരായാണ് മലയാളസാഹിത്യത്തിലും ചിത്രീകരിക്കുന്നത്. മലയാളത്തിലെ ആദ്യകാലനോവലായ ഇന്ദുലേഖയിലെ സൂരിന മ്പൂതിരിപ്പാടിന്റെ വർണ്ണന നോക്കുക.

'ഇദ്ദേഹം ചിരിക്കുമ്പോൾ വായ രണ്ടു കവിൾത്തടങ്ങളിൽ എത്തി അവിടുന്നു കവിഞ്ഞു നീണ്ടു നില്ക്കുന്നുണ്ടോ എന്നു കാണുന്നവർക്കു തോന്നും. നാസിക ശരിയായിട്ടുതന്നെ സൃഷ്ടിച്ചി രുന്നുവെങ്കിലും ആ മുഖത്തിന്ന് മതിയായില്ല എന്നു തോന്നും. നടക്കുന്നത് ചാടിച്ചാടിക്കൊണ്ട് കാക്കകളെപ്പോലെയോ എന്നു തോ ന്നും.'

ശാരീരികവും മാനസികവുമായ വൈലക്ഷണ്യങ്ങളിലൂടെയാണ് അയാളിലെ വിടത്വം ചന്തുമേനോൻ ആദ്യം വായനക്കാരിലേക്ക് എത്തിക്കുന്നത്.

'ശാരദ'യിലെ വൈത്തിപ്പട്ടരുടെ ദുഷ്ടത വെളിപ്പെടുത്താൻ ഒരു ഖണ്ഡിക തന്നെ മാറ്റിവയ്ക്കുന്നു

'ദുഷ്ടമനുഷ്യർ എന്നു പറയുന്നത് എന്തൊരു ജന്തുവാണ്! ഈ

ജന്തുവിന്റെ സ്വഭാവം എന്താണ്. സിംഹം, പുലി, കരടി, കാട്ടുപോത്ത്... ...വൈത്തിപ്പട്ടർ സ്വാർത്ഥസിദ്ധിക്ക് എത്ര ക്രൗര്യകർമ്മവും ചെയ്യാൻ മടിയില്ലാത്ത വിധം പഠിപ്പും അറിവും അശേഷമില്ലാത്ത ഒരു ദുഷ്ടനായിരുന്നു.' എന്ന് വെളിപ്പെടുത്തുന്നതിലൂടെ നീചകഥാപാത്രം മനുഷ്യേതരമാനസികാവസ്ഥ ഉള്ളവർ ആയിരിക്കുമെന്ന് വായനക്കാരന്റെ അബോധത്തിൽ ഉറപ്പിക്കുകയാണ്.

'ധർമ്മരാജ'യിലെ ചന്ത്രക്കാരനെ അവതരിപ്പിക്കുമ്പോൾ വൈകല്യത്തെ മ്ലേച്ഛമാക്കാവുന്നതിന്റെ പരമാവധി വാങ്മയചിത്രണം നല്കാൻ സി.വി. രാമൻപിള്ള ശ്രദ്ധിക്കുന്നതു കാണാം. ചിലമ്പിനേത്ത് ചന്ദ്രക്കാരനെ വർണ്ണിക്കുമ്പോൾ അയാളുടെ ആകാരസവിശേഷതകളെ അങ്ങേയറ്റം വികൃതമാക്കുന്നതിലാണ് സി.വി. ശ്രദ്ധയൂന്നുന്നതെന്നു കാണാം,

'വിസ്തൃതലലാടത്തിന് പുറകോട്ടുള്ള ചരിവും തെളുതെളുപ്പും, നേത്രഗർത്തങ്ങളിൽനിന്ന് ഉന്തിനില്ക്കുന്ന വട്ടക്കണ്ണുകളുടെ മണികൾക്കുള്ള പിംഗലതയും, ചിരിക്കുമ്പോൾ കർണ്ണങ്ങളെ എച്ചിലാക്കുന്ന വായുടെ ദൈർഘ്യവും, പത്മനാഭസ്വാമിക്ഷേത്രത്തിലെ മീനമഹോത്സവത്തിൽ നിറുത്തപ്പെടുന്ന പാണ്ഡവപ്രതിമകളിൽ കാണപ്പെടുന്നതുപോലുള്ള ദന്തപ്പരലുകളുടെ വെൺമയും, കഥകളിക്കാരുടെ കറുത്തകുപ്പായം ശകലിച്ചു പതിച്ചതുപോലുള്ള രോമാവലിഭംഗിയും, മിത്രഭേദോപാഖ്യാനത്തിലെ പിംഗളർഷഭന്റെ മുക്കറയ്ക്കൊത്ത ശബ്ദഘോരതയും, ശിവകിങ്കരനായ കുണ്ഡോദരന്റെ ഹാലാസ്യപുരാണപ്രസിദ്ധമായുള്ള അതിരോചകതയും സഞ്ചാരത്തിൽ 'പാരിലെന്നെയിന്നാരറിയാതവർ' എന്നു ചോദ്യം ചെയ്യുന്ന തലയെടുപ്പും; വദനാണ്ഡംകൊണ്ട് ആകാശപത്രത്തിൽ വൃത്തലേഖനംചെയ്യുന്നതിൽ അന്തർഭവിച്ചുള്ള ഉന്മത്തതയും കൂട്ടിച്ചേർത്താൽ, ആ അമാനുഷന്റെ ആകൃതിയും ഏതാനും പ്രകൃതിയും ഒരുവിധം ഗ്രഹിക്കാവുന്നതാണ്.'

കുമാരനാശാന്റെ 'കരുണ'യിലെ വാസവദത്ത എന്ന വാരനാരിയുടെ ലൈംഗീകാസക്തിക്ക് കിട്ടുന്ന ശിക്ഷ അംഗച്ഛേദമായിരുന്നു. 'ഇടത്തേക്കാൽ വലത്തേ തുടക്കാമ്പിൽ കയറ്റിവെച്ച് കഞ്ജബാണന്റെ പട്ടംകെട്ടിയ രാജ്ഞിപോലെ' കഥാരംഭത്തിൽ അവതരിപ്പിക്കപ്പെട്ട നായിക, കരചരണാദികൾ ഛേദിക്കപ്പെട്ട് കിടക്കുന്ന കാഴ്ച തെറ്റിനുള്ള ശിക്ഷ ശാരീരികവൈകല്യമാണെന്ന മൂല്യബോധത്തെ ഊട്ടിയുറപ്പിക്കുന്നു.

സമകാലസാഹിത്യസാഹചര്യത്തിലും പാപബോധത്തിന്റേയും

ശിക്ഷയുടെയും അനുരണനങ്ങൾ തുടരുന്നതു കാണാം. കെ.ആർ മീരയുടെ 'സൂര്യനെ അണിഞ്ഞ സ്ത്രീ'യിലെ ജറോം മരക്കാർ അപകടത്തിൽപെട്ട് ശാരീരികമായി തളർന്ന് ജെസബെലിന്റെ കരുണതേടി കിടക്കേണ്ടതായി വന്നു എന്നു പറയുന്നതിലൂടെ വെളിപ്പെടുത്താൻ ശ്രമിക്കുന്നതും ഇതേ മൂല്യബോധമാണ്.

കാലം പുരോഗമിക്കുമ്പോഴും വ്യവസ്ഥ മാത്രമേ മാറുന്നുള്ളൂ. പൊതുബോധം മാറുന്നില്ല. പിത്രാധിപത്യ വ്യവസ്ഥയിൽനിന്ന് സ്ത്രീപക്ഷവ്യവസ്ഥയിലേക്ക് മാറി എന്നല്ലാതെ ജറോം എന്ന ഗേയെ ഉൾക്കൊള്ളാൻ കഴിയാത്ത പൊതുബോധത്തിന് ജറോമിന്റെ ശാരീരികാവസ്ഥ ശിക്ഷകന്റെ ആത്മസംതൃപ്തി നൽകുന്നുണ്ട്. 'മീരാസാധു'വിലും ശിക്ഷ ശാരീരികവൈകല്യം തന്നെയാണ്. അനേകം പ്രേമങ്ങളുടെ പേരിൽ മാധവന് ലഭിക്കുന്ന ശിക്ഷ, സ്ട്രോക്കിന്റെ രൂപത്തിലാണ് നടപ്പിലാക്കപ്പെടുന്നത്. പുരുഷരചനകളിൽ ശിക്ഷയ്ക്കു പാത്രമാകുന്നതു സ്ത്രീകളും സ്ത്രീരചനകളിൽ പുരുഷന്മാരും എന്നതാണ് മേൽപറഞ്ഞ കൃതികളിൽ വ്യവസ്ഥയിൽ വന്ന മാറ്റം. ശിക്ഷ, ശാരീരിക വൈകല്യം തന്നെ. സുഭാഷ് ചന്ദ്രന്റെ 'സമുദ്രശില'യിലേക്കെത്തുമ്പോൾ ഓട്ടിസമുള്ള കുട്ടി എന്നത് സമൂഹത്തിന്റെ പൊതുഘടനയ്ക്ക് യോജിക്കാത്തവർ എന്ന് പറയാതെ പറയുകയും ചെയ്യുന്നു. സ്ത്രീയുടെ സ്വതന്ത്ര്യ ലൈംഗികത ഉൾക്കൊള്ളാനാവാത്ത സമൂഹത്തിൽനിന്ന് അതിലെ അംബ എന്ന അമ്മ ചെയ്ത തെറ്റിന്റെ ഫലമാണ് കുട്ടിയുടെ രോഗമെന്ന മറുവായനകളുണ്ടാകുന്നു (3).

ശേഷീവാദസാഹിത്യം

വികലാംഗപഠനത്തിന്റെ ഏറ്റവും വ്യതിരിക്തവും സമൂലവുമായ സവിശേഷത അത് പ്രാഥമികമായി സാമൂഹികവും രാഷ്ട്രീയവുമായ പ്രതിഭാസമായി വൈകല്യത്തെ സമീപിച്ചു എന്നതാണ്. മുഖ്യധാരാ സാഹിത്യരൂപങ്ങൾ ശാരീരികസവിശേഷതകളുടെ പേരിൽ മാറ്റിനിർത്തിയ കഥാപാത്രങ്ങളെ പ്രധാനകഥാപാത്രമാക്കി മാറ്റിയ രചനകളും വായനയെ സ്വാധീനിച്ചത് സഹൃദയർക്കുവന്ന മാറ്റങ്ങൾക്ക് ദൃഷ്ടാന്തമായി. വിഡ്ഢിയായ പൊണ്ണത്തടിയനെന്ന് ആവർത്തിച്ചാക്ഷേപിക്കപ്പെട്ട ഭീമസേനനെ രണ്ടാമൂഴത്തിൽ എംടി നായകകഥാപാത്രമാക്കി മാറ്റുന്നത് ഉദാഹരണമാണ്. ഒ.വി വിജയന്റെ ഖസാക്കിന്റെ ഇതിഹാസത്തിലെ മാനസിക-ശാരീരിക വെല്ലുവിളികളുള്ള അപ്പുക്കിളി, എം.ടിയുടെ ഇരുട്ടിന്റെ ആത്മാവിലെ

ഭ്രാന്തൻ വേലായുധൻ തുടങ്ങിയവർക്ക് കഥയിൽ നൽകിയ സ്ഥാനം എന്നിങ്ങനെ നിരവധി കൃതികൾ ഈ മാതൃകയിലുണ്ടായത് സമൂഹത്തിനു വന്ന മാറ്റങ്ങളുടെ അനുരണനങ്ങളാണ്. വൈകല്യമുള്ളവരുടെ ശബ്ദമായി മാറാനും നിരവധി രചനകളുണ്ടായി. അംബികാസുതൻ മാങ്ങാടിന്റെ 'എൻമകജെ'യിലെ എൻഡോസൾഫാൻ ദുരിതബാധിതകഥാപാത്രങ്ങളുടെ വൈകല്യം ഭരണകൂടവും മൂലധനശക്തികളും സമ്മാനിച്ച വൈകല്യമായിരുന്നു. ഇവിടെ വൈകല്യാവതരണത്തിന് കുറ്റബോധമുണർത്തുന്ന ശുദ്ധീകരണ ധർമ്മമാണു നിറവേറ്റാനുള്ളത്.

ഉപസംഹരം

സാഹിത്യരൂപങ്ങൾ സമൂഹമനസ്സിനെ പ്രതിഫലിപ്പിക്കുകയും ഒരു പരിധിവരെ നിയന്ത്രിക്കുകയും ചെയ്യുന്നുണ്ട്. ഇത്തരം ധാരണകൾ ഭിന്നശേഷിക്കാരായ ആളുകളെ മാറ്റിനിർത്താൻ പര്യാപ്തമാംവിധം അബോധം ഉള്ളിൽ ഉറപ്പിക്കുന്നു. പൊതുബോധത്തിൽ വൈകല്യങ്ങളെ അംഗീകരിക്കപ്പെടുകയും സാമൂഹികരാഷ്ട്രീയപ്രതിഭാസമായി ഉൾക്കൊള്ളാൻ പാകത്തിലുള്ള വിശാലത കൈവരിക്കേണ്ടതുണ്ട്. സാഹിത്യപ്രസ്ഥാനങ്ങളും മറ്റു സാംസ്കാരിക സ്ഥാപനങ്ങളും ഈ ബോധവത്കരണത്തിൽ പങ്കാളികളാകണം.

വൈകല്യമുള്ള കഥാപാത്രങ്ങളിലൂടെയും അവയുടെ അടിസ്ഥാന ഘടനയിലൂടെയും മനുഷ്യന്റെ ചിന്തയുടെയും അനുഭവത്തിന്റെയും എണ്ണമറ്റ വശങ്ങളെ അഭിസംബോധന ചെയ്യാൻ സാഹിത്യകൃതികൾ എങ്ങനെ വൈകല്യത്തെ ഉപയോഗിക്കുന്നുവെന്ന് മേൽ സൂചിപ്പിച്ച കൃതികൾ സൂചന തരുന്നു. വികലാംഗരുടെ ഓർമ്മക്കുറിപ്പുകളും ആത്മകഥകളും ഇന്ന് കണ്ടെടുക്കുന്നത് ഭിന്നശേഷിസാഹിത്യത്തിന്റെ സാധ്യതകൾക്ക് ആക്കം കൂട്ടുന്നുണ്ട്.

കുറിപ്പുകൾ

1) 2001 വർഷത്തെ സെൻസസ് പ്രകാരം ഭാരതത്തിലെ ജനസംഖ്യയുടെ ഏകദേശം 2.1 ശതമാനത്തോളം അംഗപരിമിതരാണെന്ന് കണക്കാക്കപ്പെട്ടിരിക്കുന്നത്. സംസ്ഥാനത്ത് 2015-ൽ പ്രസിദ്ധീകരിച്ച ഭിന്നശേഷിക്കാരുടെ സർവ്വേ റിപ്പോർട്ട് പ്രകാരം 22 തരം ഭിന്നശേഷി വിഭാഗത്തിൽപ്പെട്ട 7,94,834 പേരെ കണ്ടെത്തിയിട്ടുണ്ട്.

2) 'സ്ത്രീ അവളുടെ പൂർണസന്തോഷത്തോടെയും സ്വാതന്ത്ര്യബോധത്തോടെയും അവളുടെ പ്രിയ പുരുഷനുമൊത്ത് രതിയി

ലേർപ്പെട്ടാൽ ഒരു മിടുക്കനായ പുത്രൻ തന്നെയാണ് ഉണ്ടാകേണ്ട ത്.' എന്നാണ് സുഭാഷ് ചന്ദ്രൻ പെൺകാമനയുടെ സമുദ്രശില എന്ന പരിപാടിയിൽ പറയുന്നത്. സുഭാഷ് ചന്ദ്രൻ തന്റെ കൃതിയി ലൂടെ ബലാത്സംഗം ചെയ്യപ്പെടുന്ന സ്ത്രീകൾക്കാണ് ഓട്ടിസ്റ്റിക്കാ യ കുട്ടികൾ ഉണ്ടാകുന്നത് എന്ന് പറയാനാണോ ഉദ്ദേശിക്കുന്നത് എന്നും ഓട്ടിസത്തിന്റെ ശാസ്ത്രീയ വശങ്ങളെ പറ്റി സുഭാഷ് ചന്ദ്ര ന് ഒന്നും അറിയില്ല എന്നുമാണ് സാമൂഹിക മാധ്യമങ്ങളിലെ ഒരു വിഭാഗം വിമർശിക്കുന്നത്. 'മിടുക്കനായ പുത്രൻ' എന്ന പ്രയോഗ ത്തിലെ അരാഷ്ട്രീയതയും ചിലർ ചൂണ്ടിക്കാട്ടിയിരുന്നു.

https://www.southlive.in/ newsroom/kerala/subash- chandran-apologize-if-a-woman- have-sex-with-her-beloved-man- there-will-be-no-autistic- child-there-will-be-only-the- best-child-subash-chandran- social-media-criticize-the- remarks

▸ ഡിസംബർ 3, 2021 ഭിന്നശേഷി ദിനാചരണത്തിന് കൈരളി വാർത്തയിൽ വന്ന പത്രകുറിപ്പ്

https://www.kairalinewsonline. com/2021/12/03/467128.html

സാഹിത്യത്തിലെ ഭിന്നശേഷി പ്രാതിനിധ്യം ഏറെയുള്ളതിനാൽ ഏകദേശ സൂചനകൾ മാത്രമാണ് ഈ ലേഖനത്തിൽ ഉൾപ്പെടു ത്തിയട്ടുള്ളത്.

റഫറൻസ്

▸ https://swd.kerala.gov.in/ website_malayalam/beneficiary-info.php?benef_sl= NHNWOHVxUiN2eQ==

▸ https://www.kairalinewsonline. com/2021/12/03/467128.html

▸ https://ml.wikisource.org/ wiki/ധർമ്മരാജാ/അദ്ധ്യായംരണ്ട്

▸ https://ml.sayahna.org/index. php/kq-cn-/നമ്പൂതിരിപ്പാട്

▸ https://www.manoramanews.com/ nattuvartha/central/2019/10/ 02/disabled-camp.html

▸ https://www.kairalinewsonline. com/2021/12/03/467128.html

ഠഠ

4

ജന്മാന്തരവാഗ്ദാനങ്ങൾ പറയുന്നത്

ഡോ. വന്ദന ബി.

'വളർന്നെന്റെ ജീവിതത്തിന്റെ പ്രകാശമാകാൻ പോകുന്നവളാണിവൾ... എല്ലാ ചീത്തക്കാര്യങ്ങളെയും നല്ല കാര്യങ്ങളാക്കി മാറ്റുമിവൾ എന്നെനിക്കറിയാമായിരുന്നു. എനിക്ക് കിട്ടാവുന്നതിൽവച്ചേറ്റവും നല്ല സുഹൃത്ത്' ജയശ്രീ മിശ്ര. ഡിസെബിലിറ്റിപഠനത്തിന്റെ ഏറ്റവും വലിയ സവിശേഷത, അത് അടിസ്ഥാനപരമായി വൈകല്യത്തെ ഒരു പ്രതിഭാസമായി സമീപിച്ചു എന്നതാണ്. ഒരുവ്യക്തിയുടെ ശരീരത്തിലെ ഒരു മെഡിക്കൽ പ്രശ്നമായി വൈകല്യത്തെക്കുറിച്ച് ചിന്തിക്കാൻ ശീലിച്ച ആളുകൾക്ക് അത്തരമൊരു സമീപനം പുതുമയായേക്കും. വൈവിധ്യമാർന്ന ശാരീരികാവസ്ഥകളുള്ള ആളുകളെ ഒന്നിപ്പിക്കുക മാത്രമല്ല, അത്തരം പൗരന്മാരെ അവകാശങ്ങളുടെ ഉടമകളായി അവതരിപ്പിക്കാനും ഇതുവഴി സാധ്യമായി. ഒരു വ്യക്തിക്ക് തലച്ചോറിലെ രാസപരമായ തകരാറുകൾ മൂലമുണ്ടാകുന്ന സാധാരണമട്ടിൽ വായിക്കാനും മനസ്സിലാക്കാനുമുള്ള കഴിവിന്റെ പോരായ്മ അഥവാ അസാധാരണ പെരുമാറ്റത്തിന് പൊതുവെ പറയുന്ന പേരാണ് ഡിസ് ലെക്സിയ (Dyslexia). 2000ൽ പുറത്തുവന്ന ജന്മാന്തവാഗ്ദാനങ്ങൾ എന്ന നോവലിൽ ജയശ്രീമിശ്ര, തന്റെ സ്വന്തം കഥ തന്നെയാണ് അൽപ്പസ്വൽപ്പവ്യത്യാസങ്ങളോടെ പറഞ്ഞത്. നിരുന്മേഷമായ ദാമ്പത്യത്തിൽ പിറന്ന പെൺകുഞ്ഞിന് ഡിസ് ലെക്സിയ എന്ന പഠനവൈകല്യം ഉണ്ടായിരുന്നു. ഇതിന്റെ പശ്ചാത്തലത്തിൽ ഈ ലേഖനത്തിൽ ജന്മാന്തരവാഗ്ദാനങ്ങൾ (Ancient Promises) എന്ന കൃതിയെ വായിക്കുന്നു.

നാട്യങ്ങളില്ലാത്ത രചനാശൈലികൊണ്ട് ജീവിതത്തിന്റേയും ബന്ധങ്ങളുടേയും കഥ പറയുന്ന കൃതിയാണ് ജന്മാന്തവാഗ്ദാനങ്ങൾ. കഥാപാത്രങ്ങളെ വിവരിക്കുമ്പോൾ എഴുത്തുകാരി അനുഭവിക്കു

ന്ന ഇഷ്ടവുംവേദനയും വായിക്കുന്ന നമ്മളും അറിയുന്നുണ്ട്. സമൂഹം തലയാട്ടിസമ്മതിച്ച ഭാവങ്ങളും വേഷങ്ങളും പകർന്നാടിയിട്ടും ആരേയും സന്തോഷിപ്പിക്കാനാവാതെ പരിക്ഷീണയായി അവസാനം തന്റേതായ തിരഞ്ഞെടുപ്പിൽ സന്തോഷംകണ്ടെത്തുന്ന യുവതിയിലൂടെ സഞ്ചരിക്കുകയാണ് ജന്മാന്തരവാഗ്ദാനങ്ങൾ. അനുസരണക്കാരിയും നിസ്വാർത്ഥയുമായ മകൾ, മനസ്സിൽത്തൊട്ട പ്രണയം ഒളിപ്പിച്ചുനടന്ന പെൺകുട്ടി, ത്യാഗിയായകാമുകി, ഭർതൃവീട്ടിൽ അധികപ്പറ്റായ ഭാര്യ, വയ്യാത്ത മകളെ എങ്ങനെ മുഖ്യധാരയിലേക്ക് കൊണ്ടുവരാം എന്നതിനെക്കുറിച്ച് പഠിക്കുന്ന അമ്മ, അങ്ങനെനീളുന്ന വേഷപ്പകർച്ചയിൽ ജാനു നമ്മുടെ ഹൃദയത്തിലേക്കു കയറിവരുന്നു. കഥാപാത്രങ്ങളുടെ വ്യക്തിസത്ത, സ്വത്വം എന്നിവ അന്വേഷിക്കുന്നു കൂടാതെ, സാധാരണമനുഷ്യരെന്ന പ്രബലസമൂഹം ഭിന്നശേഷി സമൂഹത്തെ ഉൾക്കൊള്ളുന്ന രീതികളും വേർതിരിക്കാൻ കഴിയും. (ഷീബ, എം. കുര്യൻ, 2022:60)

കേരളവും ഡൽഹിയും ഇംഗ്ലണ്ടും പശ്ചാത്തലമാകുന്ന ഈ നോവൽ പ്രൗഢവും ലളിതവുമായ ഭാഷാശൈലികൊണ്ടും ഉദാത്തമായ കല്പനകൾകൊണ്ടും ആഖ്യാനചാതുരികൊണ്ടും നമ്മെ പിടിച്ചിരുത്തുന്നു. പ്രണയത്തിന്റെയും വിരഹത്തിന്റെയും നോവും അനുഭൂതിയും ഒത്തുചേരാത്ത ദാമ്പത്യം സൃഷ്ടിക്കുന്ന സംഘർഷങ്ങൾ, മാതൃത്വത്തിന്റെ ആത്മഹർഷങ്ങൾ ഇവയൊക്കെ ഇഴയടുക്കിവയ്ക്കുന്ന രചനയ്ക്ക് ആത്മകഥാംശം എന്ന പ്രത്യേകത കൂടിയുണ്ട്. 'നേഴ്സിന്റെ കൈയ്യിൽനിന്ന് ആ കരയുന്ന തുണിക്കെട്ടിനെയെടുക്കുമ്പോൾ സങ്കല്പിക്കാനാകാത്തത്ര സന്തോഷത്തിലായിരുന്നു ഞാൻ.'(ജയശ്രീമിശ്ര, 2001:131) ഒരു ശരാശരിപ്രവാസിപ്പെൺകുട്ടിയുടെ അടുക്കില്ലാത്ത കൗമാരജീവിതത്തിൽനിന്ന് കളങ്ങളിൽ വരച്ചിട്ടപ്പോലെ ഒരു ഹൈക്ലാസ് ജീവിതത്തിലേയ്ക്ക്, ഭാര്യയെന്ന ഉദ്യോഗകയറ്റത്തോടെ പറിച്ചുനടപ്പെട്ട, അച്ഛനമ്മമാരുടെ പ്രിയപ്പെട്ട കുട്ടിയുടെ, കുട്ടിത്തം വിട്ടുമാറാത്ത മനസ്സും നോവലിൽ വരച്ചുചേർക്കുന്നുണ്ട്.

സ്വന്തംജീവിതം ജീവിച്ചുതീർക്കേണ്ടത് തനിക്കുവേണ്ടി കൂടിയാവണം എന്ന് ഓരോ വ്യക്തിയും തിരിച്ചറിയേണ്ടതാണെന്ന് ഈ നോവലിലൂടെ പറഞ്ഞുപോകുന്നു. കുടുംബം എന്ന സങ്കൽപ്പത്തിൽ തിരുത്തലുകൾക്ക് തീർച്ചയായും സ്ഥാനമുണ്ട്. ജീവിതം തെറ്റിപ്പോയാൽ തിരുത്താൻ മടിക്കുന്നതെന്തിന് എന്നു നോവൽ ചോദിക്കുന്നു. സ്വന്തം പരിമിതികളെ മറികടക്കുന്ന സ്ത്രീയുടെ കഥ മാത്ര

മല്ല, ജീവിതം ആരുടെയൊക്കെയോ ഔദാര്യമാണെന്ന് വിശ്വസിച്ച് അതിനെ അടിമുടി ഉടച്ചുകളയുന്ന സ്ത്രീകളിൽ നിന്ന് വ്യത്യസ്തയാണ് ജാനകി. പതിനെട്ടാംവയസ്സിലെ പ്രണയം അച്ഛനമ്മമാർക്ക് വേണ്ടി ഉപേക്ഷിച്ച്, അവർ കണ്ടെത്തുന്ന വരനെ സ്വീകരിക്കുന്ന പെൺകുട്ടിയാണ് കഥയിൽ ജാനു എന്ന കേന്ദ്രകഥാപാത്രം. എന്നാൽ ചെന്നുകയറിയ നിമിഷംതൊട്ട് എത്ര ശ്രമിച്ചിട്ടും ജാനുവിനെ കേരളത്തിലെ ഭർതൃവീട്ടിൽ നിന്നും അകറ്റിനിർത്തിയ എന്തോഒന്നുണ്ട്. ഒടുവിൽ വർഷങ്ങൾക്കിപ്പുറം ജാനു വീണ്ടും ആ പഴയ കൂട്ടുകാരനിൽത്തന്നെ തിരികെഎത്തുന്നു. കുടുംബങ്ങൾ തമ്മിലുള്ള അന്തരമോ ജനിച്ചുവളർന്ന സാഹചര്യങ്ങളിലെ വ്യത്യസ്തതയോ അസുഖബാധിതയായ സ്വന്തം മകളോ ഒക്കെനൽകുന്ന കൾച്ചറൽ ഷോക്ക് ഒരു പെൺകുട്ടി അഭിമുഖീകരിക്കേണ്ടി വരുന്നതാണ് കഥയിലെ പ്രധാനഭാഗം. ഭിന്നശേഷിയനുഭവങ്ങളോട് ആഭിമുഖ്യംകാട്ടുന്ന ആഖ്യാനത്തിന്റെ സവിശേഷത ജാനുവിന്റെ ആഗ്രഹങ്ങൾ മാത്രമല്ല സങ്കടങ്ങളും ആവിഷ്ക്കരിക്കുന്നുണ്ട്. സമൂഹത്തിന്റെ അസഹിഷ്ണുതയും അസഹ്യതയും മനുഷ്യത്വമില്ലായ്മയും കഥ കാട്ടിത്തരുന്നുണ്ട്. ഞങ്ങൾക്കെല്ലാം റിയയെ സഹായിക്കണമെന്നുണ്ട് പക്ഷേ, സ്വയം നന്നാകണമെന്നവൾക്കില്ല. ഞങ്ങൾക്കു ചെയ്യാവുന്നതിന്റെ പരമാവധി ചെയ്തുകഴിഞ്ഞുവെന്നാണ് ഞങ്ങളുടെ വിശ്വാസം. ഇതിൽ കൂടുതലായി ഞങ്ങൾക്കൊന്നും ചെയ്യാനില്ല (ജയശ്രീമിശ്ര, 2001:155). സവിശേഷമായ കഥപറച്ചിൽ രീതിയിലൂടെയാണ് നോവലിസ്റ്റ് ഒരേസമയം ഭിന്നശേഷിവ്യക്തിയനുഭവങ്ങളെ വെളിപ്പെടുത്തുകയും മനുഷ്യരുടെ കാപട്യങ്ങളെ തുറന്നുകാണിക്കുകയും ചെയ്യുന്നത്. കാണാനും കേൾക്കാനും ബുദ്ധിപൂർവ്വം ജീവിക്കാനും കഴിയുന്നവരുടെ ചെയ്തികളും ഇവിടെ ചോദ്യം ചെയ്യപ്പെടുന്നുണ്ട്.

തന്റെ ഭാവിയെക്കുറിച്ച് ഒരു തീരുമാനം എടുക്കാനുള്ള പക്വതയില്ലാത്ത ഏതു കൗമാരക്കാരിയും അനുഭവിക്കുന്ന മാനസികസംഘർഷത്തിൽ കൂടിയാണ് ജാനു ആദ്യം കടന്നു പോകുന്നത്. സംസ്കാരവും പാരമ്പര്യവും വ്യക്തികളെ നിയന്ത്രിക്കുന്ന അവസ്ഥ ഇവിടെയുമുണ്ട്. ആരുടേയും നിർബന്ധം ഇല്ലാതെതന്നെ അച്ഛനമ്മമാരുടെ സന്തോഷത്തിനുവേണ്ടി അർജ്ജുനെ ഉപേക്ഷിക്കുകയും പിന്നീട് വർഷങ്ങൾക്കിപ്പുറം സുരേഷിനെ ഡിവോഴ്സ് ചെയ്യാൻ തീരുമാനിക്കുകയും ചെയ്യുന്നുണ്ട് ജാനു. ജീവിതം മറ്റുള്ളവരുടെ ഭാവനയ്ക്കനുസരിച്ച് വെട്ടിച്ചുരുക്കേണ്ടിവരുന്ന മാനസികാവസ്ഥ

യിലൂടെയും അവൾ കടന്നുപോകുന്നുണ്ട്. എന്നാൽ അതു തിരിച്ചറിയാനും സ്വന്തം ജീവിതം എവിടെ ഉറപ്പിക്കണം എന്നു തീരുമാനിക്കാനുമുള്ള സാവകാശം കൊടുക്കാനും അവൾക്കാകുന്നു. ഒരു ശരാശരി മലയാളി കുടുംബത്തിൽ വളരുന്ന മകളെക്കുറിച്ചുള്ള വ്യാകുലതകൾ ജാനുവിന്റെ മാതാപിതാക്കൾ വെച്ചുപുലർത്തുന്നുണ്ട്. കാലത്തിന്റെയൊഴുക്കിൽ കാര്യങ്ങൾ കൂടുതൽ കൃത്യതയോടെ തിരിച്ചറിയാനും തന്റെ ഒരേയൊരു ജീവിതത്തിൽ സ്വന്തം സന്തോഷങ്ങൾ നേടിയെടുക്കേണ്ടതു തന്റെമാത്രം ആവശ്യമാണെന്നും തിരിച്ചറിഞ്ഞ് അതിനായി പ്രവർത്തിക്കുന്ന, കഠിനാധ്വാനം ചെയ്യുന്ന ജാനു മാനസികമായി പൂർണ്ണവളർച്ചയെത്തിയ ഒരു വ്യക്തിയുടെ ആർജ്ജവം പ്രകടിപ്പിക്കുന്നു.

ബുദ്ധിമാന്ദ്യം ഇല്ലാത്ത, ചോദ്യങ്ങൾ ചോദിക്കുന്ന ഒരു സാധാരണകുട്ടിയായിരുന്നു തന്റെ മകൾ എങ്കിൽ താൻ ഇത്തരമൊരു തിരിച്ചുപോക്കിന് മുതിരില്ലായിരുന്നു എന്ന ആത്മവിമർശനവും അവൾ നടത്തുന്നുണ്ട്. വൈകല്യത്തിന്റെ പ്രാധാന്യം എങ്ങനെ സാമൂഹികമായി രൂപപ്പെടുന്നുവെന്നും സമയവും സ്ഥലവും അനുസരിച്ച് അതു വ്യത്യാസപ്പെടാമെന്നും അദ്ദേഹം പരോക്ഷമായി ചൂണ്ടിക്കാണിച്ചു. (Goffman 1963:4)1 പൂർണ്ണരെന്ന് അവകാശപ്പെടുന്ന പൊതുസമൂഹത്തിന്റെ നിലപാടുകളും ചെയ്തികളും മാറേണ്ടതുണ്ട് എന്ന് നോവൽ പറയുന്നു. കൗമാരക്കാരിയിൽനിന്ന് ഉത്തരവാദിത്വമുള്ള നെഞ്ചുനിറയെ സ്നേഹമുള്ള അമ്മയിലേക്കുള്ള ജാനുവിന്റെ വളർച്ച പരമ്പരാഗത കുടുംബസങ്കൽപ്പത്തിലെ ഭാര്യ എന്ന സ്വഭാവികഘട്ടം പൂർത്തിയാക്കാതെയാണെന്ന് സ്വാഭാവികമായി വരച്ചുകാണിക്കുന്നു. സമൂഹത്തിന് ഡിസ്ലെക്സിയപോലുള്ള ശാരീരിക പ്രത്യേകതകളെക്കുറിച്ച് പലവിധധാരണകൾ നിലവിലുള്ളതിനാൽ ഇത്തരത്തിലുള്ള കുട്ടികൾ പലപ്പോഴും ഒറ്റപ്പെടലിന് പാത്രമാവുന്ന നിർഭാഗ്യകരമായ അവസ്ഥ ഉണ്ടാകുന്നുണ്ട്. സ്കൂളിലെ മോശം പ്രകടനംകൊണ്ട് പലപ്പോഴും ഇവരെ ബുദ്ധിവികാസം കുറവുള്ളവരായി പലരും തെറ്റിദ്ധരിക്കാൻ സാധ്യതകൂടുതലാണ്. 'സ്കൂളിലയക്കുന്നതിനു മുമ്പ് നിങ്ങളവളെ വീട്ടിലിരുത്തി കഷ്ടപ്പെട്ടു പഠിപ്പിക്കണമായിരുന്നു എന്നാണെനിക്കു തോന്നുന്നത്' (ജയശ്രീമിശ്ര, 2001:155).

ഇന്നലെകളിൽ നിന്നും അടർന്നു വീണ ഒരു ഇഷ്ടത്തിനെ മനസ്സിൽനിന്നും തൂത്തുവാരിക്കളയാൻ ശ്രമിച്ച ജാനു, തനിക്കൊരു കുട്ടിയുണ്ടായാൽ ഒരുപക്ഷേ, സുരേഷും ബന്ധുക്കളും തന്നെ ഉൾ

ക്കൊള്ളുമെന്ന വ്യാമോഹത്തിൽ ബാത്റൂമിലെ പല്ലികളെ സാക്ഷി നിർത്തി അവൾ നിരോധനങ്ങൾക്ക് വിരാമമിട്ടു. കാണുന്നതെല്ലാം കാണാതെ, കേൾക്കുന്നതെല്ലാം കേൾക്കാതെ, ജന്മനാ തന്മയീഭാവശേഷി നഷ്ടപ്പെട്ട കുഞ്ഞു .റിയ ഭർത്തൃകുടുംബാംഗങ്ങൾക്ക് ഒരു കുറവ് മാത്രമാണെന്ന വെളിപാടിൽ, നിസ്സഹകരണത്തിന്റെ ഫലശൂന്യതയിൽ ജാനുവെന്ന അമ്മയുടെ മാനസികസംഘർഷവും പ്രതീക്ഷയുടെ നാമ്പ് കരിഞ്ഞടർന്നപ്പോൾ രൂപപ്പെട്ട നിസ്സഹായതയും ജാനുവിൽ ആഴമുള്ള മുറിവായിമാറുന്നു. സ്വന്തം ഭാവിയെക്കുറിച്ചു ജാനു സ്ഫോടനാത്മകമായ തീരുമാനം എടുക്കുന്നത് അച്ഛന്റെ മരണശേഷമാണ്, ആ തണൽ ഇനി ഇല്ല എന്ന അബോധമായ തിരിച്ചറിവിൽനിന്നാണ്. വൈകാരികത നിറഞ്ഞുനിൽക്കുന്ന സന്ദർഭങ്ങളെ നോവൽ കണ്ടെടുക്കുന്നുണ്ട്. അമ്മയുംമകളും തമ്മിലുള്ള ബന്ധത്തിന് ഊന്നൽനൽകുന്ന ക്രാഫ്റ്റ് കൃതിയിലുട നീളം ദർശിക്കാം.

പതിനെട്ടാംപിറന്നാൾദിനത്തിൽ ജാനു, മാരാർ കുടുംബത്തിലേക്ക് കയറിച്ചെല്ലുമ്പോൾ, വിവാഹദിവസം മുതൽ അനുഭവിക്കാൻ തുടങ്ങിയ അവഗണനന, ഏകാന്തത ഇവയൊക്കെ, ഭൂതകാലത്തെ പിന്നിൽവിട്ട് പുതിയൊരു ജീവിതത്തിനായി കാത്തിരുന്ന അവളെ പിൻതുടരുന്നു. മാതാപിതാക്കളെ വേദനിപ്പിക്കാൻ കഴിയാത്തതുകൊണ്ടായിരുന്നു അവൾക്ക് വീട്ടുകാർ തിരഞ്ഞെടുത്ത വിവാഹത്തിനു സമ്മതം മൂളേണ്ടിവരുന്നത്. സന്തോഷവും സങ്കടവും വിചാരങ്ങളും പങ്കിടാൻ അവൾക്കുണ്ടായിരുന്നത് വൈകല്യമുള്ളൊരു പെൺകുഞ്ഞു മാത്രമാണ്. മനുഷ്യരുടെ പ്രശ്നങ്ങളോട് പ്രത്യേകിച്ച് ശാരീരികഅവശത അനുഭവിക്കുന്നവരോട് സമൂഹത്തിന്റെ, തങ്ങളുടെ സുഖകരമായ ജീവിതത്തിന് ഇവർ തടസ്സമാണെന്ന വാദവും അല്ലെങ്കിൽ സ്നേഹപ്രകടനമെന്ന പേരിൽ സങ്കടം വാരിവിതറുന്നതും ഇവരെകൊണ്ടെത്തിക്കുന്ന മാനസികപ്രതിസന്ധി വളരെ വലുതാണ്. ഇങ്ങനെയുള്ള പ്രതിസന്ധിയിൽ നിന്നും റിയയെ രക്ഷിക്കാനുള്ള ജാനുവിന്റെ ഓട്ടം ചെന്നുനിൽക്കുന്നത് ലണ്ടനിലാണ്. ജയശ്രീയുടെ മിക്ക നോവലുകളിലും പെണ്ണനുഭവത്തിന്റെ തീക്ഷ്ണത നിറഞ്ഞുനിൽക്കുന്നുണ്ട്. പെണ്ണിന്റെ സ്വയം കണ്ടെത്തൽ, സ്വത്വപുനഃസ്ഥാപനം, സ്ത്രീപുരുഷ ബന്ധങ്ങളുടെ അവ്യവസ്ഥ, ഒറ്റപ്പെടൽ, ഓടിയൊളിക്കൽ ഇവയൊക്കെ അവരുടെ പ്രമേയങ്ങളിൽ കുമിളിക്കുന്നു. (സുകുമാരൻ, വി. പ്രൊഫ. 2011:116).

മാരാർകുടുംബത്തിന്റെ സഹതാപശരങ്ങൾക്കിടയിൽ ജീവിക്കു

മ്പോൾ ഒരു സാധാരണ അമ്മയേക്കാൾ എത്രയോ മുകളിലാണ് തന്റെ കടമ എന്ന ചിന്തയിൽ ജാനുവിന്റെ ഒറ്റയാൾ സമരം തുടങ്ങുന്നു. റിയയെ മനസ്സിലാക്കാനുള്ള ശ്രമങ്ങളിൽനിന്നാണ് ആ മാറ്റങ്ങളുടെ തുടക്കവും. തന്റെ മകൾക്ക് സമൂഹം നിഷേധിക്കുന്ന സാഹചര്യങ്ങൾ തുല്യപ്രശ്നമുള്ള മറ്റുള്ളവർക്കു നൽകാനും ജാനു ശ്രമിക്കുന്നുണ്ട്. ഷീലാ കുര്യാക്കോസിന്റെ സ്പെഷ്യൽസ്കൂളിൽ സേവനത്തിനായി കുറച്ചുമണിക്കൂറുകൾ ചെലവഴിക്കാൻ തീരുമാനിക്കുന്നുണ്ട് അവൾ. ഭിന്നശേഷി സമൂഹത്തിന്റെ ജീവിതത്തിൽ തീരുമാനമെടുക്കാനുള്ള ശേഷിയുള്ളവരുടെ അവകാശത്തെ, അതിനിടയാക്കുന്ന സാഹചര്യങ്ങളെയൊക്കെ ഇവിടെ അനാവരണം ചെയ്യുന്നുണ്ട്. റിയയുടെ നോട്ടങ്ങൾ, ഭാവവ്യത്യാസങ്ങൾ, ആഗ്രഹങ്ങൾ, പ്രശ്നങ്ങൾ, വാശി ഇവയൊക്കെ മനോഹരമായി വരച്ചിടുന്നുണ്ട് നോവലിസ്റ്റ്. ഇതിനകം ഇംഗ്ലീഷിൽ മാസ്റ്റർ ഡിഗ്രി കരസ്ഥമാക്കിയ ജാനു, വിദേശ യൂണിവേഴ്സിറ്റിയിൽ നിന്നും Special needs ൽ (treating mentally challenged people) എന്ന വിഷയത്തിൽ ഉന്നതവിദ്യാഭ്യാസം നേടി അവിടെനിന്നും മകൾക്ക് കൂടുതൽ നല്ല പരിശീലനം നൽകാനും ഒരുങ്ങുന്നു, അതിനായുള്ള സ്കോളർഷിപ്പ് ഇന്റർവ്യൂവിൽ പങ്കെടുക്കാൻ ഡൽഹിയിൽ എത്തുന്ന ജാനുവിന്റെ ജീവിതം ഒരുപക്ഷേ അവൾപോലും സ്വപ്നം കാണാത്ത വഴികളിലൂടെയുള്ള യാത്രയ്ക്ക് തുടക്കമിട്ടു. ഭിന്നശേഷിസമൂഹത്തിനും മുഖ്യധാരയ്ക്കുമൊപ്പം ജീവിക്കാനുള്ള അവസരമുണ്ടാക്കുകയും എല്ലാമനുഷ്യരെയും ഉൾക്കൊള്ളുന്ന രീതിയിലുള്ള സാമൂഹികമാനസികാവസ്ഥ രൂപീകരിക്കുകയുമാണ് പ്രധാനം.

പഠനാവശ്യങ്ങൾക്കായുള്ള യാത്രയിൽ ഓർമ്മയുടെ സായന്തനവെളിച്ചത്തിലാണ് അവൾ തന്റെ പഴയകൂട്ടുകാരനായ അർജ്ജുനെ കണ്ടുമുട്ടുന്നതും സംസാരിക്കുന്നതും. മറ്റൊരു സ്വപ്നത്തിൽ വീണ്ടുമൊരാകാശഗോപുരം പണിതത് പിന്നത്തെക്കഥയാകുന്നു. വർഷങ്ങൾക്കുമുൻപ് ഉള്ളിൽ നിറഞ്ഞുതുളുമ്പിയ പ്രണയം അതിന്റെ എല്ലാ തീവ്രതയോടും കൂടി തന്റെ ഉള്ളിൽ ഉണ്ടെന്നും അർജ്ജുൻ അത്രമേൽ പ്രിയപ്പെട്ടവനാണെന്നും അവൾ തിരിച്ചറിയുന്നു. എത്രയും പെട്ടെന്ന് വിവാഹമോചനം വേണമെന്നും മകളുമായി ഇംഗ്ലണ്ടിൽ പോകണമെന്നും അർജ്ജുനുമായി പുതിയ ജീവിതം ആരംഭിക്കണം എന്നുമുള്ള തീരുമാനവുമായി കേരളത്തിൽ തിരിച്ചെത്തുന്ന ജാനുവിന് പക്ഷേ, റിയയെ തനിച്ചാക്കി ഇംഗ്ലണ്ടിലേക്ക് പോകേണ്ടിവരുന്നു. അർജ്ജുനുമൊത്തുള്ള ഇംഗ്ലണ്ടിലെ

ഒരു വർഷത്തെ ജീവിതം ജാനുവിനെ സംബന്ധിച്ച് മനോഹരമായിരുന്നിരിക്കണം. വിവാഹബന്ധം വേർപെടുത്തൽ സുരേഷിനും കുടുംബത്തിനും ഒരു പ്രെസ്റ്റീജിയസ് ഇഷ്യൂ ആയിരുന്നു. ഒരു വർഷത്തിനുശേഷം കേരളത്തിൽ തിരിച്ചുവന്ന ജാനു നിയമപരമായ ഒട്ടേറെ നൂലാമാലകൾക്ക് ശേഷം വിവാഹബന്ധം വേർപെടുത്തുകയും തന്റെ ജീവിതത്തിലെ ഇരുണ്ട അധ്യായങ്ങൾക്ക് വിരാമമിട്ടുകൊണ്ട് ഇംഗ്ലണ്ടിൽ അർജ്ജുനും റിയയുമൊത്ത് പുതിയൊരു ജീവിതം ആരംഭിക്കുകയും ചെയ്യുന്നു.

മകളുടെ ലേണിങ്ങ് ഡിസെബിലിറ്റിയിലേക്കാൾ ജാനുവിനെ വേദനിപ്പിച്ചത് അതിനെ മറ്റുള്ളവർ നോക്കിക്കാണുന്ന രീതിയായിരുന്നു. മനഃപൂർവ്വമായിരിക്കില്ലെങ്കിലും പലരുടേയും ചോദ്യങ്ങൾ മുറിവുകളുണ്ടാക്കുന്നു. പരാജയപ്പെട്ട വിവാഹജീവിതം ഉപേക്ഷിച്ച് മകളേയും കൂട്ടി ലണ്ടനിലേക്ക് പോകുമ്പോൾ അതുവരെയുള്ള ജീവിതത്തിൽനിന്ന് അവൾ ഒരുപാട് പഠിച്ചിരുന്നു. വൈകല്യത്തെ ഒരു വിശകലനവിഭാഗമായും പ്രതിനിധാന സംവിധാനമായും സംയോജിപ്പിക്കുന്നത് ഫെമിനിസ്റ്റ് സിദ്ധാന്തത്തെ ആഴത്തിലാക്കുകയും വിപുലീകരിക്കുകയും വെല്ലുവിളിക്കുകയും ചെയ്യുന്നു. (Garland, Rosemary, Thomson 1997: 14) 2 ആദ്യമായി സ്വന്തമായി തനിക്കും മകൾക്കും വേണ്ടിയെടുത്ത തീരുമാനമായിരുന്നു അത്. അപ്പോഴേക്കും പത്തുവർഷം ജീവിതത്തിൽനിന്നും കൊഴിഞ്ഞുപോയിരുന്നു. ഒരു സ്ത്രീ കടന്നുപോകുന്ന മാനസികതലങ്ങളെ സത്യസന്ധമായി ആവിഷ്കരിക്കുന്നുണ്ടിവിടെ.

ലണ്ടനിൽവെച്ച് ബാല്യകാല സുഹൃത്തായിരുന്ന അഷുതോഷ് മിശ്രയെ വീണ്ടും കണ്ടുമുട്ടിയപ്പോൾ താനറിയുന്ന ജയശ്രീക്ക് ഇങ്ങനെയൊന്നും സംഭവിക്കില്ലായിരുന്നല്ലോ എന്ന് ആശ്ചര്യപ്പെട്ട അശുതോഷിനുവേണ്ടി എഴുതിത്തുടങ്ങിയ ജയശ്രീയുടെ കത്തുകളാണ് ജന്മാന്തരവാഗ്ദാനങ്ങളാകുന്നത്. കുറേ പേജുകൾ എഴുതിക്കഴിഞ്ഞപ്പോഴാണ് അതുവെറും കത്തുകളല്ല; അതിൽ ഒരു നോവൽ തന്നെയുണ്ടെന്നു തിരിച്ചറിയുന്നത്. അങ്ങനെ ജീവിതത്തിൽനിന്ന് കുറേ കഥാപാത്രങ്ങളെ ഒഴിവാക്കിയും കുറേയൊക്കെ കൂട്ടിച്ചേർത്തും നോവൽ പൂർത്തിയാകുന്നു.

പരസ്പരം പിരിഞ്ഞ ജാനുവും സുരേഷും സന്തോഷത്തോടെ ജീവിക്കുന്നു. ജാനു തന്റെ പൂമ്പാറ്റക്കുഞ്ഞിനൊപ്പം ലണ്ടനിൽ എത്തി ജീവിതത്തോട് ഒരുമിക്കുന്നു. ഈ പ്രപഞ്ചത്തിൽ സംഭവിക്കുന്നതിനെല്ലാം ഒരു കാരണമുണ്ടെന്നും അത്തരമൊരു ജന്മാന്തര

വാഗ്ദാനംകൊണ്ടാണ് തന്റെ ഇഷ്ടങ്ങളോട് വീണ്ടും ഒന്നിച്ചു ചേരാൻ ആയതെന്നും ജാനു പറയുന്നുണ്ട്. വായിച്ചുതീർന്നാലും തീരാതെ, നമ്മുടെ മനസ്സിൽ കെടാതെ എരിയുന്ന വേദനയുടെ പൊരികളുണ്ട് ഈ രചനയിൽ.

കുറിപ്പുകൾ

1. In discussing Passing and other strategies used by stigmatized people to win acceptance, he implicitly pointed out how the significance of disability is soually formed and canvary by time and plaxe (Goff man, Erving 1963:4)

2. Integrating disability as a category of abalysis and a system of representation deepens, expands, and xhallenges feminist theory (Garland, Rosemary, Thomson 1999:14)

Reference Books

1. ജയശ്രീമിശ്ര 2001 ജന്മാന്തരവാഗ്ദാനങ്ങൾ, ഡിസി ബുക്സ്, കോട്ടയം.

2. ഷീബ എം കുര്യൻ 2022 ഉൾക്കൊള്ളലിന്റെ സാംസ്കാരികാഖ്യാനങ്ങൾ. ഭിന്നശേഷിയും മാനവികാനന്തരതയും വിജ്ഞാനകൈരളി, നവംബർ 22 വാല്യം 54 ലക്കം11.

3. സുകുമാരൻ, വി. പ്രൊഫ, 2011 സ്ത്രീ എഴുത്തും വിമോചനവും, ചിന്താപബ്ലിഷേഴ്സ്, തിരുവനന്തപുരം.

4. Garland, Rosemary, Thomson, 1997, Extracrdinrry Bodies figuring physical Disability in Americal culture and Literature, Columbia University Press.

5. Goffman, Erving, 1963, Stigma: Notes on the Management of spoiled identify, Newyork: Simon and Schuster.

5

ശേഷീപരിമിതി വാദം മലയാള ചെറുകഥയിൽ

(എം.ടിയുടെ 'ഇരുട്ടിന്റെ ആത്മാവ്' എന്ന കഥയെ മുൻനിർത്തി ഒരാലോചന)

ഡോ. ശോഭിത ജോയ്

ശേഷീപരിമിതിവാദം (Ableism)എന്ന പരികല്പന ശാരീരികമോ മാനസികമോ ബൗദ്ധികമോ ഇന്ദ്രിയസംബന്ധിയോ വികസനപരമോ ആയ അപര്യാപ്തതകളെ പ്രതിപാദിക്കുന്നു. വ്യക്തികൾക്കും സമൂഹത്തിനും ഇതുകൊണ്ടുണ്ടാകുന്ന പ്രശ്നങ്ങൾ വലുതാണ്. ശേഷീവാദം എന്ന പ്രയോഗത്തിന്റെ പരിധിയിൽ ശാരീരികവും മാനസികവുമായ വെല്ലുവിളികൾ നേരിടുന്നവരാണ് മുഖ്യമായും ഉൾപ്പെടുന്നത്.

അംഗവൈകല്യം എന്ന വാക്കിന് പരിഹാസസ്വഭാവമുണ്ടെന്നു കരുതി ഭിന്നശേഷി എന്ന പദം സാധാരണയായി ഉപയോഗിക്കുന്നു. വൈകല്യമുള്ളയാളുകൾക്ക് ചിലപ്പോൾ മറ്റേതെങ്കിലുംകഴിവ് നന്നായി ഉപയോഗിക്കാൻ സാധിക്കുന്നുണ്ടെങ്കിൽ ആ വ്യക്തിക്ക് ശാരീരികപരിമിതിയല്ല ശേഷിയാണ് എന്ന അർത്ഥത്തിൽ ഭിന്നശേഷി എന്ന പദം ഉപയോഗിക്കുന്നു. കാഴ്ച പരിമിതിയുള്ള കുട്ടി നന്നായിപാടുന്നതും ഓട്ടിസം ബാധിച്ച കുട്ടി നന്നായി ചിത്രം വരയ്ക്കുന്നതും വൈകല്യമല്ല ഭിന്നശേഷിയായി വിലയിരുത്തപ്പെടുന്നു. അതിനാൽ വൈകല്യാവസ്ഥ പരിമിതിയായി പരിഗണിക്കേണ്ടവയല്ല. ശാരീരികഅസുഖങ്ങൾ പോലെ പരിഗണിക്കേണ്ടവയാണങ്കിലും മാനസികമായ അവശത ഇന്നും പരിഹാസത്തിന് വിധേയമാവുന്നു എന്ന കാര്യം നിലനിൽക്കുന്നു. ചട്ടനും പൊട്ടനും മന്ദബുദ്ധിയും തുടങ്ങിയ പദങ്ങൾ പരിഹാസരൂപേണ സാധാരണ വ്യവഹാരങ്ങളിൽ ഇന്നും സജീവമാണ്. മാനസികമെന്നും ശാരീരികമെന്നും രണ്ടുതരത്തിലാണ് ശേഷികളെ വിലയിരു

ത്തുന്നത്. ശാരീരികവൈകല്യം ബാഹ്യസൗന്ദര്യവുമായി ബന്ധപ്പെട്ടും മാനസികവൈകല്യത്തെ മാനസികവളർച്ചയുടെ വിവിധമാനങ്ങളെ മുൻനിർത്തിയുമാണ് വ്യവഹരിക്കാറുള്ളത്.

എം.ടി. വാസുദേവൻ നായർ രചിച്ച ഇരുട്ടിന്റെ ആത്മാവ് എന്ന പ്രഖ്യാതകഥയെ ശേഷീവാദവുമായി ബന്ധിപ്പിച്ച് സാഹിത്യത്തിലെ മാനസികവൈകല്യത്തെവാദത്തെ മുൻനിർത്തിയുള്ള വായനയാണിത്.

ശേഷീപരിമിതി എന്ന അവസ്ഥ, വ്യക്തിപരമല്ല. മറിച്ച്, സാമൂഹികവും സാംസ്കാരികവുമായ ഒരു അവസ്ഥാവിശേഷമായാണ് ചിത്രീകരിക്കപ്പെടുന്നത്. കുടുംബത്തെയും കുടുബബന്ധങ്ങളെയും ശിഥിലമാക്കാനും തകർത്തുകളയാനുമുള്ള ശക്തി അവയ്ക്കുണ്ട്. മാതാപിതാക്കളുടെ പാപകർമ്മമാണ് ഇത്തരമൊരവസ്ഥക്ക് കാരണമെന്ന പൊതുധാരണയെ വിമർശനാത്മകമായി കാണേണ്ടതുണ്ട്. സമൂഹം ഈ വിശ്വാസത്തിൽ ഒരു പങ്കാളിയാണ്. ശേഷീപരിമിതി ഉള്ളവരെ സഹതാപത്തോടെയാണ് ഇന്നും സമൂഹം കാണുന്നത്. സംതൃപ്തമായ ജീവിതം നയിക്കാൻസാധിക്കാത്തവർ എന്ന അർത്ഥത്തിൽ ദുരന്തവ്യക്തിത്വങ്ങളായാണ് സമൂഹത്തിൽ അവർ നിലനിൽക്കുന്നത്. പുതിയ ശാസ്ത്രസാങ്കേതികലോകത്തെ നിരാകരിക്കുന്ന ഒന്നുകൂടിയാണിത്.

പരിമിതികളെ അതായി മനസ്സിലാക്കാൻ സാധിക്കാതെപോകുന്നതിൽ സമൂഹത്തിന്റെ മുൻധാരണകൾക്ക് (Taboos)പങ്കുണ്ട്. പരിഹാസം രൂപപ്പെടുന്നത് അവരുടെ പ്രശ്നങ്ങളെ, പരിമിതികളെ സമൂഹം ഒരു കുറവായി കണക്കാക്കുമ്പോഴാണ്. സസമൂഹം പരിമിതികളെ പരിഹാസവിധേയമാക്കുമ്പോൾ പരിമിതരുമായി ചുറ്റപ്പെട്ടുനിൽക്കുന്ന സമൂഹം കഠിനമായ സംഘർഷത്തിലാകും എന്നു കാണാം.

എം.ടി. വാസുദേവൻ നായരുടെ മനോഹരമായ ചെറുകഥയാണ് ഇരുട്ടിന്റെ ആത്മാവ്. വേലായുധൻ, അമ്മുക്കുട്ടി, അച്ചുതൻനായർ, അമ്മാമ, വല്യമ്മ, ഗോപി, ശങ്കരൻകുട്ടി, മുത്തശ്ശി, തുടങ്ങിയ കഥാപാത്രങ്ങളാണ് കഥയിലുള്ളത്. ബുദ്ധിവൈകല്യം സംഭവിച്ച വേലായുധൻ എന്ന ഇരുപത്തൊന്നുകാരന്റെ കഥയാണ് ഇരുട്ടിന്റെ ആത്മാവ്. വേലായുധനിലൂടെയാണ് കഥ മുന്നോട്ട് പോകുന്നത്. മറ്റുള്ളവർ അവനെ ഭ്രാന്തൻ എന്ന് മുദ്രകുത്തുമ്പോൾ തനിക്കു ഭ്രാന്തില്ല എന്ന് സ്വയം തിരിച്ചറിയുന്ന വേലായുധന്റെ ഇഷ്ടങ്ങളും ഇഷ്ടപ്പെട്ടവരും കഥയിൽ കടന്നുവരുന്നുണ്ട്. മാനസികവളർച്ചാവൈ

കല്യമുള്ള വേലായുധൻ പ്രകൃതിയോടു താല്പര്യമുള്ളവനാണ്. സാമൂഹികവും വൈകാരികവുമായ ഒറ്റപ്പെടൽ/ചൂഷണം വേലായുധൻ നേരിടുന്നുണ്ട്. തികഞ്ഞ നിഷ്കളങ്കതയും ആത്മാർത്ഥതയും വേലായുധനിലുണ്ട്. മുത്തശ്ശിയും അമ്മുക്കുട്ടിയും ഇഷ്ടത്തോടെ മാത്രമെ അവനോട് പെരുമാറിട്ടുള്ളൂ. അതുകൊണ്ടുതന്നെ അവരെ ചീത്തപറയുകയോ ശകാരിക്കുകയോ ചെയ്യുന്നവരെയെല്ലാം കൊല്ലണമെന്ന് വേലായുധൻ ആഗ്രഹിക്കുന്നു. അമ്മുക്കുട്ടിയെ കാണാനും തനിക്ക് ഭ്രാന്തില്ലെന്നു പറയാനും വേണ്ടിയാണ് ചങ്ങലക്കെട്ടിൽനിന്നു വേലായുധൻ രക്ഷപെട്ടോടുന്നത്. എന്നാൽ അമ്മുക്കുട്ടി വേലായുധനെ കണ്ട മാത്രയിൽ ഭ്രാന്തൻ എന്നു നിലവിളിക്കുന്നതോടെ വേലായുധന്റെ തകർച്ച പൂർണ്ണമാകുന്നു. ഉമ്മറത്ത് വടിയുമായി നിൽക്കുന്ന അമ്മാമയോട് തനിക്ക് ഭ്രാന്താണ് തന്നെ ചങ്ങലയ്ക്കിടൂ, എന്ന് പറയുന്നിടത്ത് കഥ അവസാനിക്കുന്നു.

ക്ഷയിച്ചുവരുന്ന ഫ്യൂഡൽവ്യവസ്ഥിതിയിലും സാമ്പത്തികകാര്യങ്ങളിലും പരമ്പരാഗതകുടുംബഘടനകൾക്കിടയിലുള്ള പിരിമുറുക്കങ്ങളെ ഒരു കേന്ദ്രകഥാപാത്രത്തെ മുൻനിർത്തി അവതരിപ്പിച്ച കഥയാണിത്. ഫ്യൂഡൽ നൊസ്റ്റാൾജിയയുടെ മെലോഡ്രാമയാണ് എം.ടി ഇവിടെ അവതരിപ്പിക്കുന്നത്. അതാവട്ടെ നമ്മുടെ സാമൂഹ്യമനഃശാസ്ത്രത്തെ തുറന്നുകാട്ടുന്നു.

യാത്രയ്ക്കൊപ്പം വായനക്കാരും ഒപ്പം നടക്കുന്നുണ്ട്. വേലായുധൻ വഴിയരികിലൂടെ നടന്ന് എത്തിച്ചേർന്നത് തോട്ടുവക്കത്താണ്. അവിടെനിന്ന് ഇടവഴിയിലേക്കയാൾ പ്രവേശിച്ചു. ഇരുവശത്തും വൃക്ഷങ്ങൾ ഇടതിങ്ങിനിൽക്കുന്ന ആ ഇടവഴിയിലൂടെ നടക്കുമ്പോൾ താഴെ മണ്ണിൽ കുന്നിമണികൾ വീണുകിടക്കുന്നത് അയാൾ കണ്ടു. ആ ഇടവഴിയിലിരുന്ന് ചെറുപ്പത്തിൽ എത്ര കളിച്ചതാണ് എന്നയാൾ ഓർക്കുന്നുണ്ട്. അവന്റെ ഓർമ്മകളിൽ ബാല്യകാലത്തിന്റെ രസം ഏറെസജീവമാണ്. എങ്കിലും ഇടയ്ക്കിടയ്ക്ക് കേൾക്കുന്ന 'സുകൃതക്ഷയം സുകൃതക്ഷയം' എന്ന ആത്മരോദനം സാമൂഹത്തിന്റെ വിധിവിശ്വാസങ്ങളുമായി ചൂഴ്ന്നുനിൽപ്പുണ്ട്.

നോവുകൊണ്ട് ആകാശം സൃഷ്ടിച്ച കഥയാണ് ഇരുട്ടിന്റെ ആത്മാവ്. വേലായുധൻ എന്ന കഥാപാത്രമാകട്ടെ വേദനകളുടെ ആൾരൂപമായാണ് പ്രത്യക്ഷപ്പെടുന്നത്. രോഗംമാറിയിട്ടും വീട്ടുകാർക്കുപോലും അത് അംഗീകരിക്കാൻ ആകുന്നില്ലെന്നതും ജീവിതകാലം മുഴുവൻ ഭ്രാന്തനെന്നു മുദ്രചാർത്തപ്പെട്ടു കഴിയേണ്ടവനാ

ണെന്നും തന്റെ ദുർഗതിക്ക് അന്ത്യമുണ്ടാകില്ലന്നും അയാൾ തിരിച്ചറിയുന്നുണ്ട്.

വേലായുധന്റെ മാനസികപരിമിതിയെ അവതരിപ്പിച്ച ഇരുട്ടിന്റെ ആത്മാവ് എന്ന ചെറുകഥ, മലയാളസാഹിത്യത്തിലെ ഫ്യൂഡൽസമൂഹത്തെ നോക്കിയാണ് അലറിയത്. മാനസികപരിമിതിയെ പരിഹാസത്തിനു വിധേയമാക്കുന്ന ഫ്യൂഡൽ വ്യവസ്ഥിതിയുടെ അവതരണമാണ് ഈ ചെറുകഥയിലുള്ളത്. പൊതുസമൂഹത്തിൽ നിലനിൽക്കുന്ന ശേഷീസങ്കല്പങ്ങളെ പ്രശ്നവൽക്കരിക്കുന്ന ചെറുകഥയായി ഇരുട്ടിന്റെ ആത്മാവ് എന്ന ചെറുകഥ മാറുന്നുണ്ട്.

സഹായകഗ്രന്ഥങ്ങൾ

- എം.ടി. വാസുദേവൻ നായർ, എം.ടിയുടെ കഥകൾ, ഡി.സി ബുക്സ് കോട്ടയം, 2016.
- ടോണി മാത്യു, എം.ടി. കലയുടെ ദേവദൂതൻ, വിദ്യാർത്ഥിമിത്രം ബുക്ക്ഡിപ്പോ, കോട്ടയം 1996.

6

മലയാളസിനിമയിലെ പഠനവൈകല്യത്തിന്റെ കാണാപ്പുറങ്ങൾ

ഗ്രീഷ്മ പാപ്പച്ചൻ

ഭിന്നശേഷിയെ മുൻകാലങ്ങളിൽ വൈദ്യശാസ്ത്രസമീപനരീതിയിലൂടെ മാത്രമാണ് ലോകം നോക്കിക്കണ്ടിരുന്നത്. യു.എൻ.സി.ആർ.പി.ഡി. (United Nations Convention for the Rights of Perosns with Disability) യുടെയും ലോകാരോഗ്യസംഘടനയുടെയും പുതിയ കാഴ്ചപ്പാടനുസരിച്ച് വൈകല്യമുള്ളവർ എന്ന ആശയത്തെ ശാരീരികമോ മാനസികമോ ബുദ്ധിപരമോ സംവേദനപരമോ ആയ ചിലയിനം ബലഹീനതകളിലേക്ക് ചുരുക്കുന്നില്ല മറിച്ച് ഭിന്നശേഷിയെ വൈദ്യശാസ്ത്രപരമായ നിർവ്വചനങ്ങളിൽ നിന്ന് സാമൂഹികമായ നിർവ്വചനങ്ങളിലേക്ക് കൊണ്ടുവരികയാണ് ചെയ്യുന്നത്. ഒരാളുടെ ശാരീരികമോ മാനസികമോ ബുദ്ധിപരമോ സവേദനപരമോ ആയ ബലഹീനതകൾ അല്ല, പകരം സമൂഹത്തിലെ അല്ലെങ്കിൽ മറ്റു ഘടനകളിൽ നിന്നുണ്ടാകുന്ന തടസ്സം മൂലം പൂർണ്ണവും ഗുണപരവുമായ സാമൂഹ്യഇടപെടലുകൾ നടത്താൻ കഴിയാത്ത അവസ്ഥയെയാണ് സാമൂഹികമായ നിർവ്വചനം കൊണ്ട് അർത്ഥമാക്കുന്നത്.

സാമൂഹ്യചുറ്റുപാടുകളെ സൂക്ഷ്മവിശകലനത്തിന് വിധേയമാക്കികൊണ്ട് സിനിമ എന്ന മാധ്യമത്തിലൂടെ നേർക്കാഴ്ചകളെ ആവിഷ്കരിക്കുന്ന സംവിധായകൻ മനുഷ്യമനസ്സുകളിൽ വൈകാരികമായ ഇടപെടലുകൾക്ക് വഴിയൊരുക്കുന്നുവെങ്കിലും മലയാളസിനിമയിലെ ഭിന്നശേഷി അവതരണങ്ങളിൽ ഇനിയും മാറ്റങ്ങൾ അനിവാര്യമാണ്. ഡിസെബിലിറ്റി (Disability) എന്ന ഇംഗ്ലീഷ് വാക്കിനു പദാനുപദ തർജിമ ഇല്ലെങ്കിലും ലഭ്യമായതിൽ വച്ച് ഏറ്റവും അനുയോജ്യമായ മലയാളപദമാണ് ഭിന്നശേഷി. എന്നാൽ 'പഠന വൈകല്യം' (Learning Disability) എന്ന പദത്തിലെ 'വൈക

ല്യ'ത്തിന് പകരമായി മറ്റു പദങ്ങൾ ലഭ്യമായിട്ടില്ല.

ഭിന്നശേഷി കഥാപാത്രങ്ങളെ ഉൾക്കൊള്ളിച്ചുകൊണ്ടുള്ള അനേകം സിനിമകൾ മലയാളത്തിൽ ഉണ്ടെങ്കിലും ഭിന്നശേഷിക്കാർ അനുഭവിക്കുന്ന യഥാർത്ഥ ബുദ്ധിമുട്ടുകളെയും സാമൂഹിക മാനസിക പ്രശ്നങ്ങളെയും ഉടനീളം ചിത്രീകരിക്കുന്ന സിനിമകൾ മലയാളത്തിൽ താരതമ്യേന കുറവാണ് എന്നത് സിനിമാവ്യവസായത്തിന്റെ പരിമിതിയെ ചൂണ്ടിക്കാട്ടുന്നു. ഭിന്നശേഷി കഥാപാത്രങ്ങളിൽ പഠനവൈകല്യമുള്ള കഥാപാത്രത്തിന്റെ ബുദ്ധിമുട്ടുകളും മാനസികപ്രശ്നങ്ങളും ഉടനീളം ചിത്രീകരിച്ച ഇന്ത്യയിലെ ഏക സിനിമ ഹിന്ദി ഭാഷയിൽ ഇറങ്ങിയ 'താരേ സമീൻ പർ' എന്ന സിനിമയാണ്. കാഴ്ച പരിമിതരായ വ്യക്തികളോട് എന്തുകൊണ്ടാണ് നിറങ്ങൾ തിരിച്ചറിയാത്തതെന്നും, ശ്രവണ പരിമിതരോട് എന്തുകൊണ്ട് സംഗീതം ആസ്വദിക്കുന്നില്ല എന്നും, സെറിബൽ പാഴ്സി ബാധിതരായവരോട് എന്തുകൊണ്ടാണ് ഓട്ടത്തിൽ പങ്കെടുക്കാത്തത് എന്നും ആരും ചോദിക്കുകയില്ല, മറിച്ച് അവർക്ക് ആവശ്യമായ പ്രചോദനവും ബദൽമാർഗ്ഗങ്ങളും ഒരുക്കും.

എന്നാൽ പഠനവൈകല്യമുള്ള വ്യക്തികൾ എന്നും രക്ഷിതാക്കളാലും സമൂഹത്താലും ശകാരവാക്കുകൾ കേൾക്കാൻ വിധിക്കപ്പെട്ടവരാകുന്നു. അമേരിക്കൻ ഗവൺമെൻറ് പഠനവൈകല്യത്തെ ഭാഷയുടെ വിവിധതലത്തിലുള്ള പ്രായോഗിക പരിജ്ഞാനം, സംസാരം, വായന, എഴുത്ത് സംക്ഷിപ്തമാക്കുന്നതിലുള്ള ബുദ്ധിപരമോ മനഃശാസ്ത്രപരമോ ആയ ഒന്നോ അതിലധികമോ ഘടകങ്ങളുടെ അപര്യാപ്തതയായിട്ടാണ് കണക്കാക്കുന്നത്. തന്മൂലം വ്യക്തിയുടെ ശ്രദ്ധ, ചിന്ത, സംസാരം, വായന, എഴുത്ത്, അക്ഷരശുദ്ധി, ഗണിതശാസ്ത്ര സംബന്ധമായ കഴിവുകൾ എന്നിവ അപര്യാപ്തവും അപൂർണ്ണവും ആകുന്നു.

പഠനവൈകല്യമുള്ള കഥാപാത്രങ്ങൾ മലയാളസിനിമയിൽ ഉണ്ടെങ്കിലും അവരെ പരിഹാസകഥാപാത്രങ്ങളായും ഒന്നിനും കൊള്ളരുതാത്ത വ്യക്തികളായും സഹാനുഭൂതി നേരിടുന്ന വ്യക്തികളായുമാണ് ചിത്രീകരിക്കുന്നത്. അപൂർവ്വം ചില സിനിമകളിൽ ഇവരെ വീരേതിഹാസങ്ങളായും ചിത്രീകരിച്ചിട്ടുണ്ട്. 1998 -ൽ രാജൻ ശങ്കരാടി സംവിധാനം ചെയ്ത മീനത്തിൽ താലികെട്ട് എന്ന മലയാള സിനിമയിലെ ഓമനക്കുട്ടൻ എന്ന കഥാപാത്രവും, 1995 -ൽ ഭദ്രൻ സംവിധാനം ചെയ്ത സ്ഫടികം എന്ന സിനിമയിലെ തോമ, 2013 -ൽ റോജിൻ തോമസ്, ഷാനിൽ മുഹമ്മദ് കൂട്ടുകെ

ട്ടിൽ സംവിധാനം ചെയ്ത ഫിലിപ്സ് ആന്റ് ദി മങ്കി പെൻ എന്ന സിനിമയിലെ റെയാൻ, 2014-ൽ വൈശാഖ് സംവിധാനം ചെയ്ത കസിൻസ് എന്ന സിനിമയിലെ പോളി, 2015-ൽ രാജേഷ് പിള്ള സംവിധാനം ചെയ്ത മിലി എന്ന സിനിമയിലെ മിലി, 2021 -ൽ അനീഷ് വി.എ സംവിധാനം ചെയ്ത വിഡ്ഢികളുടെ മാഷ് എന്ന സിനിമയിൽ സതീഷ്, 2019 -ൽ ടോം ഇമ്മട്ടി സംവിധാനം ചെയ്ത ഗാംബ്ലർ എന്ന സിനിമയിലെ ഫ്രാൻസ് ലാസർ തുടങ്ങിയ കഥാപാത്രങ്ങൾ പഠനവൈകല്യത്തിന്റെ ഉദാത്തമാതൃകകളാണ്. പഠന വൈകല്യത്തെ ആവിഷ്കരിക്കുന്ന മലയാളസിനിമകളിൽ ഏറ്റവും ശ്രദ്ധേയമായ സിനിമയാണ് ഗാംബ്ലർ. ഈ സിനിമയെ മുൻനിർത്തിക്കൊണ്ടാണ് ഈ ലേഖനം മുന്നോട്ടുപോകുന്നത്.

ദി ഗാംബ്ലർ

2019 - ലെ ചൂതാട്ടക്കാരൻ എന്ന അർത്ഥം വരുന്ന ഗാംബ്ലർ സിനിമയ്ക്ക് ഏറ്റവും അനുയോജ്യമായ പേര് തന്നെയാണ് സംവിധായകൻ ടോം ഇമ്മട്ടി നൽകിയിരിക്കുന്നതെന്ന് സിനിമയിൽ നിന്ന് വ്യക്തമാണ്. ഗാംബ്ലർ സിനിമയിലെ ഫ്രാൻസ് ലാസർ എന്ന കഥാപാത്രം പഠന വൈകല്യത്തിലെ (Learning Disability) എഴുതുന്നതിലും വാക്കുകളുടെ സ്പെല്ലിങ് ഓർത്തു വയ്ക്കാനുള്ള ബുദ്ധിമുട്ടുമൂലം (Dyosrthographia) അധ്യാപികയാലും രക്ഷിതാക്കളാലും ശകാരവാക്കുകൾ കേൾക്കേണ്ടിവരുന്ന ഒരു വിദ്യാർത്ഥിയാണ്. ഫ്രാൻസ് ലാസറിന്റെ പഠനനിലവാരത്തെക്കുറിച്ച് സംസാരിക്കാൻ വേണ്ടി എല്ലാ മാസവും അധ്യാപിക രക്ഷിതാക്കളെ വിളിക്കാറുണ്ട്, ആദ്യതവണ രക്ഷിതാക്കളെ കാണുമ്പോൾ അധ്യാപിക പറയുന്നത് 'ഫ്രാൻസ് എന്താണ് ഇങ്ങനെ? ഫ്രാൻസ് ലാസർ എന്ന പേര് പോലും തെറ്റ് കൂടാതെ എഴുതാൻ അറിയില്ല.' എന്നാണ്. ഇനി ഞങ്ങൾ ശ്രദ്ധിച്ചോളാം എന്ന് പറഞ്ഞ് പിതാവായ ആൻസൻ സ്കൂളിൽ നിന്നും മടങ്ങുന്നു.

രണ്ടാം തവണ ആൻസന്റെ ഭാര്യ ഡയാനയാണ് സ്കൂളിലേക്ക് പോയത് അപ്പോഴും കേട്ടെഴുത്തിൽ മുഴുവൻ തെറ്റിച്ചെഴുതിയതും പോരാഞ്ഞ് മുഴുവൻ മാർക്ക് അടയാളപ്പെടുത്തിയതിന്റെ പരാതിയാണ് അധ്യാപിക പറയുന്നത്. ഞങ്ങൾ ഇനി ശ്രദ്ധിച്ചോളാം എന്നു പറഞ്ഞ് ഫ്രാൻസിന്റെ അമ്മയും സ്കൂളിൽനിന്ന് മടങ്ങുന്നു. മൂന്നാം തവണ പിതാവായ ആൻസനാണ് കുട്ടിയുമായി അധ്യാപികയുടെ മുമ്പിലെത്തുന്നത്. അപ്പോഴും അധ്യാപിക പറയുന്നത്

ഇങ്ങനെയാണ്, നിങ്ങൾ രക്ഷിതാക്കൾ മാറിമാറി വരുന്നതല്ലാതെ കുട്ടിയിൽ ഒരു മാറ്റവുമില്ല സ്പെഷ്യൽ അറ്റൻഷൻ (പ്രത്യേക ശ്രദ്ധ) കൊടുക്കുന്നതായിരിക്കും നല്ലത്. മുൻപ് ആവർത്തിച്ചത് പോലെ ഞങ്ങൾ ഇനി ശ്രദ്ധിച്ചോളാം എന്ന ആൻസന്റെ മറുപടിയിൽ അധ്യാപിക പറയുന്നുണ്ട് ഇതു തന്നെയല്ലേ നിങ്ങൾ എല്ലാ പ്രാവശ്യവും പറയുന്നത്? എന്ന്. ഈ വാചകം ആൻസന്റെ മനസ്സിനെ വല്ലാതെ പിടിച്ചുലച്ചു. തുടർന്ന്, തന്റെ മകനല്ല പ്രശ്നം അവന്റെ ഉള്ളിലാണ് യഥാർത്ഥ പ്രശ്നം ഒളിഞ്ഞിരിക്കുന്നത് എന്ന് മനസ്സിലാക്കുകയും, ഫ്രാൻസിനെ ഇഷ്ടപ്പെട്ട കളിയിലൂടെയും ചിത്രരചനയിലൂടെയും പഠിക്കുകയാണ് എന്ന തോന്നൽ ഇല്ലാതെതന്നെ അവൻ പോലും അറിയാതെ അവനിലുള്ള കുറവുകളെ പരിഹരിക്കാൻ ആൻസൻ പരിശ്രമിച്ചു.

ചീട്ടുകളിച്ച് നടന്ന് ആൻസന്റെ പിതാവ് വരുത്തിവെച്ച ബാധ്യതകൾ നീക്കാൻ ശ്രമിക്കുന്നതിനിടയിൽ തന്റെ കുഞ്ഞ് പിതാവിനോടൊപ്പം ചീട്ടു കളിക്കുന്നത് കണ്ടപ്പോൾ ആൻസൻ തന്റെ കുഞ്ഞിന്റെ പഠനനിലവാരം മെച്ചപ്പെടുത്തുന്നതിനുള്ള ഉപാധിയായി അതിനെ മാറ്റിയെടുത്തു. ചീട്ടു കാർഡുകളിൽ ഓരോന്നിലും അക്ഷരങ്ങൾ ചേർക്കുകയും ചീട്ടുകളിയിലൂടെ കുഞ്ഞിനെ അക്ഷരങ്ങളും വാക്കുകളും പഠിപ്പിക്കാൻ തുടങ്ങി. ഒരു ദിവസം സ്കൂളിൽ ചീട്ടു കളിക്കുന്നതിനിടയിൽ ഹിന്ദി അധ്യാപിക കുട്ടിയെ ഹെഡ്മാസ്റ്ററുടെ അടുത്തേക്ക് കൊണ്ടുപോവുകയും ആൻസനെ അധ്യാപിക സ്കൂളിലേക്ക് വിളിപ്പിക്കുകയും ചെയ്തു. പ്രധാന അധ്യാപകനും ഹിന്ദി അധ്യാപികയും ക്ലാസ് അധ്യാപികയും കുട്ടിയെ സ്കൂളിൽ നിന്ന് മാറ്റണമെന്നും ഈ സ്കൂളിലെ മൂന്നു മോശം കുട്ടികളിൽ ഒരാളാണ് ഇവൻ എന്നും കുട്ടിയിരിക്കുമ്പോൾ തന്നെ പറയുകയും ചെയ്തപ്പോൾ ആൻസൻ പ്രധാന അധ്യാപകനോട് ഫ്രാൻസിനിത് മാനസിക പ്രശ്നത്തിന് കാരണമാകുമെന്നും തനിക്ക് ഒരു അവസരം കൂടി വേണമെന്ന് ആവശ്യപ്പെടുകയും ചെയ്യുന്നുണ്ട്.

സ്കൂളിൽ മോശം നിലവാരം പുലർത്തിയിരുന്ന ഫ്രാൻസിന് പിതാവ് നല്ലൊരു മോട്ടിവേറ്റർ ആവുകയും അവനിൽ ആത്മവിശ്വാസം വളർത്തുകയും ചെയ്തു. ചീട്ടുകളിക്ക് 'അയ്യോ കാർഡ്' (io card) എന്ന പേര് നൽകി ചീട്ടുകെട്ടിൽ നിന്ന് കാർഡുകൾ എടുത്ത് അക്ഷരങ്ങൾ കൂട്ടിച്ചേർത്ത് വാക്കുകൾ സൃഷ്ടിക്കുന്നതിൽ മിടുക്കനാക്കുകയും ചെയ്തു. പിന്നീട് അതുവരെ മോശം വിദ്യാർ

ത്ഥി എന്ന് മുദ്രകുത്തിയ ക്ലാസ്ടീച്ചർ തന്നെ കുട്ടിയുടെ പ്രകടനം കണ്ട് സ്പെല്ലിംഗ് കോമ്പറ്റീഷനിൽ ഫ്രാൻസിനെ പങ്കെടുപ്പിക്കണമെന്ന് രക്ഷിതാവിനോട് പറയുന്നുണ്ട്. തുടർന്ന് സ്പെല്ലിങ് കോമ്പറ്റീഷനിൽ ഫ്രാൻസ് ലാസർ പങ്കെടുക്കുകയും വിജയിക്കുകയും ചെയ്തു.

ഫ്രാൻസ് ലാസർ എന്ന കുട്ടിയിലെ പഠനവൈകല്യം

വാക്കുകളുടെ സ്പെല്ലിങ് എഴുതുന്നതിലുമുള്ള ബുദ്ധിമുട്ടിനെയാണ് Dyosrthographia എന്ന് പറയുന്നത്. പഠനവൈകല്യത്തിലെ അഞ്ച് ഘടകങ്ങളിൽ ഒന്നായ Dysgraphia യിൽ ഉൾപ്പെടുന്നതാണ് Dyosrthographia (writing and spelling). 'കൈകളിലേയും വിരലുകളിലേയും സൂക്ഷ്മപേശികളെ ഏകോപിപ്പിച്ച് വ്യക്തമായ രീതിയിൽ എഴുതുന്നതിനുള്ള കഴിവില്ലായ്മയാണ് ഡിസ്ഗ്രാഫിയ.' (വി.വി ജോസഫ്, നിന്റെ കുഞ്ഞിനെ നീ അറിയുമോ). ഡിസ്ഗ്രാഫിയ ഉള്ള കുട്ടികൾ അവർക്കു രൂപപ്പെടാത്ത (മനസ്സിലാകാത്ത) അക്ഷരങ്ങൾ വളരെ ചെറുതാക്കി എഴുതുന്നവരാണ്. എന്നാൽ തീരെ വൃത്തിയില്ലാത്ത രീതിയിൽ വലുതാക്കി, മുറിഞ്ഞ അക്ഷരങ്ങളായി എഴുതുന്നവരുമുണ്ട്. 'വാക്കുകൾ ശരിയായി എഴുതാനും, വ്യാകരണനിയമങ്ങൾ പാലിക്കാനും ഉള്ള ബുദ്ധിമുട്ട് കുട്ടികളിൽ വികസിക്കുന്ന ഒരു എഴുത്തുവൈകല്യമാണ് ഡിസോർത്തോഗ്രാഫി' (H. Minaifar). അവർക്കിത് ശബ്ദത്തിലും എഴുത്തിലും പ്രശ്നങ്ങൾ സൃഷ്ടിക്കും. ഡിസോർത്തോഗ്രാഫിയയുള്ള കുട്ടികൾ ചില അക്ഷരങ്ങളും അക്കങ്ങളും എങ്ങനെ എഴുതണമെന്ന് ഓർമിക്കാൻ സാധിക്കാത്തവരും അക്ഷരങ്ങളുടെയോ അക്കങ്ങളുടെയോ ആകൃതി മാറിപ്പോവുകയോ അപൂർണമായി എഴുത്തുകയോ ചെയ്യുന്നവരാണ്.

കൂടാതെ എഴുതുന്നതിനു മേലെ തിരുത്തലുകൾ വരുത്തുകയും ഇംഗ്ലീഷ് അക്ഷരമാലയിലെ വലിയ അക്ഷരവും ചെറിയ അക്ഷരവും പരസ്പരം മാറിപ്പോകുന്നവരുമാണ്. ക്ലാസ്സിൽ അധ്യാപിക അഞ്ചു വാക്ക് കേട്ടെഴുത്ത് പരീക്ഷ നടത്തുന്നതിൽ നിന്നും ഫ്രാൻസ്, Dysorthographia ഉള്ള കുട്ടിയാണെന്ന് മനസ്സിലാക്കാം. Butterfly എന്ന ഒറ്റവാക്കിനെ വാക്കുകൾക്കിടയിൽ സ്ഥലം വിട്ട് മൂന്നു വാക്കായിട്ടും വലിയ അക്ഷരവും ചെറിയ അക്ഷരവും കൂട്ടിച്ചേർത്തുമാണ് കുട്ടി എഴുതുന്നത്. (Ba tron Ryl) കൂടാതെ tbpwr ഉം ഒരുമിച്ച് എഴുതിയതുപോലെ അവ്യക്തമായ അക്ഷരവും അതിൽ

കാണുവാൻ കഴിയും. ശബ്ദാനുകരണമായി എഴുതുന്നതിലുള്ള അക്ഷരത്തെറ്റുകൾ മറ്റു വാക്കുകൾ പരിശോധിക്കുന്നതിൽ നിന്നും വ്യക്തമാണ്. Myna എന്നതിന് Mnya എന്നും, Fish എന്നതിന് FsiH എന്നും, Kangaroo എന്നതിന് kagnrou എന്നും, Octopus എന്നതിന് oKTPR എന്നുമാണ് കുട്ടി എഴുതുന്നത്. എഴുതുമ്പോൾ പ്രയോഗിക്കേണ്ട മർദ്ദവും വേഗതയും ഡിസ്ഗ്രാഫിയയുള്ള കുട്ടികൾക്ക് നിയന്ത്രിക്കാൻ ആവാത്തതുകൊണ്ട് വേഗത്തിൽ എഴുതാൻ ഇവർക്കാവില്ല, വേഗത്തിൽ എഴുതാൻ പ്രേരിപ്പിക്കുമ്പോൾ ഇവരിൽ ഉണ്ടാകുന്ന നൈരാശ്യം ആത്മവിശ്വാസത്തെ തകർക്കുന്നതിനിടയാക്കുന്നു. കൂടാതെ ശുഭാപ്തി വിശ്വാസമില്ലായ്മയും ഏതു കാര്യത്തിലും തോൽവി പ്രതീക്ഷിക്കുന്നവരുമാണിവർ.

ആശ്ചര്യചിഹ്നം, കോമ, വിരാമം, ചോദ്യചിഹ്നം തുടങ്ങിയ ചിഹ്നങ്ങൾ (punctuation) ഇത്തരം കുട്ടികളുടെ പുസ്തകത്തിൽ കാണാൻ വളരെ പ്രയാസമാണ്. പുസ്തകത്തിൽ നിന്നും ബോർഡിൽ നിന്നും പകർത്തി എഴുതാനുള്ള ബുദ്ധിമുട്ടു മൂലം പഠന വൈകല്യമുള്ള കുട്ടികളുടെ ക്ലാസ് നോട്ടുകൾ അപൂർണമായിരിക്കും. ഫ്രാൻസിനെ അമ്മ പഠിപ്പിക്കാൻ വിളിക്കുമ്പോൾ ക്ലാസ് നോട്ടുകൾ പൂർണ്ണമല്ലാത്തതിനാലും പഠിച്ചത് കിട്ടാതെ വരുമ്പോൾ അമ്മ വഴക്കു പറയുന്നതിനാലും അപ്പാപ്പനുമായുള്ള ചീട്ടു കളിയിൽ മുഴുകി ഫ്രാൻസ് ഇരിക്കുന്നത് കാണാം. ക്രിക്കറ്റ് പരിശീലനത്തിനായി പിതാവ് ഫ്രാൻസിനെ ചേർക്കുമ്പോൾ 'നീ ഇന്ത്യയ്ക്ക് വേണ്ടി കളിക്കണമെന്നാണ് അപ്പന്റെ ആഗ്രഹം' എന്ന് പറയുന്നുണ്ട് എന്നാൽ ഞാൻ ജയിക്കുമോ എന്ന ശുഭാപ്തി വിശ്വാസമില്ലായ്മയാണ് തുടക്കത്തിൽ തന്നെ കുട്ടിയിൽ പ്രകടമാകുന്നത്. ഇതിനുപുറമെ പഠനവൈകല്യമുള്ള കുട്ടിയുടെ സ്വഭാവസവിശേഷതകൾ ഫ്രാൻസ് ലാസറിൽ കാണാൻ കഴിയും.

പിതാവ് ഫ്രാൻസിനെ പഠിപ്പിക്കാനിരുത്തുമ്പോൾ അവർ പറയുന്നുണ്ട് എനിക്ക് ഓർമ്മയില്ലെന്നാണ് അമ്മയും ടീച്ചറും പറയുന്നതെന്ന്. ഓർമിക്കുന്നതിലും ചിന്തിക്കുന്നതിലും ഉള്ള ന്യൂനതകളും, അധ്യയനത്തിൽ പ്രകടമായ ബുദ്ധിമുട്ടുകളും ഫ്രാൻസിനുണ്ടെന്നത് ചിത്രീകരണത്തിൽ നിന്നും വ്യക്തമാണ്. പഠനത്തിൽ ശ്രദ്ധ കേന്ദ്രീകരിക്കാൻ കുട്ടി ബുദ്ധിമുട്ടുന്നുണ്ടെങ്കിലും കളിക്കുന്ന കാര്യത്തിൽ അവൻ മിടുക്കനായിരുന്നു. ഫ്രാൻസിന്റെ അമ്മ പിതാവുമായി വഴക്കുകൂടി പിരിഞ്ഞിരിക്കുന്ന വേളയിൽ പിതാവായ ആൻസൻ ദേഷ്യപ്പെട്ട് കുട്ടിയോട് ഇങ്ങനെ പറയുന്നുണ്ട് 'നിന്റെ അമ്മ

പോയത് നീ പഠിക്കാത്തതുകൊണ്ട് കൂടിയാണെന്ന്' ഇത് കുട്ടിയിലെ വൈകാരികമായ അവസ്ഥയ്ക്കും തുടർന്ന് പഠിക്കണമെന്നുള്ള വ്യതിയാനത്തിനു കാരണമാവുകയും ചെയ്തു. പറയുന്ന കാര്യങ്ങൾ വേണ്ട രീതിയിൽ മനസ്സിലാക്കുവാൻ ഇത്തരം കുട്ടികൾക്ക് പ്രയാസമാണ്. പഠനവൈകല്യമുള്ള വ്യക്തികൾ ഭാവിയിൽ ഉണ്ടാകുന്ന നിരവധിപ്രശ്നങ്ങൾക്ക് ഉത്തരം കണ്ടെത്താനാവാതെ ജീവിതത്തിൽ പലപ്പോഴും പകച്ചു നിൽക്കാറുണ്ട്. അതിനാലാണ് ഫ്രാൻസിനോട് ജീവിതത്തിൽ വിജയിക്കാനുള്ള മാർഗങ്ങൾ സ്വന്തം അനുഭവത്തിൽ നിന്നുകൊണ്ടുതന്നെ പിതാവ് പറഞ്ഞു കൊടുക്കുന്നത്. അതിൽ ആദ്യത്തേത് സെറ്റ് എ ഗോൾ എന്നാണ്. പക്ഷേ, ഗോൾ അടിക്കണം എന്നാണ് കുട്ടി മനസ്സിലാക്കുന്നത്.

അതുപോലെ മറ്റൊരു അവസരത്തിൽ അപ്പാപ്പനുമായി ചീട്ടുകളിക്കുന്നതിനിടയിൽ ഫ്രാൻസ് പിതാവിനോട് ഞാനൊരു സയന്റിസ്റ്റ് ആകും എന്ന് പറയുമ്പോൾ അപ്പാപ്പൻ പറയുന്നുണ്ട്, 'എന്നിട്ട് വേണം ജയിലിൽ പോകാൻ ഈ ചാരകേസിൽ ഒക്കെ കുടുങ്ങിയിട്ട്' എന്ന്. അതിനു മറുപടിയായി ആൻസൻ മകന് ജീവിതത്തിൽ വിജയിക്കാനുള്ള രണ്ടാമത്തെ വഴിയായി നെഗറ്റീവ് പറയുന്നവരെ അകറ്റി നിർത്തണം എന്നാണ് പറയുന്നത്, എന്നാൽ ഫ്രാൻസിന് അത് എന്താണെന്ന് മനസ്സിലാകുന്നില്ല. ഇതുപോലെ സംസാരത്തിലും നടപ്പിലും ഇരിപ്പിലും ഭാവങ്ങളിലും എല്ലാം ഇത്തരം കുട്ടികളിൽ മാറ്റം ഉള്ളതായി കാണാം, സ്കൂളിൽ ഫ്രാൻസിന്റെ പെരുമാറ്റ രീതികളിൽ നിന്നും ഈ പ്രത്യേകതകൾ കാണാൻ സാധിക്കുമെങ്കിലും കുട്ടിയിലെ മാനസിക സംഘർഷാവതരണങ്ങൾ സിനിമയിൽ കുറവാണ്.

വീടിനും നാടിനും പ്രയോജനമില്ലാത്തവരായും പരിഹാസകഥാപാത്രങ്ങളായും സഹാനുഭൂതി നേരിടുന്ന വ്യക്തികളായും ബുദ്ധിമാന്ദ്യമുള്ളവരായുമാണ് പഠനവൈകല്യമുള്ളവരെ സമൂഹം നോക്കിക്കാണുന്നത്. സമൂഹത്തിന്റെ പൊതുബോധധാരയിലേക്ക് മാറ്റം സൃഷ്ടിക്കുവാൻ ഇന്ന് സമൂഹമാധ്യമങ്ങൾക്കും പ്രത്യേകിച്ച് സിനിമയ്ക്കും കഴിയുമെന്നത് ഒരു യാഥാർത്ഥ്യമാണ്. സമൂഹത്തിന്റെ ഓരോ സ്പന്ദനവും സാമൂഹമാധ്യമങ്ങൾ ഒപ്പിയെടുക്കുന്നുണ്ടെങ്കിലും ഭിന്നശേഷി എന്ന അവസ്ഥയെ അതിന്റെ പൂർണ്ണതയിൽ ഉൾക്കൊള്ളുവാൻ ഇനിയും പരിശ്രമിക്കേണ്ടിയിരിക്കുന്നു എന്നതു വാസ്തവം തന്നെയാണ്.

സഹായക ഗ്രന്ഥങ്ങൾ :

1. വി.വി ജോസഫ്, നിന്റെ കുഞ്ഞിനെ നീ അറിയുമോ, ലേണിങ് സെന്റർ, തൃശൂർ, 2010.

2. Howard S Adelman and Linda Taylor, Learning problems & Learning Disabilities : Moving forward, 1993, Brooks/Cole publishing company, Pacific Grove, California.

3. Lennard J.Davis(Ed.),The Disability Studies Reader, fifth edition published 2017 by Routledge 711 third Avenue newyork, NY10017.

4. Minaifar H., 'Dyslexia - Dyosrthographia; Presentation of a case - finding test and control with emphasis on a Dyslexia index',National Library of medicine,1978 APR;26(4):189-99.

5. Onita Nakra, children and Learning Difficulties, 1996, ALLIED publishers Limited, New Delhi.

6. Prathiba karanth and Joe Rozario, Learning Disabilities in India willing the mind to learn, 2003, sage publications, New Delhi.

വെബ്സൈറ്റുകൾ :

1. https://ldaamerica.org/ support/new-to-ld/

2. https://neurooslution.ca/en/ dyslexia

3.https://en.wikipedia.org/ wiki/Learning Disability

4.https://life counseling.in/Malayalam -blog/learning -disability/

5.https://ml.vikaspedia.in/ helth/doctor mohanji

OO

7

ഭിന്നശേഷി – സ്വത്വവും നൈതികതയും

ഡോ. സൂര്യ പി.

ലോകാരോഗ്യസംഘടനയുടെ കണക്കനുസരിച്ച് ആഗോളതലത്തിൽ ജനസംഖ്യയുടെ പതിനഞ്ച് ശതമാനം വരുന്ന ഒരു വിഭാഗം ഏതെങ്കിലും തരത്തിൽ ഭിന്നശേഷി അനുഭവിക്കുന്നു. (1) ഡിഫറന്റ്ലി ഏബിൾഡ് എന്ന ഇംഗ്ലീഷ് വാക്കിന് തത്തുല്യമായി ഉപയോഗിച്ചു വരുന്ന ഭിന്നശേഷി എന്ന വാക്കിനു പകരമായി വികലാംഗത/അംഗവൈകല്യം/അംഗപരിമിതി എന്നെല്ലാമായിരുന്നു മുൻപ് ഉപയോഗിച്ചിരുന്നത്. ഇത് മാനുഷികമായി എത്രത്തോളം നീതി അർഹിക്കുന്നു എന്ന ചിന്ത ഭിന്നശേഷി എന്ന പദത്തിന്റെ നിർമ്മിതിയിലേക്ക് നയിച്ചു. ഡിസെബിലിറ്റി/ഇൻഎബിലിറ്റി/വികലത/ശേഷിക്കുറവ് എന്നെല്ലാം വ്യാഖ്യാനിക്കപ്പെടുന്നതിനെക്കാൾ, വിഭിന്നമായ കഴിവ്/ ഭിന്നശേഷി എന്നർത്ഥം വരുന്ന ഡിഫറന്റ്ലി ഏബിൾഡ് എന്ന പദം മാനവികമായി ഉയർന്ന തലത്തിലാണെന്നു കാണാം. (2)

സമൂഹത്തിലെ മുഖ്യധാരയിൽ നിലകൊള്ളുന്ന ശരീരകേന്ദ്രിതനിർവ്വചനങ്ങളും ശരിമാനദണ്ഡങ്ങളും അപരവത്കരിക്കുന്ന ചില ശരീരനിർവ്വചനങ്ങളുണ്ട്. ഈ അപരവത്കരണം ന്യൂനപക്ഷമായ ഭിന്നശേഷിവിഭാഗം അരികുവത്കരിക്കപ്പെടാൻ കാരണമാകുന്നു. സാഹിത്യം, സിനിമ മുതലായ ജനപ്രിയരൂപങ്ങളിൽ വികലതയുള്ള മനുഷ്യരെ പേരു പറഞ്ഞ് അടയാളപ്പെടുത്തുന്ന രീതി ഉണ്ടായിരുന്നു. കൂനൻ, ഊമ, എന്നിങ്ങനെയുള്ള വ്യവഹാരങ്ങളാലും ദുഷ്ടകഥാപാത്രങ്ങൾക്ക് വികലത വരുത്തുന്ന രീതികളാലും ഭിന്നമായ ശേഷിഉള്ളവർ അന്യവത്കരിക്കപ്പെട്ടിട്ടുണ്ട്. ഇപ്പോൾ അതിൽനിന്നുള്ള മാറ്റങ്ങളും സുവ്യക്തമാണ്. സ്ത്രീ- കീഴാള പഠനങ്ങൾ പോലെ ഭിന്നശേഷിപഠനവും മുഖ്യധാരയിൽ പ്രവേശനം

നേടി എന്നത് സമൂഹം മാറി വരുന്നതിനുള്ള തെളിവുകൂടിയാണ്. എങ്കിലും ഇനിയും ഏറെദൂരം മുന്നോട്ട് പോകേണ്ടതുണ്ട് എന്നാണ് പഠനങ്ങൾ പറയുന്നത്.

ആരാണ് ഭിന്നശേഷി അനുഭവിക്കുന്നവർ എന്ന ചോദ്യം കാലികപ്രസക്തി അർഹിക്കുന്നു. പ്രത്യക്ഷമായതും അല്ലാത്തതുമായ ഭിന്നശേഷിവിഭാഗങ്ങൾ ഉണ്ട്. (3) പ്രത്യക്ഷമായ ഭിന്നശേഷിഉള്ളവർക്കു കിട്ടുന്ന പരിഗണനകൾ പ്രത്യക്ഷമല്ലാത്തവർക്കു കിട്ടുന്നില്ല. ഉദാഹരണത്തിന്, കാഴ്ചയ്ക്കു പരിമിതിയുള്ള ഒരു വ്യക്തിക്കു കിട്ടുന്ന സാമൂഹികാനുകൂല്യങ്ങൾ കേൾവിക്കുറവുള്ള ഒരു വ്യക്തിക്കോ ഓട്ടിസം ബാധിച്ച ഒരാൾക്കോ ലഭിക്കണം എന്നില്ല. നമ്മുടെ സമൂഹത്തിന്റെ മാനസികഗതി അങ്ങനെയാണ്. ശാരീരികപ്രശ്നങ്ങൾ അനുഭവിക്കുന്ന ആളുകളോടൊപ്പം തന്നെ വിഷമകരമാണ് മാനസികപ്രശ്നം അനുഭവിക്കുന്ന ആളുകളുടെ അവസ്ഥയും. പക്ഷേ, അത്തരക്കാരെ സമൂഹം എത്രമാത്രം അംഗീകരിക്കും എന്നത് ചിന്തിക്കേണ്ടതാണ്.

ഭിന്നശേഷിയുടെ പ്രത്യക്ഷാപ്രത്യക്ഷവിഭാഗങ്ങൾക്കിടയിലും ഈ അവസ്ഥകാണാം. ശാരീരികവും മാനസികവും ബുദ്ധിപരവുമായ വികലതകൾ അനുഭവിക്കുന്നവരെ ഭിന്നശേഷിവിഭാഗമായി പരിഗണിക്കത്തക്ക രീതിയിൽ സാമൂഹികമനോഭാവം വളരണം. "ദീർഘകാലമായി ശാരീരികമോ മാനസികമോ ബോധ-ബുദ്ധിപരമോ ആയ വൈകല്യങ്ങൾ ഉള്ളവരും തദ്വാരാ മറ്റുള്ളവരുമായുള്ള ആശയവിനിമയത്തിന് തടസ്സം നേരിടുന്നവരും അതുമൂലം സമൂഹവുമായുള്ള പൂർണ്ണവും ഫലപ്രദവുമായ സംവേദനം സാധ്യമല്ലാത്തവരുമാണ് ഒരു ഡിസേബിൾഡ് വ്യക്തി" എന്ന് ഡിസെബിലിറ്റിക്കാരായ വ്യക്തികളുടെ അവകാശങ്ങൾക്കായുള്ള 2016-ലെ നിയമം പറയുന്നു. (4) എൻഎസ്എസ് (76-ാം റൗണ്ട്) വൈകല്യമുള്ള ഒരു വ്യക്തിയെ നിർവചിക്കുന്നത് 'ശാരീരികമോ മാനസികമോ ബൗദ്ധികമോ ഇന്ദ്രിയപരമോ ആയ വൈകല്യം നേരിടുന്നരാളാ'യാണ്. (5)

സമൂഹത്തിന്റെ ശരീരനിർവ്വചനങ്ങൾക്കനുസരിച്ച് അരികുവത്കരിക്കപ്പെടേണ്ടതല്ല ഭിന്നശേഷിജീവിതം. ഭൂരിപക്ഷമനുഷ്യരിൽ നിന്ന് വ്യത്യസ്തമായ കഴിവുകളുള്ളവരാണ് അവർ. സിംപതി അല്ല എംപതിയാണ് അവരോട് വെച്ചു പുലർത്തേണ്ടത്. (6) ഭിന്നശേഷിപഠനത്തിന്റെ വിപുലമായ അർത്ഥപരിസരം പരിശോധിച്ചാൽ ശേഷിക്കുറവിനെ മാനദണ്ഡമാക്കി അവഗണിക്കപ്പെടേണ്ടതോ

ഒഴിവാക്കപ്പെടേണ്ടതോ അപരിചിതവത്കരിക്കപ്പെടേണ്ടതോ അല്ല മനുഷ്യജീവിതം എന്നും മനുഷ്യരിൽ നഷ്ടപ്പെടാതെ നില നിൽക്കുന്ന കഴിവുകൾ തിരിച്ചറിഞ്ഞ് ചേർത്തുപിടിക്കാനുള്ള ബോധപൂർവ്വമായ ശ്രമമാണ് വേണ്ടത് എന്നും വ്യക്തമാകും. അധികാരത്തിന്റെ ഇരകളായി, സഹതാപാർഹരായി ശേഷിച്ചജീവിതം കഴിച്ചുകൂട്ടാതെ നിയന്ത്രിതമായ പരിഗണന നൽകി അത്തരം ജീവിതങ്ങളെയും ഉയർന്നുവരാൻ സഹായിക്കുക എന്നത് സമൂഹജീവി എന്ന നിലയിൽ ഒരു പൗരന്റെ കടമയാണ്.

നിയന്ത്രിതപരിഗണന എന്ന വാക്ക് പ്രബന്ധത്തിൽ ബോധപൂർവ്വം പ്രയോഗിച്ചതാണ്. മനുഷ്യനെ ശേഷി അടിസ്ഥാനമാക്കി ശ്രേണീകരിച്ച് ഭിന്നമായ ശേഷി ഉള്ള മനുഷ്യർക്ക് പ്രത്യേകമായ പരിഗണന നൽകുമ്പോൾ അവരിൽ അത് എന്ത് മാനസികഫലങ്ങൾ ഉളവാക്കുന്നു എന്ന് ചിന്തിക്കേണ്ടതാണ്. രണ്ടുവിധത്തിൽ ഇക്കൂട്ടർ ചിന്തിക്കാം, സമൂഹം ഇന്നരീതിയിൽ തങ്ങളെ പരിഗണിക്കണം. താൻ മറ്റുള്ളവരുടെ പരിഗണനയാലാണല്ലോ ജീവിക്കുന്നത്

ഈ രണ്ട് അറ്റങ്ങളിലേക്കും പോകാതെ സമനില പാലിക്കത്തക്ക വിധത്തിൽ ഭിന്നശേഷി അനുഭവിക്കുന്നവരുടെ ചിന്ത ക്രമീകരിക്കപ്പെടണമെങ്കിൽ സാമൂഹികബോധം പരിവർത്തനം ചെയ്യണം. ആവശ്യമുള്ള സഹായങ്ങൾ വിവേചനബുദ്ധിയില്ലാതെ നൽകി അനുഭാവത്തോടെ അവരെ ചേർത്തുപിടിച്ചെങ്കിൽ മാത്രമേ ഇതു സാധ്യമാകൂ.

നിയന്ത്രിതപരിഗണന, അനുഭാവം ഇവ ശീലിക്കുക നിസ്സാരമല്ല. കുട്ടിയായിരിക്കുമ്പോൾത്തന്നെ അതിനുള്ള പരിശീലനം ലഭിക്കണം. അതിനുവേണ്ടിയുള്ള മാറ്റം തുടങ്ങേണ്ടത് പൊതുവിദ്യാലയങ്ങളിലാണ്. സാമൂഹികമായ ഇടം കൂടിയാണവ. സ്പെഷ്യൽ സ്കൂളുകളിൽ നിന്നാണ് ഭിന്നശേഷി അനുഭവിക്കുന്നവർക്കുള്ള മാനസികപിന്തുണ ലഭിക്കേണ്ടത് എന്ന കാഴ്ചപ്പാട് മാറണം. അത്തരം ഇടങ്ങൾ അവരുടെ സാമൂഹികപങ്കാളിത്തം വളർത്തുന്നില്ല എന്ന് ഈ മേഖലയെക്കുറിച്ച് പഠിക്കുന്നവർ പറയുന്നു. (7) ഭിന്നശേഷിയുള്ള കുട്ടികൾ മറ്റു കുട്ടികൾ പഠിക്കുന്ന വിദ്യാലയങ്ങളിൽ അവരോടൊപ്പം പഠിക്കണം. ഇൻക്ലൂസീവ്/സങ്കുലിതം ആയ വിദ്യാഭ്യാസരീതി അഥവാ ഭിന്നശേഷി ഉള്ളവരും ഇല്ലാത്തവരുമായ വിദ്യാർത്ഥികൾ ഒരുമിച്ചിരുന്ന് പഠിക്കുന്ന വിദ്യാഭ്യാസരീതി പിന്തുടർന്നാൽ അന്യോന്യം സഹായിച്ചും ആശയവിനിമയം നടത്തിയും മനസ്സിലാക്കിയും ആത്മവിശ്വാസത്തോടെ അവർ മുന്നോ

ട്ടു പോകും. മറ്റു കുട്ടികൾ നിയന്ത്രിതസഹായം ഇവർക്കായി നൽകുകയും അവരത് മാനസികബുദ്ധിമുട്ട് ഇല്ലാതെ സ്വീകരിക്കാൻ സന്നദ്ധരാകുകയും ചെയ്യും. കുട്ടികളായിരിക്കുമ്പോൾ ശീലിക്കുന്ന സഹജീവിസ്നേഹം മാനവികബോധമുള്ള തലമുറയെ വാർത്തെടുക്കാൻ സഹായിക്കും. സ്വത്വബോധമുള്ള മനുഷ്യരായി വളരാൻ സങ്കുലിത/ഉൾച്ചേരൽ വിദ്യാഭ്യാസരീതി കാരണമാകും. പല അദ്ധ്യാപകരും രക്ഷിതാക്കളും ഈ കാര്യത്തിൽ വിമുഖത കാണിക്കാറുണ്ട്. എന്നാൽ പാർശ്വവത്കരിക്കപ്പെടാതെ ഏത് സാമൂഹിക പ്രക്രിയയിലും ഇടപെടാൻ അവകാശമുള്ള മനുഷ്യരാണ് അവരും എന്ന തിരിച്ചറിവ് ഉണ്ടാകുകയാണ് വേണ്ടത്. അത് മാനുഷികതയെ ഊട്ടിയുറപ്പിക്കുന്നു. ഭിന്നശേഷിവിഭാഗങ്ങൾക്കും സമൂഹനിർമ്മാണത്തിൽ കൃത്യമായ പങ്ക് ഉണ്ട്. അവർ അവരുടേതായ സംഭാവനകൾ ചെയ്യുന്നതിൽ നിന്ന് വിലക്കുന്ന തരത്തിലുള്ള പെരുമാറ്റം സാംസ്കാരികമായ അധീശത്വബോധംകൊണ്ടാണ് ഉണ്ടാകുന്നത്. മാറ്റിനിർത്തപ്പെടേണ്ടത് മാനുഷികമായ വ്യത്യസ്തതകളല്ല, പൊതുബോധം നിർമ്മിച്ചെടുക്കുന്ന അടയാളങ്ങളാണ് എന്ന് തിരിച്ചറിയണം.

സമൂഹമനസ്സിൽ സ്റ്റിഗ്മാറ്റിക് മനോഭാവം പ്രവർത്തിക്കുന്നുണ്ട്. വ്യക്തികളെ വ്യതിരിക്തതകളുടെ അടിസ്ഥാനത്തിൽ വേർതിരിച്ചു കാണുന്ന പ്രവണത ആണ് സ്റ്റിഗ്മ. ഡിസേബിൾഡ് ആയ ഒരു വ്യക്തിയെ സാധാരണമനുഷ്യനിൽ നിന്ന് അസാധാരണൻ ആക്കുന്നതിലെ രാഷ്ട്രീയം, കായേൻ ആബേലിനെ/ ശക്തൻ അബലനെ അടിച്ചമർത്തുന്നതു പോലെ നിഷ്കരുണമായ പ്രവൃത്തിയാണ്.

ഭിന്നശേഷി അവസ്ഥയുള്ള മനുഷ്യരുടെ വൈകാരികതലം ശ്രദ്ധിച്ചാൽ അവർ അനുഭവിക്കുന്ന സംഘർഷങ്ങൾ കുറേക്കൂടി വ്യക്തമാകും. ഇവരും ഭൂരിപക്ഷമനുഷ്യരുടേതു പോലെ തന്നെയുള്ള വികാരവിചാരങ്ങൾ ഉള്ളവരാണ്. അതിൽത്തന്നെ ഡിസെബിലിറ്റിക്കാരായ സ്ത്രീകളുടെ അവസ്ഥ ഡിസെബിലിറ്റിക്കാരായ പുരുഷന്മാരെ അപേക്ഷിച്ച് പരിതാപകരമാണ്.(8) എന്നാൽ പൊതുസമൂഹത്തിന്റെ ധാരണ അങ്ങനെയാകണമെന്നില്ല. ഭിന്നശേഷി എന്ന ശാരീരിക- മാനസിക- ബൗദ്ധികാവസ്ഥ നേരിടുന്നവരുടെ വൈകാരികതലം മറ്റു മനുഷ്യരുടേതു പോലെതന്നെ എന്നു മനസ്സിലാക്കി സഹായങ്ങൾ ചെയ്യുക എന്നത് ഭൂരിപക്ഷമനുഷ്യരുടെ കർത്തവ്യമാണ്. സിനിമാ മേഖലയിൽ ഇതു സംബന്ധമായ ചിത്രീകരണങ്ങൾ പുതുകാലത്ത് കടന്നു വരുന്നുണ്ട്. പേരൻപ് പോലെ

യുള്ള സിനിമകൾ ആഖ്യാനത്തിൽ വ്യത്യസ്തത കൊണ്ടുവരുന്നതിൽ ശ്രദ്ധിച്ചിട്ടുണ്ട്. ഭിന്നശേഷിക്കാരിയായ ഒരു കൗമാരക്കാരിയുടെ ലൈംഗികചോദന ആ സിനിമ ചർച്ച ചെയ്യുന്നുണ്ട്. പൊതുസമൂഹം ഈ മേഖല അഡ്രസ്സു ചെയ്യാൻ വിമുഖത കാണിക്കുന്നതു തന്നെ അവരെ സഹഭാവത്തോടെ ചേർത്തു നിർത്താനാകാത്തതു കൊണ്ടാണ്. സാമൂഹികമനോഭാവത്തിന്റെ പുനർനിർമ്മിതിയിലൂടെ മാത്രമേ ഭിന്നശേഷിക്കാർ സാമൂഹികമായും സാംസ്കാരികമായും അവഗണിക്കപ്പെടാതിരിക്കുകയുള്ളൂ. (9)

നോട്ടം കൊണ്ടുപോലും അവരെ ഒറ്റതിരിക്കാനുള്ള അവകാശം മനുഷ്യനില്ല. ഒരു അസാധാരണവസ്തുവോ അവിശ്വസനീയമായ രംഗമോ കാണുന്നതു പോലെയുള്ള തുറിച്ചുനോട്ടങ്ങൾ സാംസ്കാരികമായ ഒറ്റപ്പെടുത്തലുകളാണ്. ഇത്തരം ചെയ്തികൾ വ്യക്തിയെ സാമൂഹികമായി അന്യവത്കരിക്കുന്നു. സ്വയം നിർമ്മിക്കുന്ന തുരുത്തുകളിലേക്ക് പോകുവാനുള്ള പ്രവണത ഉണ്ടാകുവാൻ ഈ പ്രവൃത്തികൾ കാരണമാകുന്നു.

സാംസ്കാരികവും സാമൂഹികവുമായ ഘടകങ്ങളാൽ സ്വാധീനിക്കപ്പെടുന്ന, ബാഹ്യപ്രേരണകൾക്ക് അനുസൃതമായി നിരന്തരം പരിണമിക്കുന്ന ഒന്നാണ് സ്വത്വം. സ്വത്വം അപരവുമായുള്ള താരതമ്യവിശകലനത്തിൽ ഊന്നിയും നിർവ്വചിക്കാറുണ്ട്.(10) പൂർണ്ണർ/അപൂർണ്ണർ എന്ന വിരുദ്ധദ്വന്ദ്വകല്പന ഭിന്നശേഷിസ്വത്വനിർവ്വചനത്തിന് ആധാരമായി മാറുമ്പോൾ വ്യവസ്ഥയ്ക്കെതിരായി പോരാടി തളർന്നുപോകുന്ന മനുഷ്യരുടെ നിസ്സഹായത തെളിയുന്നു.

ഭിന്നശേഷിയുള്ള വ്യക്തികൾ അസാധാരണരാണ് എന്ന ചിന്തയ്ക്ക് ഇവരുടെ ജീവിതം പരിഹാസ്യവും ദുസ്സഹവും ആക്കിത്തീർക്കാൻ കഴിയും. അവർക്കു കിട്ടേണ്ടുന്ന മാനസിക- ശാരീരികപരിഗണനയുടെ അഭാവം അക്ഷരാർത്ഥത്തിൽ നീതികേടാണ്. ഭൂരിപക്ഷമനുഷ്യർ ഈ ന്യൂനപക്ഷമനുഷ്യരോടു കാണിക്കുന്ന വിവേചനം തന്നെയാണ് സാമൂഹ്യമാതൃകയിൽ പ്രതിഫലിക്കുന്നത്. ഈ സന്ദർഭത്തിൽ സ്വത്വനിർവ്വചനത്തിനും പ്രസക്തിയേറുന്നു. സ്വത്വം ബാഹ്യപ്രേരണകൾക്കനുസരിച്ച് പരിണമിക്കുന്ന ഒന്നാകുമ്പോൾ ഭിന്നശേഷിക്കാരുടെ സ്വത്വരൂപീകരണം എങ്ങനെയെല്ലാം പരിവർത്തനവിധേയമാകും എന്ന് സാമാന്യജനത ചിന്തിക്കണം.

സമൂഹനിർമ്മാണപ്രക്രിയയിൽ എല്ലാ മനുഷ്യനും തുല്യപങ്കാളിത്തം ഉറപ്പാക്കേണ്ടതുണ്ട് എന്ന് അംഗീകരിക്കുന്ന, സാംസ്കാരികാവബോധമുള്ള ഒരു ജനതയ്ക്കേ ജാതിമതവർഗ്ഗലിംഗശരീരങ്ങ

ളുടെ അടിസ്ഥാനത്തിൽ വിവേചനമില്ലാതെ ജനാധിപത്യമര്യാദയോടെ പുരോഗമനാത്മകമായ ആശയങ്ങളിൽ അടിയുറച്ച ലോകനിർമ്മിതിക്ക് സാധിക്കുകയുള്ളൂ. ഭൂരിപക്ഷമനുഷ്യർ പല ഘടകങ്ങളുടെ പേരിലും അകറ്റിനിർത്തുന്ന ന്യൂനപക്ഷമനുഷ്യരും ഉൾച്ചേർന്നതാണ് സമൂഹം.

മനുഷ്യന്റെ അവകാശങ്ങൾക്കും ജീവിക്കുവാനുള്ള സ്വാതന്ത്ര്യത്തിനും മേൽ അധികാരം സ്ഥാപിക്കുന്നത് മൂല്യച്യുതിയായി മനസ്സിലാക്കാം. ഭിന്നശേഷി അനുഭവിക്കുന്ന മനുഷ്യരെ ഒപ്പംചേർത്ത് അവരുടെ സ്വതന്ത്രജീവിതത്തിനു വേണ്ടിയുള്ള നിയന്ത്രിതസഹായങ്ങൾ വാഗ്ദാനം ചെയ്യുക എന്നത് മനുഷ്യൻ എന്ന നിലയിൽ ഓരോരുത്തരുടെയും കടമയാണ്.

കുറിപ്പുകൾ

1. According to an estimate by the WHO, globally, 15 percent of the population live with osme form of disability, while over 80 percent of that share live in Low- and Middle-Income Countries. While India is home to over 1.36 billion residents, over 2.2 percent of this population endures osme form of severe mental or physical disability.

Overall, 2.21% of Indian population has one or the other kind of disability. This means 2.68 crore (26.8 million) people in India are disabled.

2. ഭാഷാസാഹിതി, പുറം. 115, 15, 47

3. Persons with Disabilities (Divyangjan) in India - A Statistical Profile: 2021

The NSS (76th round) defines a perosn with disability as osmeone who faces long term "physical, mental, intellectual or senosry impairment" which hinders their interactions with others in osciety. At the same time, Census 2011 - the report notes - presents information on disabilities related to seeing, hearing, speech, movement, 'mental retardation', mental illness and 'other and multiple' disabilities. Using these osurces, the report discusses the various dimensions of disability in India and welfare measures adopted nationally and globally. It highlights the lack of comprehensive information on disabilities at both national and international levels. The government of India - the report notes - aims to create an inclusive osciety for perosns with disabilities, in keeping with the United Nations Sustainable Development Goals. The 307-page report is divided into five chapters: Introduction (Chapter 1); Measuring Disability in India - Definitions & concepts (Chapter 2); Dimensions of Disability in India (Chapter 3); Towards the Welfare of Disabled Perosns in India (Chapter 4); and Strengthening Disability Statistics: Recent Global Initiatives (Chapter 5)

4. ഭാഷാസാഹിതി, പുറം 35, 42, 41, 231, 206

ഗ്രന്ഥസൂചി

- എബി കോശി, ശരീരം (ലേഖനം), താക്കോൽ വാക്കുകൾ വിചാരമാതൃകകൾ കേരളീയനോട്ടങ്ങൾ (എഡിറ്റർ: അജു കെ നാരായണൻ), വിദ്വാൻ പി. ജി. നായർ സ്മാരകഗവേഷണകേന്ദ്രം ആലുവ, 2017
- ഷീബ എം. കുര്യൻ (എഡി), ഭാഷാസാഹിതി (105124) കേരള സർവ്വകലാശാല തിരുവനന്തപുരം, 2020.
- സെബാസ്റ്റ്യൻ വട്ടമറ്റം, ഭാഷയും ആധിപത്യവും, സാഹിത്യ പ്രവർത്തകസഹകരണസംഘം കോട്ടയം, 2014
- സ്റ്റാലിൻ ദാസ്, ഭിന്നശേഷീപഠനം: നവസമീപനങ്ങളും പ്രയോഗങ്ങളും (ലേഖനം), സംസ്കാരപഠനത്തിന്റെ പുതുവഴികൾ (എഡിറ്റർ: ഷീബ എം. കുര്യൻ), കേരള സർവ്വകലാശാല തിരുവനന്തപുരം, 2018

8
ശേഷീവാദവും ലൈംഗികവിദ്യാഭ്യാസവും മലയാളസിനിമയും

ഗ്രീഷ്മ വി.

വൈവിധ്യങ്ങളാൽ നിർമ്മിതമായ ഭൂമിയിൽ ഏതൊരു സൃഷ്ടിയും അനന്യമാണ്. പക്ഷിമൃഗാദികളെയും വൃക്ഷലതാദികളെയും പോലെ മനുഷ്യനും ജനിതകഘടനകൾ കൊണ്ട് വ്യത്യസ്തത പുലർത്തുന്നു. അത്തരത്തിലുണ്ടാകുന്ന വൈവിധ്യത്തെയും വ്യത്യസ്തതയേയും തിരിച്ചറിഞ്ഞ് അവയെ അംഗീകരിക്കാനും ബഹുമാനിക്കാനുമുള്ള പക്വതയാണ് വിദ്യാഭ്യാസംകൊണ്ട് ഒരർത്ഥത്തിൽ ലക്ഷ്യമിടുന്നത്.

വിദ്യാഭ്യാസമേഖലയിൽ കുട്ടികളുടെ ജന്മനാസൃഷ്ടിക്കപ്പെടുന്ന പ്രശ്നങ്ങളുടെ അടിസ്ഥാനത്തിൽ അതേക്കൂടി ഉൾപ്പെടുത്തിയുള്ള ഒരു വിദ്യാഭ്യാസസമ്പ്രദായം 1990 കാലഘട്ടത്തിൽത്തന്നെ നിലവിൽവന്നിരുന്നു. ഐക്യരാഷ്ട്രസംഘടന ഉൾപ്പെടെ ഈ മാറ്റങ്ങൾ ഉൾക്കൊണ്ടുകൊണ്ട് ഇന്ത്യയിൽ 1995-ൽ പാർലമെന്റ് പാസാക്കിയ പി.ഡബ്ല്യു.ഡി ആക്ട് പ്രകാരം വൈകല്യം നേരിടുന്നവരുടെ പ്രശ്നവും ഇന്ത്യയുടെ പൊതുപ്രശ്നമായി കണക്കാക്കുന്നു. ഒപ്പം, വൈകല്യമനുഭവിക്കുന്നവർക്ക് ഇന്ത്യയിലെ മറ്റു ജനവിഭാഗത്തെ പോലെതന്നെ തുല്യ അവസരവും നിയമം നൽകുന്ന എല്ലാ പരിരക്ഷയും ഉറപ്പുവരുത്തുകയും ചെയ്യുന്നു. അതുപോലെ 1995-ലെ ആക്ട് ഈ വിഭാഗത്തിൽ ഉൾപ്പെടുന്നവർക്ക് വേണ്ടസംരക്ഷണവും വികസനവും ഉറപ്പുനൽകുന്നു. അവരുടെ പുനരധിവാസം, വിദ്യാഭ്യാസം, തൊഴിൽ, തൊഴിലാധിഷ്ഠിതപരിശീലനം, സംവരണം, ഗവേഷണം, മനുഷ്യശേഷിവികസനം, തടസ്സങ്ങൾ ഇല്ലാത്ത പരിതസ്ഥിതി നിർമ്മാണം, തൊഴിൽരഹിതരായ ഭിന്നശേഷിക്കാർക്കുള്ള ആനുകൂല്യങ്ങൾ, ജോലിചെയ്യുന്നവരും വീട്ടിലിരിക്കുന്ന വരുമായിട്ടുള്ള ഭിന്നശേഷിക്കാർക്ക് വേണ്ടിയുള്ള പ്രത്യേക ഇൻഷുറൻ

സ് പദ്ധതികൾ എന്നിവയെല്ലാം ഈ ആക്ടിന്റെ പരിധിയിൽ വരുന്നു. കൂടാതെ ഭിന്നശേഷി വിഭാഗത്തെ പൂർണ്ണാന്ധത, കാഴ്ചക്കുറവ്, ഭേദമായ കുഷ്ഠരോഗം, ചലനപരിമിതി, കേൾവിക്കുറവ്, ബുദ്ധിപരിമിതി, മാനസികരോഗം എന്നിങ്ങനെ ഏഴ് വിഭാഗമാക്കി മാറ്റിയതും ഈ ആക്ട് പ്രകാരമാണ്.

ശേഷം 2016-ലെ ഭേദഗതിയനുസരിച്ച് ഭിന്നശേഷിക്കാരുടെ അവകാശ സംരക്ഷണനിയമത്തിൽ പുതിയ പരിഷ്കരണങ്ങൾ വന്നു. 1995-ലെ പി.ഡബ്ല്യു.ഡി ആക്ടിന് പകരമായാണ് ഈ ബിൽ വന്നത്. നിലവിലുള്ള എഴെണ്ണം കൂടാതെ 14 വൈകല്യങ്ങളെക്കൂടി ഈ വിഭാഗത്തിൽ ഉൾപ്പെടുത്തിയിട്ടുണ്ട്. 1. അന്ധത 2. താഴ്ന്ന കാഴ്ച 3. കുഷ്ഠരോഗം ഭേദമായ വ്യക്തികൾ 4. ശ്രവണവൈകല്യം (ബധിരത, കേൾവിക്കുറവ്) 5. ലോക്കോമോട്ടർ വൈകല്യം 6. വാമനത്വം 7. ബൗദ്ധിക വൈകല്യം 8. മാനസിക രോഗം 9. ഓട്ടിസം 10. സെറിബ്രൽ പാൾസി 11. മസ്കുലർ ഡിസ്ട്രോഫി 12. ക്രോണിക് ന്യൂറോളജിക്കൽ അവസ്ഥകൾ 13. പ്രത്യേക പഠന വൈകല്യങ്ങൾ 14. മൾട്ടിപ്പിൾ സ്ക്ലിറോസിസ് 15. സംസാരവും ഭാഷാ വൈകല്യവും 16. തലാസീമിയ 17. ഹീമോഫീലിയ 18. അരിവാൾരോഗം 19. ബധിരത ഉൾപ്പെടെയുള്ള ഒന്നിലധികം വൈകല്യങ്ങൾ 20. ആസിഡ് ആക്രമണത്തിന്റെ ഇര 21. പാർക്കിൻസൺസ് രോഗം എന്നിവയാണവ. ഇതിൽ കുള്ളൻ, മസ്കുലർ ഡിസ്ട്രോഫി എന്നിവ നിർദ്ദിഷ്ടവൈകല്യത്തിന്റെ പ്രത്യേകവിഭാഗമായി സൂചിപ്പിച്ചിരിക്കുന്നു. വൈകല്യങ്ങളുടെ പുതിയ വിഭാഗങ്ങളിൽ തലസീമിയ, ഹീമോഫീലിയ, അരിവാൾരോഗം എന്നീ മൂന്ന് രക്ത വൈകല്യങ്ങളും ഉൾപ്പെടുന്നു. കൂടാതെ ഈ വിഭാഗത്തിൽപ്പെട്ടവർക്ക് ഉന്നതവിദ്യാഭ്യാസം, സർക്കാർ ജോലികൾ, ഭൂമി അനുവദിക്കുന്നതിലെ സംവരണം, ദാരിദ്ര്യനിർമാർജന പദ്ധതികൾ തുടങ്ങിയ അധിക ആനുകൂല്യങ്ങൾ 2016 ആക്ട് പ്രകാരം നിലവിൽ വന്നു.

ഇത്തരത്തിൽ വൈകല്യങ്ങൾ നേരിടുന്ന മനുഷ്യരെ വ്യത്യസ്ത വിഭാഗങ്ങളാക്കി അവരുടെ പ്രശ്നങ്ങൾക്ക് പരിഹാരം കാണാൻ ശ്രമിക്കുമ്പോൾ തന്നെയും എല്ലാ മനുഷ്യരും നേരിടുന്ന ലൈംഗികത എന്ന പൊതുവിഷയം ഭിന്നശേഷി വിഭാഗത്തെയും ബാധിക്കുന്നു.

ലൈംഗികവിദ്യാഭ്യാസം

പൊതുബോധത്തിൽ ഇന്നും രഹസ്യാത്മകസ്വഭാവം ഉൾക്കൊ

ള്ളുന്ന പൊതുവിഷയമാണ് ലൈംഗികത. അറിവുകൾ വിരൽത്തുമ്പിൽ ലഭിക്കുന്ന ഇക്കാലത്ത് പൊതുവിദ്യാഭ്യാസത്തിലൂടെ മാത്രമേ ശരിയായ രീതിയിൽ ശരിയായ അറിവു പ്രദാനം ചെയ്യാൻകഴിയൂ. എന്നാൽ പൊതുവിദ്യാഭ്യാസമേഖലയിൽ ലൈംഗികവിദ്യാഭ്യാസം എന്ന ആശയം ഒരു പഠനമേഖല എന്ന രീതിയിൽ ഇതുവരെയും കടന്നുവന്നിട്ടില്ല 9, 10 ക്ലാസ്സുകളിൽ പാഠ്യപദ്ധതിയുടെ ഭാഗമായി മാത്രമാണ് ഇന്നും ലൈംഗികവിദ്യാഭ്യാസം നടപ്പാക്കിയിട്ടുള്ളത്. മനുഷ്യന് വിശപ്പും ദാഹവും പോലെ ആന്തരികചോദനയാണ് ലൈംഗികത. വിദ്യാഭ്യാസമേഖല ഇന്നും പാർശ്വവൽക്കരിച്ചിരിക്കുന്ന മേഖലയാണ് ലൈംഗികവിദ്യാഭ്യാസത്തിന്റേത്. എന്നാൽ ഗൗരവമായ പഠനം ആവശ്യപ്പെടുന്ന ഒരു മേഖലയാണിത്.

ശേഷീവാദവും ലൈംഗികവിദ്യാഭ്യാസവും

ശാരീരികവും മാനസികവുമായി പ്രശ്നങ്ങൾ അനുഭവിക്കുന്ന വ്യക്തികൾ സ്വന്തം കുടുംബത്തിലും സമൂഹത്തിലും നേരിടുന്ന വിവേചനം, മുൻവിധി, അടിച്ചമർത്തൽ എന്നിവ ഇല്ലാതാക്കി സമത്വപൂർണ്ണമായ ഒരു സമൂഹം സൃഷ്ടിക്കുക എന്നതാണ് ശേഷീവാദം മുന്നോട്ടുവെക്കുന്ന ആശയം. അംഗവൈകല്യം, ശാരീരികവൈകല്യം, മാനസികവളർച്ചക്കുറവ് എന്നിവയെല്ലാം ശേഷീവാദത്തിന്റെ പരിധിയിൽവരുന്നു. എന്നാൽ ഇത്തരം പരിമിതികൾ നിലനിൽക്കുമ്പോൾ തന്നെ മനുഷ്യൻ എന്ന പൊതുവിഭാഗത്തിന്റെ കീഴിൽ ലിംഗം, മതം, വർഗ്ഗം എന്നിങ്ങനെയുള്ള ഭേദമന്യേ ഏവരേയും ബാധിക്കുന്ന പ്രാഥമികവിഷയമായി ലൈംഗികതയെ കണക്കാക്കാം. ഇത്തരം വിഷയമേഖലയ്ക്ക് ജ്ഞാനോൽപാദനം സാധ്യമാവാൻ ലൈംഗികതയെക്കുറിച്ചും ലൈംഗികവ്യവസ്ഥയെക്കുറിച്ചും ആഴത്തിൽ പഠിക്കുന്ന ഒരു പഠനശാഖവിദ്യാഭ്യാസമേഖലയിൽ സൃഷ്ടിക്കപ്പെടേണ്ടത് അനിവാര്യതയാണ്.

ശേഷീവാദവും മലയാളസിനിമയും

ഭൂമിയിൽ പിറന്നുവീഴുന്ന ഓരോ കുഞ്ഞിനും സർഗാത്മകമായ ഓരോ കഴിവുകൾ ഉണ്ട്. അവ ഒരാളിൽ നിന്നും മറ്റൊരാളുടേത് വ്യത്യസ്തമായിരിക്കും. അവയെ തിരിച്ചറിഞ്ഞ് പരിപോഷിപ്പിക്കുകയെന്നുള്ളത് സമൂഹത്തിന്റെ കൂട്ടുത്തരവാദിത്വമാണ്. വൈകല്യങ്ങളും അവ മൂലം നേരിടുന്ന പ്രശ്നങ്ങളും0 പരിഹാരങ്ങളും കുടുംബവും സമൂഹവും എങ്ങനെയാണ് നേരിടുന്നതെന്നും, നോക്കി

കാണുന്നതെന്നും മനസ്സിലാക്കി കൈക്കൊള്ളേണ്ട തിരുത്തുകളെ കുറിച്ച് നിർദ്ദേശിക്കുന്ന ചില സിനിമകളെയാണ് ഇവിടെ പരിശോധനാവിധേയമാക്കുന്നത്.

1995-ലെ ആക്ട് പ്രകാരം ഉൾപ്പെടുത്തിയ പ്രധാനപ്പെട്ട ഏഴ് ഡിസബിലിറ്റി വിഭാഗത്തെയാണ് ഇവിടെ പരിശോധനയ്ക്ക് വിധേയമാക്കുന്നത്. ഗുരു, വാസന്തിയും ലക്ഷ്മിയും പിന്നെ ഞാനും, ഒപ്പം, കുബേരൻ, ദേവദൂതൻ, അശ്വമേധം, ബ്യൂട്ടിഫുൾ, ഊമപ്പെണ്ണിന് ഉരിയാടാപയ്യൻ, പച്ചക്കുതിര, സൂര്യമാനസം, അമ്പിളി, അതിരൻ, ഉള്ളടക്കം എന്നീ സിനിമകളെയാണ് പഠനത്തിനായി തിരഞ്ഞെടുത്തിരിക്കുന്നത്.

പൂർണ്ണാന്ധതയെ പ്രതിനിധാനം ചെയ്യുന്ന സിനിമകളാണ് ഗുരു, വാസന്തിയും ലക്ഷ്മിയും പിന്നെ ഞാനും എന്നീ സിനിമകൾ. 1997-ൽ പുറത്തിറങ്ങിയ ഗുരു എന്ന സിനിമ രാജീവ് അഞ്ചൽ ആണ് സംവിധാനം ചെയ്തത്. പൂർണ്ണാന്ധരായ ഒരു വിഭാഗം മനുഷ്യർ നേരിടുന്ന പ്രശ്നങ്ങളും അവർക്ക് കാഴ്ചയുടെ ലോകത്തെക്കുറിച്ചുള്ള അവ്യക്തതയും അന്ധവിശ്വാസവും ഉൾച്ചേർന്നതാണ് ഈ സിനിമ. ഒരു ദൈവദൂതനെ പോലെ എത്തുന്ന രഘുരാമൻ എന്ന കഥാപാത്രം അന്ധതയുടെ ലോകത്ത് മാത്രം വിഹരിച്ചിരുന്ന ഒരു വിഭാഗം മനുഷ്യർക്ക് കാഴ്ചയുടെ ലോകത്തെക്കുറിച്ചും അവിടുത്തെ അറിവുകളെക്കുറിച്ചും വിവരിച്ചു കൊടുക്കുന്നു. ഈ പ്രവൃത്തിയിലൂടെ ദൃശ്യമാകുന്നത് പൂർണ്ണാന്ധത മൂലം അനുഭവിക്കുന്ന പ്രശ്നത്തെ മറികടക്കാനുള്ള സാധ്യതകൂടിയാണ്. സിനിമയിലെ ഇലാമാപഴം കാഴ്ചയുടെയും അന്ധതയുടെയും പ്രതിനിധാനമാണ്. ഒരർത്ഥത്തിൽ നമ്മുടെ ചുറ്റുമുണ്ട് നമുക്ക് വേണ്ട പ്രതിരോധവിഭവങ്ങൾ എന്നും അവയെ കണ്ടെത്തേണ്ട വിധത്തിൽ കണ്ടെത്താത്തതാണ് യഥാർത്ഥവൈകല്യം എന്നുമുള്ള ആശയം സിനിമ പങ്കുവെക്കുന്നു.

മോഹൻലാൽ അഭിനയിക്കുന്ന രഘുരാമൻ എന്ന കഥാപാത്രം ശ്യാമന്തക, രമണകൻ എന്നീ കഥാപാത്രങ്ങളെ ആദ്യം ഉദ്ബോധിപ്പിക്കുന്നു. എന്നാൽ ഏറ്റവും ഒടുവിൽ മാത്രമാണ് ആ നാട്ടുരാജ്യത്തിന്റെ രാജാവായ വിജയന്ത മഹാരാജാവ് രഘുരാമൻ എന്ന കഥാപാത്രത്തെ വിശ്വസിക്കുന്നത്. പൂർണ്ണാന്ധതയിൽ തുടരുന്നവരുടെ പ്രശ്നത്തെ മറികടക്കാൻ ഒരു വ്യക്തിക്ക് സാധിക്കുമെങ്കിൽ ഒരു സമൂഹം മുഴുവൻ അവർക്കു വേണ്ടി നിലകൊണ്ടാൽ വലിയ മാറ്റം സാധ്യമാകുമെന്ന് സിനിമ വ്യക്തമാക്കുന്നു.

എന്നാൽ, വാസന്തിയും ലക്ഷ്മിയും പിന്നെ ഞാനും എന്ന സിനിമ ഗുരു എന്ന സിനിമയിൽ നിന്നും തികച്ചും വ്യത്യസ്തമായാണ് പൂർണ്ണാന്ധതയെ ദൃശ്യവത്ക്കരിക്കുന്നത്. വിനയൻ സംവിധാനം ചെയ്ത് 1999-ന് പുറത്തിറങ്ങിയ ഈ സിനിമയിലെ കേന്ദ്ര കഥാപാത്രം കലാഭവൻ മണി അവതരിപ്പിച്ച രാമു എന്ന കഥാപാത്രമാണ്. രാമുവിന്റെ സഹോദരിയായ വാസന്തിയും പ്രണയിനിയായ ലക്ഷ്മിയും സിനിമയിലെ പ്രധാനകഥാപാത്രങ്ങൾ തന്നെയാണ്. പൂർണ്ണാന്ധതയെ കുടുംബത്തിന്റെയും സമൂഹത്തിന്റെയും സഹായത്തോടുകൂടെ മറികടന്ന് സ്വന്തം കുടുംബത്തെ സംരക്ഷിക്കുന്ന കുടുംബനാഥനെ രാമുവിൽ കാണുന്നു. ശസ്ത്രക്രിയയിലൂടെ അന്ധതയെ മറികടക്കാൻ സാധിക്കുമെന്ന് തിരിച്ചറിയുമ്പോൾ അതിനുവേണ്ടി സഹായം വാഗ്ദാനംചെയ്യുന്ന പ്രമാണിമാർക്ക് മുന്നിൽ വാസന്തിക്കും ലക്ഷ്മിക്കും അവരുടെ മാനം നഷ്ടപ്പെടുത്തേണ്ടിവരുന്നു. വൈകല്യം എന്ന പ്രശ്നത്തെ മുതലെടുക്കുന്ന ഒരുവിഭാഗം മനുഷ്യരുടെ പ്രതിനിധാനങ്ങളാണ് ഈ സിനിമയിലെ പ്രമാണിമാർ. സിനിമ അവസാനിക്കുന്നത് മനസ്സിന് അന്ധത ബാധിച്ച മനുഷ്യരുടെ ലോകത്ത് ശരീരത്തിന്റെ വൈകല്യം ഒരു പരിമിതിയല്ല എന്ന് തിരിച്ചറിയുന്നിടത്താണ്.

പൂർണ്ണാന്ധതയിൽ നിന്നും വിഭജിച്ചാണ് കാഴ്ചക്കുറവിനെ 1995 ലെ ആക്ട് പ്രകാരം ഉൾപ്പെടുത്തിയിരിക്കുന്നത് കാഴ്ചക്കുറവ് പ്രശ്നവൽക്കരിക്കുന്ന സിനിമകളാണ് ഒപ്പം, കുബേരൻ, ദേവദൂതൻ എന്നിവ. 2016-ൽ പുറത്തിറങ്ങിയ ഒപ്പം എന്ന സിനിമയിൽ ജയരാമൻ എന്ന മോഹൻലാൽ അവതരിപ്പിക്കുന്ന കഥാപാത്രം അന്ധനായിരുന്നു. എന്നാൽ ഗന്ധം, കേൾവി, സ്പർശനം എന്നിവയിൽ ഉയർന്ന ഇന്ദ്രിയവും നേരിയ തോതിലുള്ള കാഴ്ചയും ആയോധനകലയിൽ ഉള്ള നിപുണതയും പല പ്രശ്നങ്ങളിൽ നിന്നും മറികടക്കാൻ അയാളെ സഹായിക്കുന്നു.

ലിഫ്റ്റ് ഓപ്പറേറ്ററായും കെയർടേക്കറായും ജോലി ചെയ്യുന്ന ജയരാമൻ സുപ്രീംകോടതി ചീഫ് ജസ്റ്റിസായ കൃഷ്ണമൂർത്തിയുടെ വിശ്വസ്തനാണ്. മൂർത്തിയുടെ മരണശേഷം ജയരാമന് അവരുടെ മകളെ കൊലയാളിയായ വാസുവിൽ നിന്ന് രക്ഷിക്കേണ്ടതായി വരുന്നു. കാഴ്ചശക്തിയുടെ നേർത്തവരമ്പിൽക്കൂടി ശക്തമായി തന്റെ ഇന്ദ്രിയങ്ങളെ വശത്താക്കിയ ജയരാമൻ ഒരു കുഞ്ഞിന്റെ ജീവൻ രക്ഷിക്കാൻ വേണ്ടി എടുക്കുന്ന സാഹസങ്ങൾ വൈകല്യങ്ങളെ മറികടക്കും തരത്തിലാണ്.

2002-ൽ സുന്ദർദാസ് സംവിധാനം ചെയ്ത കുബേരൻ കാഴ്ചക്കുറവിനെ ഹാസ്യരൂപേണയാണ് അവതരിപ്പിക്കുന്നത്. അബ്ദുവായി എത്തുന്ന ഇന്ദ്രൻസിന് കാഴ്ചകൾ അവ്യക്തമായി മാത്രമേ കാണാൻ സാധിക്കുമായിരുന്നുള്ളൂ. എന്നാൽ അയാളുടെ കുറവിനെ വേണ്ടരീതിയിൽ കൈകാര്യം ചെയ്യാൻ ആ കഥാപാത്രം ശ്രമിക്കാത്തതുകൊണ്ടുതന്നെ ആ വൈകല്യം ഒരു വിഡ്ഢിത്തമായി പരിണമിക്കുന്നത് സിനിമയിൽ നർമ്മം ഉണ്ടാക്കുന്നുവെങ്കിലും യഥാർത്ഥത്തിൽ പരിമിതിയെ മറികടക്കാനുള്ള അയാളുടെ പരിശ്രമക്കുറവിനെ അതു പ്രതിനിധീകരിക്കുന്നു.

കാഴ്ചപരിമിതിയെ അവതരിപ്പിക്കുന്ന മറ്റൊരു സിനിമയാണ് ദേവദൂതൻ. സംഗീതജ്ഞനായ മഹേശ്വറുമായി പ്രണയത്തിലാവുന്ന ഒരു ധനികന്റെ ഏക മകളാണ് ആഞ്ജലീന. അച്ഛന്റെ ഇഷ്ടങ്ങൾക്ക് വിപരീതമായി ഒരു അന്ധനായ വ്യക്തിയെ സ്നേഹിക്കുന്ന മകൾ, അവളെ പിന്തിരിപ്പിക്കാൻ കാമുകനെ വകവരുത്തുന്ന ആശ്രിതർ ഒക്കെയാണ് കഥാപാത്രങ്ങൾ. ആഞ്ജലീന, മഹേശ്വർ നേരിടുന്ന കുറവുകളെയല്ല നോക്കിക്കണ്ടിരുന്നത്, മറിച്ച് അയാളുടെ സംഗീതവാസനയാണ്. ഇത്തരത്തിൽ സമൂഹവും കാഴ്ചക്കുറവ് നേരിടുന്ന വ്യക്തികളുടെ പരിമിതികൾ മനസ്സിലാക്കി അവരുടെ കഴിവുകളിലേക്ക് കൂടുതൽ പ്രാധാന്യം നൽകിയാൽ അവരുടെ പരിമിതികൾ നിഷ്പ്രഭമാവും.

തൊണ്ണൂറുകളിൽ വ്യാപകമായരീതിയിൽ കണ്ടുവന്നിരുന്ന ഒരു രോഗാവസ്ഥയായിരുന്നു കുഷ്ഠരോഗം. രോഗം ഭേദപ്പെട്ട് കഴിഞ്ഞാൽ അതുമായി ബന്ധപ്പെട്ട ചില വൈകല്യങ്ങൾ നിലനിൽക്കുന്നു. അത്തരത്തിൽ ഉണ്ടാകുന്ന വൈകല്യത്തെയും പ്രശ്നത്തെയും പ്രതിഫലിപ്പിക്കുന്ന സിനിമയാണ് അശ്വമേധം. വിൻസന്റ് സംവിധാനം ചെയ്ത ഈ ചിത്രത്തിൽ സത്യൻ, പ്രേംനസീർ, മധു, ഷീല, ഇന്ദിരാ തമ്പി, സുകുമാരി, പി.ജെ. ആന്റണി, അടൂർഭാസി, കാമ്പിശ്ശേരി, ജി.കെ.പിള്ള, ടി.ആർ. ഓമന എന്നിവരാണ് അഭിനയിച്ചത്. സരോജം, മോഹനൻ എന്നീ പ്രണയിതാക്കളുടെ പ്രണയവും തുടർന്ന് വിവാഹത്തിലേക്കുള്ള തയ്യാറെടുപ്പും വിവാഹത്തിന് ഏഴുദിവസം മാത്രം ബാക്കിനിൽക്കെ സരോജം കുഷ്ഠരോഗിയാണെന്ന് തിരിച്ചറിയുകയും വിവാഹം മുടങ്ങുകയും ചെയ്യുന്നു.

തുടർന്ന് സ്വന്തം ഭവനത്തിൽ നിന്നും തിരസ്കരിക്കപ്പെടുന്ന സരോജം, സത്യൻ അവതരിപ്പിച്ച ഡോക്ടർ തോമസ് എന്ന കേന്ദ്ര കഥാപാത്രത്തിന്റെ അടുത്ത് എത്തുകയും ചികിത്സയിലൂടെ

രോഗം പൂർണമായും ഭേദമായി തിരിച്ച് വീട്ടിൽ എത്തുകയും ചെയ്യുന്നു. എന്നാലവൾ കുഷ്ഠരോഗത്തിന്റെ പേരിൽ വീണ്ടും വീട്ടിൽ നിന്നും കാമുകനിൽ നിന്നും തിരസ്കരിക്കപ്പെടുന്നു. അവൾ ആശുപത്രിയിൽത്തന്നെ അഭയം പ്രാപിക്കുന്നു. ഇവിടെ രോഗവും അതുമൂലം ഉണ്ടാകുന്ന വൈകല്യത്തെക്കുറിച്ചുമുള്ള അജ്ഞത നിലനിൽക്കുന്ന ഒരു സമൂഹത്തെയാണ് ചിത്രീകരിച്ചിരിക്കുന്നത്.

ചലനപരിമിതി വ്യക്തമാക്കുന്ന ബ്യൂട്ടിഫുൾ എന്ന സിനിമ 2011-ൽ ആണ് പുറത്തിറങ്ങിയത്. ജയസൂര്യ അവതരിപ്പിച്ച സ്റ്റീഫൻ ലൂയിസ് എന്ന കഥാപാത്രം ചലനപരിമിതി, കേൾവികുറവ് എന്നിവ നേരിടുന്ന വ്യക്തിയാണ്. സാമ്പത്തികമായി ഉയർന്നുനിൽക്കുന്ന അയാളുടെ പ്രശ്നത്തെ തിരിച്ചറിയുന്ന സുഹൃത്തുക്കൾ അയാളുടെ സ്വത്തുക്കളും സമ്പത്തും അപഹരിക്കാനാണ് ശ്രമിക്കുന്നത്. വൈകല്യമനുഭവിക്കുന്ന വ്യക്തികളെ ചൂഷണംചെയ്യുന്ന മനുഷ്യരിലേക്കുള്ള ഒരു കാഴ്ചയാണ് സിനിമ മുന്നോട്ടുവയ്ക്കുന്നത്.

കേൾവിക്കുറവ് എന്ന പരിമിതിയെ പ്രശ്നവൽക്കരിക്കുന്ന ചിത്രമാണ് ഊമപ്പെണ്ണിന് ഉരിയാടാപയ്യൻ എന്ന സിനിമ. 2002-ൽ പുറത്തിറങ്ങിയ ഈ സിനിമ സംവിധാനംചെയ്തത് വിനയനാണ്. ഗോപിക എന്ന നായിക കഥാപാത്രത്തിനു കേൾവിശക്തിയും സംസാരശേഷിയുമില്ല. സംസാരശേഷിയില്ലാത്ത ബോബി എന്ന കഥാപാത്രമാണ് നായകനായി എത്തുന്നത്. മുറച്ചെറുക്കനുമായി ഗോപികയുടെ വിവാഹം അവളുടെ അച്ഛൻ നിശ്ചയിക്കുന്നു. പരിമിതികൾ ഉള്ള ഗോപികയെ സ്നേഹിക്കുന്ന ബോബിയെ ആണ് എന്നാൽ അവൾ സ്നേഹിക്കുന്നത്. ബോബിയെ അവൾ സ്നേഹിച്ചത് അയാളുടെ പരിമിതികളെക്കുറിച്ചു മനസ്സിലാക്കിത്തന്നെയാണെന്ന് പിന്നീടവൻ തിരിച്ചറിയുന്നു. പരിമിതികളല്ല സ്നേഹത്തെയും ജീവിതത്തെയും നിർണയിക്കുന്നത് എന്ന് സിനിമ വ്യക്തമാക്കുന്നു. പണത്തിനുവേണ്ടി മാത്രം അവളെ വിവാഹം കഴിക്കാൻ തയ്യാറാകുന്ന മുറച്ചെറുക്കനിൽ നിന്നും ഓടിരക്ഷപ്പെടുന്ന മകളെ അച്ഛൻ ആദ്യം മനസ്സിലാക്കുന്നില്ലെങ്കിലും സിനിമയുടെ അന്ത്യത്തിൽ മകളുടെ പരിമിതി മനസ്സിലാക്കി സന്തോഷത്തോടെ ജീവിതം മുന്നോട്ട് കൊണ്ടുപോകുന്ന ഒരു വ്യക്തിയിലാണ് അവളുടെ ജീവിതം ഏൽപ്പിക്കേണ്ടതെന്ന ബോധ്യത്തിലേക്ക് അയാൾ എത്തിച്ചേരുന്നു. സിനിമയിൽ മാത്രമല്ല ജീവിതത്തിന്റെ കൂടെ നേർക്കുപിടിക്കുന്ന ഒരു ആശയമാണിത്.

ഡിസെബിലിറ്റി വിഭാഗത്തിൽ ആറാമത്തേതാണ് ബുദ്ധിപരിമി

തി. ഈ വൈകല്യത്തെ വ്യക്തമാക്കി തരുന്ന സിനിമകളാണ് പച്ച ക്കുതിര, സൂര്യമാനസം എന്നിവ.

2006-ൽ കമലിന്റെ സംവിധാനത്തിൽ പുറത്തിറങ്ങിയ ഹാസ്യ ചിത്രമാണ് പച്ചക്കുതിര. സിനിമയിൽ ദിലീപ് അവതരിപ്പിക്കുന്ന ആനന്ദക്കുട്ടന്റെ സഹോദരനായി എത്തുന്ന ആകാശ് മേനോൻ ഓട്ടിസം ബാധിച്ച മാനസികവൈകല്യമുള്ള കുട്ടിയാണ്. ജർമ്മനി യിൽ നിന്നും സഹോദരനെ കാണാൻ എത്തുന്ന ആകാശിന്റെ ഉത്തരവാദിത്തങ്ങൾ ഏറ്റെടുത്ത് പരിപാലിക്കാൻ ആനന്ദക്കുട്ടൻ തയ്യാറാകേണ്ടിവരുന്നു. എന്നാൽ ആകാശിന്റെ സാന്നിധ്യം അലോസരങ്ങളും വെറുപ്പും സൃഷ്ടിക്കുന്ന സാഹചര്യങ്ങൾ സിനി മയിൽ കാണാം.

എന്നാൽ ഒടുവിൽ ആകാശിന്റെ കളങ്കമില്ലാത്ത സ്നേഹം തിരി ച്ചറിയുന്ന ആനന്ദക്കുട്ടൻ സഹോദരനെ സ്നേഹിക്കാൻ തുടങ്ങുക യും അവന്റെ ഉള്ളിൽ നിലനിൽക്കുന്ന ബന്ധത്തിന്റെ ആഴവും പരപ്പും വ്യക്തമാവുമ്പോൾ പണത്തിനും സമ്പത്തിനും അതീതമാ ണ് സ്നേഹമെന്നും അയാൾ തിരിച്ചറിയുന്നു. എന്നാൽ ആകാശി ന്റെ ഇന്ത്യയിലേക്കുള്ള യാത്ര അവനെപ്പോലെതന്നെ പരിമിതിയു ള്ള അവന്റെ കളിക്കൂട്ടുകാരിയുടെ മാനസികനില തെറ്റിക്കുന്നതാ യി സിനിമയിൽ കാണിക്കുന്നു. അവർക്കുവേണ്ടി സൃഷ്ടിച്ച ഒരു വലിയ ലോകത്തെയും, പരിമിതികൾ ഉള്ള ആ രണ്ടുജീവനുകളെ ചേർത്തുപിടിക്കുന്ന കുടുംബത്തെയും അവരുടെ സ്നേഹവും കളിചിരികളെയും കാണിച്ചുകൊണ്ട് ചിത്രം അവസാനിക്കുന്നു. അതുവഴി, വൈകല്യങ്ങൾ നേരിടുന്ന വ്യക്തികളുടെ ബുദ്ധിമുട്ടുക ളിലേക്കും അവരെ എങ്ങനെ കുടുംബം കൈപിടിച്ചുയർത്തണമെ ന്നും മനസ്സിലാക്കിത്തരുന്നു.

1992-ൽ പുറത്തിറങ്ങിയ സൂര്യമാനസവും ബുദ്ധിപരിമിതി മൂലം അനുഭവിക്കുന്ന പ്രശ്നങ്ങളാണ് വ്യക്തമാക്കുന്നത്. പുട്ടുറു മീസ് എന്ന കഥാപാത്രം നേരിടുന്ന മാനസിക വെല്ലുവിളികാരണം ഗ്രാമവാസികൾ നിരവധി പ്രശ്നങ്ങൾ അഭിമുഖീകരിക്കുന്നു. തുടർന്ന് അവനെ ഒരു പുതിയ സ്ഥലത്തേക്ക് കൊണ്ടുപോകാൻ അവന്റെ അമ്മയെ ഗ്രാമനിവാസികൾ നിർബന്ധിക്കുന്നു. ഇവിടെ അയാളുടെ പരിമിതികളെ അംഗീകരിക്കാത്ത ഒരു സമൂഹത്തെ കാണാൻ കഴിയുന്നു. ആ പ്രദേശത്തു നിന്നു തന്നെ അയാളെ ഓ ടിച്ചുവിടാനാണ് സമൂഹം ശ്രമിക്കുന്നത്. എന്നാൽ 2019-ൽ ഇറങ്ങി യ അമ്പിളി എന്ന സിനിമ സൂര്യമാനസത്തിൽ നിന്നും വ്യത്യസ്ത

പുലർത്തുന്നു. പുട്ടുറുമീസ് എന്ന കഥാപാത്രത്തെ സമൂഹം കല്ലെറിഞ്ഞപ്പോൾ അമ്പിളിയുടെ പരിമിതി മനസ്സിലാക്കിക്കൊണ്ടുതന്നെ അവനെ സ്നേഹിക്കുന്ന ടീന എന്ന പെൺകുട്ടി അമ്പിളിയെ സമൂഹത്തിനു മുന്നിൽ ചേർത്തുപിടിക്കുന്നു. അയാളുടെ വ്യക്തിത്വത്തിന് വേണ്ട തെളിച്ചം നൽകുകയും അയാളുടെ കഴിവിനെയും പരിമിതിയെയും തിരിച്ചറിയുകയും ചെയ്യുന്നു.

1995-ലെ ആക്ട് പ്രകാരം ഏഴാമത്തെ ഡിസെബിലിറ്റിയാണ് മാനസികരോഗം. മാനസികരോഗം മികച്ച രീതിയിൽ കൈകാര്യം ചെയ്യുന്ന രണ്ടു സിനിമകളാണ് ഉള്ളടക്കവും, അതിരനും. ഉള്ളടക്കം എന്ന സിനിമയിൽ മനോരോഗവിദഗ്ധനായി എത്തുന്ന ഡോ. സണ്ണി, സണ്ണിയുടെ അടുത്ത സുഹൃത്തായ റോയിയുടെ സഹോദരിയാണ് മാനസികരോഗിയായ രേഷ്മ എന്നിവർ. നന്നായി എഴുതുന്ന അവളുടെ രചനകളിൽ എല്ലാം വൈകാരികമായ ധാരാളം സമീപനങ്ങൾ ഡോക്ടർ കണ്ടെത്തുന്നു. അമ്മയുടെ മരണത്തോടുകൂടി മാനസികമായ ബുദ്ധിമുട്ടിലേക്ക് എത്തിച്ചേർന്ന രേഷ്മ കാമുകനായ അരുണിന്റെ കൊലപാതകം നേരിൽ കാണാനിടയാക്കുന്നു. ഇതവളുടെ മാനസികനില പൂർണമായും തെറ്റിക്കുന്നു. അവൾക്കു വേണ്ട ചികിത്സ സണ്ണി നൽകുമ്പോഴും സണ്ണിയെ കാമുകനായി അവരോധിച്ചു കൊണ്ട് ആനി എന്ന സണ്ണിയുടെ ഭാര്യയെ രേഷ്മ കൊലപ്പെടുത്തുന്നതുമാണ് സിനിമയുടെ പ്രധാനഭാഗം.

തുടർന്ന് ഏഴ് വർഷത്തിന് ശേഷം അസുഖം ഭേദമായി തിരിച്ചെത്തുന്ന രേഷ്മ സണ്ണിയോട് ക്ഷമാപണം നടത്തുകയും ഡോക്ടർ അത് സ്വീകരിക്കുകയും ചെയ്യുന്നു. ഒരർത്ഥത്തിൽ മാനസികരോഗത്തിന്റെ അതിതീവ്രമായ ഒരു അവസ്ഥയിലൂടെയാണ് രേഷ്മ എന്ന കഥാപാത്രം കടന്നുപോകുന്നത്. സിനിമയുടെ അവസാനഭാഗത്ത് രേഷ്മയോട് സണ്ണിക്ക് ക്ഷമിക്കാൻ സാധിക്കുന്നതും അതുകൊണ്ടാണ് ഇനിയും ഒരു മെന്റൽട്രോമ അവളെ വീണ്ടും ഒരു രോഗിയാക്കി മാറ്റുമെന്ന് അയാൾക്ക് ബോധ്യം ഉണ്ട്. ഇത്തരത്തിൽ സമൂഹത്തിന്റെ കൃത്യമായ ഇടപെടൽ വ്യക്തികളിലൂടെ സിനിമ നടത്തുന്നത് കാണാൻ സാധിക്കും.

വിവേക് സംവിധാനം ചെയ്ത 2019-ലെ മലയാളസിനിമയാണ് അതിരൻ. നിത്യ, വിനയൻ എന്നീ കഥാപാത്രങ്ങളെ കേന്ദ്രീകരിച്ച് വികസിക്കുന്ന സിനിമയാണിത്. മാനസികരോഗാശുപത്രിയിൽ ഡോക്ടറുടെ പരിവേഷത്തിൽ എത്തുന്ന വിനയൻ എന്ന കഥാപാത്രം

നിത്യയെന്ന മാനസികരോഗമുള്ള കുട്ടിയെ വിവിധ ഇടപെടലുക ളിലൂടെ ബാല്യകാലസ്മരണയിലേക്ക് കൊണ്ടെത്തിക്കുകയും അവളുടെ കഴിവുകളെയും ഓർമ്മകളെയും തിരിച്ചുകൊണ്ടുവരാൻ ശ്രമിക്കുകയും ചെയ്യുന്നു. വിനയൻ എന്ന കഥാപാത്രം യഥാർത്ഥ ത്തിൽ ഒരു മാനസികരോഗിയാണെന്ന് കഥാന്ത്യത്തിലാണ് മനസ്സി ലാകുക. ബാല്യകാലത്തെ ദുരനുഭവത്താൽ മാനസികരോഗിയാ കുന്ന വിനയനും ജന്മനാ മാനസിക ബുദ്ധിമുട്ടുകൾ നേരിടുന്ന നിത്യയും തമ്മിൽ ഒന്നിക്കുന്ന രംഗമാണ് കഥാവസാനം കാണി ക്കുന്നത്.

യഥാർത്ഥത്തിൽ മാനസികമായ വിഭ്രാന്തികൾ നിലനിൽക്കു മ്പോൾ തന്നെ സ്നേഹം എന്ന ഘടകം നിത്യയെയും വിനയനെ യും ബന്ധിപ്പിക്കുന്നു. ബാല്യകാലം മുതൽക്കുള്ള സ്നേഹബന്ധം പല മാനസികപ്രശ്നങ്ങളിലേക്ക് പോകുമ്പോഴും അവർക്ക് തുണ യാകുന്നു. അതുകൊണ്ടുതന്നെ കഥാന്ത്യത്തിൽ അവരുടെ സ്വസ്ഥ മായജീവിതത്തെ കാണിക്കുന്നു. മാനസിക രോഗത്തിന്റെ പേരിൽ ചുറ്റുവട്ടമുള്ള സമൂഹം നിത്യയെ എത്രമാത്രം ചൂഷണം ചെയ്യുന്നു വെന്നും സിനിമ വ്യക്തമാക്കുന്നു.

ഇവിടെ ഏഴു ഡിസബിലിറ്റികളും അവയെ പ്രതിനിധാനം ചെ യ്യുന്ന സിനിമകളെയും ആണ് പരിശോധിച്ചത്. 1990-കൾക്കു മുൻ പ് വൈകല്യങ്ങളെയും അതിനു കാരണമാകുന്ന സാഹചര്യങ്ങളേ യും മനസ്സിലാക്കാൻ കഴിയാത്ത ഒരു സമൂഹമാണ് നിലനിന്നിരു ന്നതെന്നു അശ്വമേധം, സൂര്യമാനസം എന്നീ ചിത്രങ്ങളിൽക്കൂടി മനസിലാക്കാം. വൈകല്യം നേരിടുന്നവർ അനുഭവിക്കുന്ന സാമൂ ഹികപ്രശ്നങ്ങളോടുള്ള സമൂഹത്തിന്റെ കാഴ്ചപ്പാട് ഈ ചിത്രങ്ങൾ വ്യക്തമാക്കുന്നുണ്ട്.

എന്നാൽ രണ്ടായിരത്തിൽ എത്തിനിൽക്കുമ്പോൾ വ്യക്തികേ ന്ദ്രീകൃതമായ സ്ഥാപനങ്ങളായ കുടുംബം, സമൂഹം എന്നീ അടി സ്ഥാനഘടകങ്ങൾ വൈകല്യം നേരിടുന്നവരുടെ കഴിവുകളെയും പരിമിതികളെയും തിരിച്ചറിഞ്ഞ് ചേർത്തുനിർത്താൻ ശ്രമിക്കുന്നു. എന്നിരുന്നാലും ഈ വിഭാഗം മനുഷ്യർ പലപ്പോഴും കുടുംബത്തിൽ നിന്നും സമൂഹത്തിൽ നിന്നും ചൂഷണത്തിനു വിധേയരാകുന്നു ണ്ട്. ഇത്തരം പ്രശ്നങ്ങളുടെ കൂടെ എടുത്തുപറയാവുന്ന മറ്റൊ ന്നാണ് ഇത്തരം പരിമിതികൾ അനുഭവിക്കുന്നവർ നേരിടുന്ന ലൈം ഗികപ്രശ്നങ്ങൾ.

ലൈംഗികവിദ്യാഭ്യാസവും മലയാളസിനിമയും

1995-ലെ ആക്ട് കൊണ്ടുവന്ന ഏഴ് ഡിസെബിലിറ്റികൾ ചർച്ച ചെയ്യുന്ന സിനിമകളിൽ ലൈംഗികപരമായ കാര്യങ്ങളെ എങ്ങനെ കൈകാര്യം ചെയ്യുന്നുവെന്ന് പരിശോധിക്കുമ്പോൾ ഈ മേഖലയിൽ വേണ്ട രീതിയിൽ പരിഗണന നൽകിയിട്ടില്ലെന്ന് വ്യക്തമാവുന്നു. ലൈംഗികവിദ്യാഭ്യാസം തന്നെ പൊതുസമൂഹം മാറ്റിനിർത്തുന്ന ഒന്നായതുകൊണ്ടുതന്നെ ആ മേഖല സിനിമയിലും പാർശ്വവൽക്കരിക്കപ്പെടുന്ന ഒന്നാണ്.

പഠനവിധേയമാക്കിയ ഗുരു, വാസന്തിയും ലക്ഷ്മിയും പിന്നെ ഞാനും, ഒപ്പം, കുബേരൻ, ദേവദൂതൻ, അശ്വമേധം, ബ്യൂട്ടിഫുൾ, ഊമപ്പെണ്ണിന് ഉരിയാടാപയ്യൻ, പച്ചക്കുതിര, സൂര്യമാനസം, അമ്പിളി, അതിരൻ, ഉള്ളടക്കം എന്നീ ചിത്രങ്ങളിൽ ചില സന്ദർഭങ്ങളിൽ ലൈംഗികത വിഷയമായി വന്നിട്ടുണ്ടെങ്കിലും അതിനുവേണ്ടരീതിയിലുള്ള പ്രാധാന്യം നൽകിയിട്ടില്ല. എന്നാൽ പേരൻമ്പ് പോലുള്ള അന്യഭാഷസിനിമകളിൽ ഭിന്നശേഷിക്കാർ അനുഭവിക്കുന്ന ലൈംഗികപ്രശ്നങ്ങളെക്കൂടി പരിഗണിച്ചിരിക്കുന്നു.

ഈ പരിശോധനയിൽ നിന്നും ഭിന്നശേഷിക്കാർ നേരിടുന്ന ലൈംഗികപ്രശ്നങ്ങളെ കുറച്ചുകൂടി ആഴത്തിൽ മലയാളസിനിമ കൈകാര്യം ചെയ്യേണ്ടിയിരിക്കുന്നുവെന്നും നിലനിൽക്കുന്ന സമൂഹത്തിലും ലൈംഗികവിദ്യാഭ്യാസത്തെകുറിച്ചുള്ള പദ്ധതികൾ ആവിഷ്കരിക്കേണ്ടിയിരിക്കുന്നുവെന്നും അത്തരത്തിലൊരു മാറ്റം പുതിയ കാലം ആവശ്യപ്പെടുന്നുവെന്ന ആശയം ഈ ലേഖനം മുന്നോട്ടുവയ്ക്കുന്നു.

ഉപസംഹാരം

ശേഷീവാദത്തിന്റെ ഉപശാഖയായി ചേർത്തുപഠിക്കേണ്ട മേഖല തന്നെയാണ് ലൈംഗികപരമായ വിജ്ഞാനനിർമ്മിതി. ലൈംഗികത മനുഷ്യന്റെ ഒരു പൊതുചോദനയായി നിലനിൽക്കുമ്പോൾ തന്നെയും വൈകല്യങ്ങളും പരിമിതികളും അനുഭവിക്കുന്ന ഒരു വിഭാഗം മനുഷ്യർ ഈ ജൈവികചോദനയെ നിയന്ത്രിക്കാൻ പ്രയാസപ്പെടുന്നു. അതിനാൽ ശരിയായ അറിവ് പൊതുജനങ്ങൾക്കും ഇത്തരത്തിൽ പ്രശ്നങ്ങൾ നേരിടുന്നവർക്കും നൽകേണ്ടതുണ്ട്. അതിനുവേണ്ടി വിദ്യാഭ്യാസമേഖലയിൽ ലൈംഗികവിദ്യാഭ്യാസത്തിന്റെ പ്രാധാന്യത്തെ ഉൾക്കൊണ്ട് ഒരു പഠനശാഖ രൂപപ്പെടേണ്ടിയിരിക്കുന്നു.

സഹായക ഗ്രന്ഥങ്ങൾ
പാശ്ചാത്യ പുസ്തകങ്ങൾ

1. Foucault Michel, The History of Sexuality an introduction (Volume 1), Pantheon Book, New York, 1978.

2. Foucault Michel, The History of Sexuality (Volume 2), Pantheon Book, New York, 1985.

3. Foucault Michel, The History of Sexuality (Volume 3), Pantheon Book, New York, 1986.

OO

9

സംയോജിത വിദ്യാഭ്യാസവും സെക്കന്ററിതല ഭാഷാപാഠപുസ്തകങ്ങളും

അജയ് ലാൽ എം.

മനുഷ്യനിലെ പരിമിതികളെയും വ്യത്യസ്തതകളെയും തിരിച്ചറിയുകയും അംഗീകരിക്കുകയും ബഹുമാനിക്കുകയും ചെയ്യുന്ന ഒരു പുതുതലമുറയെ വളർത്തിയെടുക്കുക എന്നതാണ് വിദ്യാഭ്യാസത്തിന്റെ പ്രധാനമായ ലക്ഷ്യങ്ങളിലൊന്ന്. സമന്മാരായി ജനിക്കുന്ന മനുഷ്യർ തന്റെ ജീവിതത്തിലുടനീളം സമൂഹത്താൽ സൃഷ്ടിക്കപ്പെട്ട ചില അനീതികളുടെ ചങ്ങലകളാൽ ബന്ധിക്കപ്പെട്ടിരിക്കുന്നു. വ്യത്യസ്ത കാരണങ്ങളാൽ വ്യക്തികൾക്ക് തങ്ങളുടെ അവകാശങ്ങൾ പലയിടങ്ങളിലും നിഷേധിക്കപ്പെടുന്നു. തുല്യരായി ജനിക്കുന്നവർക്കുപോലും നിരവധി പ്രതിസന്ധികളെ മറികടക്കേണ്ടി വരുമ്പോൾ ശാരീരികവും മാനസികവുമായ പരിമിതികളാൽ ജീവിക്കുന്നവരുടെ അവസ്ഥ പറയേണ്ടതില്ലല്ലോ. നീതിനിഷേധങ്ങളായ അലിഖിത നിയമങ്ങൾ കൊണ്ട് നിർമ്മിക്കപ്പെട്ട മതിലുകളെ തകർത്ത് വ്യത്യസ്തതകളെ തിരിച്ചറിയുകയും ബഹുമാനിക്കുകയും അംഗീകരിക്കുകയും ചെയ്യുന്ന സമൂഹത്തെ വാർത്തെടുക്കുന്നതിനുള്ള മാർഗമാണ് വിദ്യാഭ്യാസം.

ഈ ലക്ഷ്യം നേടിയെടുക്കുന്ന രീതിയിലുള്ള പാഠഭാഗങ്ങളും പഠനപ്രവർത്തനങ്ങളുമാണോ സെക്കൻഡറിതല പാഠപുസ്തകങ്ങളിലുള്ളതെന്ന് പരിശോധിക്കുകയാണിവിടെ. ശാരീരികവും മാനസികവും ബൗദ്ധികവുമായ കഴിവുകളുള്ള എല്ലാ കുട്ടികൾക്കും പഠിക്കാനും സ്കൂളുകളിൽ വിജയം കൈവരിക്കാനും കഴിയുമെന്ന് ഉറപ്പുവരുത്തണമെന്നാണ് 2005-ലെ ദേശീയ പാഠ്യപദ്ധതി ചട്ടക്കൂടിൽ (NCF) സംയോജിത വിദ്യാഭ്യാസത്തെക്കുറിച്ച് പറഞ്ഞിരിക്കുന്നത്.

വ്യത്യസ്തമായ സാമൂഹിക സാമ്പത്തിക സാംസ്കാരിക പശ്ചാത്തലത്തിൽ നിന്ന് വരുന്ന കുട്ടികളുടെ സംഗമകേന്ദ്രമാണ് വിദ്യാലയം.

ഈ പരിമിതികൾ സ്കൂളിൽ കുട്ടികൾക്കിടയിൽ വേർതിരിവിന് കാരണമാവരുതെന്നും ഏവരെയും ഒരുപോലെ കണ്ട് പഠനലക്ഷ്യങ്ങൾ പൂർത്തീകരിക്കുന്ന വിദ്യാഭ്യാസം നൽകണമെന്നും ദേശീയ പാഠ്യപദ്ധതി ചട്ടക്കൂട് നിർദ്ദേശിക്കുന്നു. ജാതി, മതം, ഭാഷ, ലിംഗം, സംസ്കാരം, അംഗവൈകല്യങ്ങൾ മുതലായവയിൽനിന്ന് ഉടലെടുക്കുന്ന വേർതിരിവുകളെ മറികടക്കാൻ നയങ്ങളും പദ്ധതികളും മാത്രംപോരാ, ചെറുപ്പം മുതൽ തന്നെ അതിനനുയോജ്യമായ പഠനലക്ഷ്യങ്ങളും അധ്യാപനരീതികളും തിരഞ്ഞെടുക്കുകയും രൂപകല്പന ചെയ്യുകയും വേണമെന്നും എൻ.സി.എഫ്. പറയുന്നു. (എൻ.സി.എഫ്. 2005, പുറം-27). വ്യത്യസ്തപശ്ചാത്തലങ്ങളിൽ നിന്നും വരുന്ന കുട്ടികളെ ഇടകലർത്തി സമത്വമനോഭാവത്തോടുകൂടി ഒരേരീതിയിൽ നൽകുന്ന വിദ്യാഭ്യാസപ്രക്രിയയെയാണ് സംയോജിത വിദ്യാഭ്യാസമെന്ന് പറയുന്നത്.

പൊതുവിദ്യാഭ്യാസവും സാമൂഹികജീവിതവും ഭിന്നശേഷിക്കാരായവർക്ക് തീർത്തും അന്യമായിരുന്ന ഒരു ലോകമുണ്ടായിരുന്നു (Age of Segregation). നൂറ്റാണ്ടുകൾക്ക് ശേഷം പരിമിതി നേരിടുന്നവർക്കും അനുയോജ്യമായ വിദ്യാഭ്യാസം നൽകണമെന്ന ചിന്താഗതി പരക്കുകയും അതിൽ നിന്ന് സവിശേഷ വിദ്യാഭ്യാസവും (Special education) സവിശേഷ വിദ്യാലയങ്ങളും (Special schools) ഉയർന്നു വരികയും ചെയ്തു. മനുഷ്യസ്നേഹികളുടെയും മനഃശാസ്ത്രജ്ഞരുടെയും വിദ്യാഭ്യാസവിചക്ഷണരുടെയും അധ്യാപകരുടെയും രക്ഷിതാക്കളുടെയും കൂട്ടയ്മയുടെ പ്രവർത്തനഫലമായി പൊതുവിദ്യാലയങ്ങളിൽ സംയോജിത വിദ്യാഭ്യാസപരിപാടി (Integrated Education for the Disabled Children - IEDC) യും ഏറ്റവും ഒടുവിലായി ഉൾച്ചേർന്നവിദ്യാഭ്യാസവും (Inclusive Education) നടപ്പിലായി.

കുട്ടികൾക്ക് സമൂഹം സൃഷ്ടിച്ച ജാതി-മത-വർഗ-സംസ്കാരിക -സാമ്പത്തിക-സാമൂഹിക ഭേദമന്യേ യാതൊരുവിധ വിവേചനവുമില്ലാതെ സമപ്രായക്കാരായ സാധാരണകുട്ടികളോടൊപ്പം മുഖ്യധാരാവിദ്യാഭ്യാസം പൂർണതോതിൽ തന്നെ ലഭ്യമാക്കുന്ന വിദ്യാഭ്യാസമാണ് ഉൾച്ചേർന്ന വിദ്യാഭ്യാസം (Inclusive Education). ഇതിൽ ശാരീരികമായും മാനസികമായും പ്രയാസങ്ങൾ അനുഭവ

പ്പെടുന്ന കുട്ടികളും ഉൾപ്പെടുന്നു.

1990-കളുടെ തുടക്കത്തിലാണ് ശാരീരിക-മാനസിക വൈകല്യമുള്ള കുട്ടികൾക്കും സംയോജിതവിദ്യാഭ്യാസത്തിലൂടെ ശരിയായ വളർച്ചയും പഠനത്തിനുള്ള പ്രചോദനവും ലഭിക്കുമെന്ന് തോന്നി തുടങ്ങിയത്. ഇതിന് വ്യത്യസ്തങ്ങളായ കൂട്ടായ്മകളുടെ സഹായമുണ്ടായിരുന്നു. സംയോജിത വിദ്യാഭ്യാസത്തിന് സഹായിച്ച പ്രധാനപ്പെട്ട നാഴികക്കല്ലുകൾ ഇവയാണ്:

ആറ് മുതൽ പതിനാലുവയസ്സുവരെ പ്രായമുള്ള കുട്ടികൾക്ക് എല്ലാവർക്കും അടിസ്ഥാനവിദ്യാഭ്യാസം, സൗജന്യവും നിർബന്ധവുമാക്കുന്നതിനായി ഇന്ത്യൻപാർലമെന്റ് ആവിഷ്ക്കരിച്ച നിയമമാണ് വിദ്യാഭ്യാസ അവകാശനിയമം (RTE Act: Right to Education Act: The Right of Children to free and compulosry education bill 2009)

'വികലാംഗരായ കുട്ടികളുടെ വിദ്യാഭ്യാസം പൊതുവിദ്യാഭ്യാസ സമ്പ്രദായത്തിന്റെ അവിഭാജ്യഘടകമായിരിക്കണം.'

ഇന്ത്യൻ എജ്യുക്കേഷൻ കമ്മീഷൻ (1964-66)

ശാരീരികവും മാനസികവുമായ വെല്ലുവിളി നേരിടുന്ന കുട്ടികൾക്ക് സമൂഹത്തിന്റെ പൊതുധാരയിലേക്കു വരാൻ കഴിയത്തക്കവിധം ഉൾപ്പെടുത്തിയുള്ള (Inclusive) എഡ്യൂക്കേഷൻ തന്നെയാണ് പ്രോത്സാഹിപ്പിക്കപ്പെടേണ്ടത്.

കേരള പാഠ്യപദ്ധതി ചട്ടക്കൂട് 2007

ഭിന്നശേഷിക്കാരുടെ ഉന്നമനത്തിനായി ഐക്യരാഷ്ട്ര സംഘടന(UNO) 2006ൽ നടത്തിയ സമ്മേളനത്തിന്റെ റിപ്പോർട്ടിൽ (ആർട്ടിക്കിൾ 24) ഉൾച്ചേർന്ന വിദ്യാഭ്യാസത്തെക്കുറിച്ച് (Inclusive Education) ഇങ്ങനെ പറയുന്നു.

"Children with disabilities are not excluded from free and compulosry primary education or from secondary education on the basis of disabilities and can access an inclusive, quality and free education on an equal basis with others in the communities in which they live'.

മുഴുവൻ വിദ്യാർഥികളെയും ഉൾക്കൊള്ളുന്നതും ആരെയും പുറന്തള്ളാത്തതുമായ ഒരു പഠനാന്തരീക്ഷം സ്വീകരിക്കേണ്ടതുണ്ടെന്ന ആശയമാണ്, ഉൾപ്പെടുത്തിയുള്ള വിദ്യാഭ്യാസം (Inclusive

Education) എന്ന സംജ്ഞകൊണ്ട് അർത്ഥമാക്കുന്നത്. സാമൂഹികവും സാമ്പത്തികവുമായ കാരണങ്ങളാൽ പുറന്തള്ളപ്പെട്ടവരുടെ കുട്ടികളും ശാരീരികവും മാനസികവുമായ വെല്ലുവിളികൾ നേരിടുന്ന കുട്ടികളുമാണ് ഇത്തരത്തിൽ ഉൾപ്പെടുത്തിയിട്ടുള്ള വിദ്യാഭ്യാസപദ്ധതി പ്രകാരം മുന്നോട്ടുവരുന്നത്. ഈ രണ്ടുമേഖലയിലെ കുട്ടികളെക്കൂടാതെ സവിശേഷശ്രദ്ധയും പരിഗണനയും വേണ്ടവരാണ് വർദ്ധിച്ച അഭിരുചിയും കഴിവുമുള്ള കുട്ടികൾ (Gifted Children). ഇങ്ങനെ എല്ലാവിഭാഗം കുട്ടികളെയും ഉൾക്കൊള്ളാൻ കഴിയുംവിധം സ്കൂൾ പ്രവർത്തനങ്ങളെയും ഭൗതികസാഹചര്യങ്ങളെയും ശാസ്ത്രീയമായി ക്രമീകരിക്കേണ്ടതുണ്ട്.

നമ്മുടെ വിദ്യാലയങ്ങളിൽ പ്രധാനമായും ഈ മൂന്ന് വിഭാഗത്തിലുള്ള കുട്ടികളാണുള്ളത്. ഇവർക്കായി കൂടുതൽ പരിഗണനയും സഹായവും ശ്രദ്ധയും നൽകി നീതിപൂർവമായ ഗുണമേന്മാവിദ്യാഭ്യാസം (Equitable Quality Education) ഉറപ്പുവരുത്തേണ്ടതുണ്ട്. ഈ കുട്ടികളുടെ പഠനലക്ഷ്യങ്ങൾ, പഠനാവശ്യങ്ങൾ, അഭിരുചി എന്നിവ പരിഗണിച്ച് ഇവർക്കുവേണ്ടി പാഠ്യപദ്ധതിയുടെ വിനിമയവും പഠനപ്രവർത്തനങ്ങളും ഫലപ്രദമായ രീതിയിൽ ആസൂത്രണം ചെയ്യണം. പഠനപ്രവർത്തനങ്ങളിൽ എല്ലാവരുടെയും പങ്കാളിത്തം ലഭ്യമാകുന്ന രീതിയിൽ പാഠാസൂത്രണം, അനുരൂപീകരണം, വിദ്യാർഥികളുടെ പഠനവേഗം, പഠനശൈലി എന്നിവ പരിഗണിച്ചുകൊണ്ട് ഈ പദ്ധതി നടപ്പിലാക്കണം.

പരിഹാരപ്രവർത്തനങ്ങളും (Remedial Practices), പോഷണപ്രവർത്തനങ്ങളും (Enrichment Practices) ഓരോ കുട്ടിക്കും ആവശ്യാധിഷ്ഠിതമായി വിവിധ വിലയിരുത്തൽ സാധ്യതകൾ പരിശോധിച്ച് വഴക്കത്തോടെ (Flexibility) പ്രാവർത്തികമാക്കണം. റിസോഴ്സ് അധ്യാപകരുടെയും മറ്റു വിദഗ്ധരുടെയും സഹായം ഉറപ്പാക്കൽ, കുട്ടിയുടെ പഠനം, പരിരക്ഷ, രക്ഷിതാക്കളുടെ നല്ല രീതിയിലുള്ള ഇടപെടൽ എന്നിവ ഉറപ്പാക്കാനും സാധിക്കേണ്ടതുണ്ട്.

വൈകല്യങ്ങളെ പ്രധാനമായും നാലായാണ് തരംതിരിക്കുന്നത്. പെരുമാറ്റം അഥവാ വൈകാരികം (Behavioural or emotional), ഇന്ദ്രിയങ്ങളുടെ തകരാറുകൾ (Senosry impaired diosrders), ശാരീരികം (Physical), വികസനം (Developmental) എന്നിവയാണവ. 1995 ഇന്ത്യൻ പാർലമെന്റ് പാസാക്കിയ പിഡബ്ല്യുഡി ആക്ട് പ്രകാരം (Perosns with disabilities Act-1995) പൂർണ്ണാന്ധത (Blindness), കാഴ്ചക്കുറവ് (Low vision), ഭേദമായ കുഷ്ഠരോഗം (Leprosy cured), ചലനപരിമിതി(Locomotor disability), കേൾവിക്കുറവ് (Hearing impairment), ബുദ്ധിപരിമിതി (Intellectually challenged) എന്നീ ഏഴ് വിഭാഗങ്ങളെയാണ് ഭിന്നശേഷി വിഭാഗത്തിൽ ഉൾപ്പെടുത്തിയിട്ടുള്ളത്.

21 വർഷങ്ങൾക്ക് ശേഷം 2016-ലെ ഭിന്നശേഷിക്കാരുടെ അവകാശസംരക്ഷണ നിയമത്തിൽ (The Rights of Perosn With Liabilities Act 2016) മേൽപ്പറഞ്ഞ വിഭാഗങ്ങൾക്കു പുറമേ 14 വിഭാഗങ്ങളെക്കൂടി ഉൾപ്പെടുത്തിയിട്ടുണ്ട്. ഡ്വാർഫിസം (Dwarfism), ഓട്ടിസം (Autism Spectrum Diosrder - ASD), സെറിബ്രൽ പാൾസി (Cerebral Palsy), മസ്കുലാർ ഡിസ്ട്രോഫി (Muscular dystrophy), ആസിഡ് ആക്രമങ്ങൾ മൂലം ഉണ്ടാകുന്ന പരിമിതികൾ (Acid attack victims), പാർക്കിൻസൺസ് രോഗം (Parkinosn's disease), മൾട്ടിപ്പിൾ സ്ക്ലിറോസിസ് (Multiple scoliosis), തലാസീമിയ (Thalassemia), ഹീമോഫീലിയ (Haemophilia), അരിവാൾ രോഗം (Sickle cell Disease), തീവ്രമായ നാഡീതകരാറുകൾ (Chronic neurological diosrders), ഭാഷാ-സംസാര വൈകല്യങ്ങൾ (Speech and Language Disability), സവിശേഷമായ പഠനവൈകല്യം (Specific Learning Disabilities) എന്നിവയാണവ. ഉൾപ്പെടുത്തിയുള്ള വിദ്യാഭ്യാസത്തിലൂടെ (Inclusive Education) സ്കൂളുകളിലെ എല്ലാവിധ വിവേചനങ്ങളും ഇല്ലാതാക്കാൻ നമുക്ക് സാധിക്കുന്നു.

ഭാവിയിലെ സമൂഹത്തെ നയിക്കേണ്ട പുതുതലമുറയിൽ ഈ മനോഭാവം വളർത്തുന്നതുവഴി സമത്വപൂർണ്ണമായ സമൂഹത്തെ വളർത്തിയെടുക്കാൻ സാധിക്കുന്നു. ഈ പഠനരീതിയിലൂടെ ഭിന്നശേഷിക്കാരായ കുട്ടികളുടെ പെരുമാറ്റത്തിൽ അഭിലഷണീയമായ മാറ്റങ്ങൾ ഉണ്ടാക്കാൻ സഹായിക്കുന്നു. സഹവർത്തിത്വത്തോടുകൂടിയുള്ള പഠനം വിവിധവിഷയങ്ങളുടെ പരിമിതികൾ മറികടക്കാൻ വിദ്യാർത്ഥികളെ പ്രാപ്തരാക്കുകയും ചെയ്യുന്നു. സ്കൂൾതലത്തിലുള്ള എല്ലാപ്രവർത്തനങ്ങളിലും പങ്കാളിയാവാൻ അംഗവൈകല്യമുള്ള കുട്ടികൾക്ക് അവസരം ലഭിക്കുന്നത് വഴി പഠനത്തിലും ജീവിതത്തിലും വിജയം നേടുന്നതിലും ഭിന്നശേഷിക്കാരായകുട്ടികളിൽ ആത്മവിശ്വാസം ഉയരുകയും ചെയ്യുന്നു. ഈ പഠനസമ്പ്രദായം നടപ്പിലാക്കാൻ കൂടുതൽ ശ്രദ്ധകേന്ദ്രീകരിക്കേണ്ടത് കൗമാരഘട്ടത്തിലാണ്. ഒരു വിദ്യാർത്ഥിയുടെ സ്വഭാവരൂപീകരണത്തിന് അടിത്തറപാകുന്ന സമയമാണ് യൗവനഘട്ടത്തിലെ സെക്കൻഡറി തലം. ലോകപ്രശസ്തനായ ജർമ്മൻ മനഃശാസ്ത്രജ്ഞൻ എറിക്

എറിക്സണിന്റെ (Erik Homberger Erikosn) മാനസികസാമൂഹിക വികസന സിദ്ധാന്തത്തിൽ അദ്ദേഹം മനുഷ്യവികസനത്തെ എട്ട് ഘട്ടങ്ങളായി തിരിച്ചിരിക്കുന്ന്. ഇതിൽ അദ്ദേഹം ഏറ്റവുംകൂടുതൽ പ്രാധാന്യം കൊടുത്തിരുന്നത് യൗവന (13 മുതൽ 21 വയസ്സ് വരെ, Identity vs Confusion) ഘട്ടത്തിനാണ്. അതുകൊണ്ടുതന്നെ സെക്കൻഡറിതല പാഠപുസ്തകങ്ങൾക്കും പ്രാധാന്യമേറുന്നു.

മറ്റുള്ള പഠനവിഷയങ്ങളിൽ നിന്ന് ഭാഷാപഠനത്തെ വ്യത്യസ്തമായി നിലനിർത്തുന്നത് വിജ്ഞാനത്തിനപ്പുറം മാനുഷികമൂല്യങ്ങളും വ്യക്തിത്വവും വളർത്തിയെടുക്കുന്നതിൽ ഭാഷാപഠനം വലിയ പങ്കുവഹിക്കുന്നുവെന്നതാണ്. ക്രിയാത്മകവും സർഗാത്മകവും സമത്വപൂർണ്ണവുമായ സമൂഹത്തെ വാർത്തെടുക്കുന്നതിൽ ഭാഷാപഠനത്തിന് വലിയ പ്രാധാന്യമുണ്ട്. ശേഷീവാദത്തിന്റെ ആശയങ്ങളെ കുട്ടികളിൽ എത്തിക്കാൻ സഹായിക്കുന്ന ഏതെല്ലാം പാഠഭാഗങ്ങൾ മലയാളം പാഠപുസ്തകങ്ങളിൽ ഉണ്ടെന്നും ഈ പാഠപുസ്തകങ്ങളിലെ പഠനപ്രവർത്തനങ്ങൾ ഈ ലക്ഷ്യങ്ങളിലെത്താൻ വിദ്യാർത്ഥികളെ സഹായിക്കുന്നുണ്ടോ എന്നും പരിശോധിച്ചപ്പോൾ സെക്കന്ററി തലത്തിൽ ഒമ്പതാം തരത്തിലെ കേരളപാഠാവലിയിലെ കുപ്പിവളകൾ എന്ന പാഠഭാഗം മാത്രമാണ് ഈ മൂല്യങ്ങളെ ഉയർത്തിപ്പിടിക്കുന്നത് എന്ന് മനസ്സിലാക്കാൻ സാധിച്ചു.

ശബ്ദങ്ങളുടെ ലോകത്ത് ജീവിക്കുന്ന കാഴ്ചപരിമിതിയുള്ള കണ്ണമ്മയുടെ പ്രയാസങ്ങളും ജീവിതസ്വപ്നങ്ങളും അവതരിപ്പിക്കുന്ന ഹൃദയസ്പർശിയായ സാറാതോമസിന്റെ കഥയാണ് കുപ്പിവളകൾ. കഥാനായിക താമസിക്കുന്ന അനാഥാലയത്തിലേക്ക് ഒരു പ്രഭാതത്തിൽ അതിഥികൾ എത്തുന്നതും തുടർന്നുണ്ടായ സംഭവവികാസങ്ങളുമാണ് കഥാപ്രമേയം. നാകപ്പാത്തിയിൽക്കൂടി മഴവെള്ളം കൂലംകുത്തിവരുന്ന ശബ്ദത്തോടുകൂടിയാണ് കഥ ആരംഭിക്കുന്നത്. വിശപ്പുകൊണ്ട് രാവിലെനേരത്തെ തന്നെ കണ്ണമ്മയുടെ വയറ് പ്രതിഷേധത്തിലാണ്. അപ്പോഴേക്കും ചില അതിഥികൾ അവിടെ എത്തിച്ചേർന്നു. സേതു കണ്ണമ്മയെ കൈപിടിച്ച് അവരുടെ മുന്നിലേക്ക് കൊണ്ടുപോയി. കണ്ണിന് കാഴ്ച്ചയില്ലാത്ത കണ്ണമ്മ എന്നാണ് അവളെ പരിചയപ്പെടുത്താറുള്ളത്. അന്നും അതാവർത്തിച്ചു. വരുന്ന അതിഥികൾക്ക് സഹതാപം തോന്നാൻ ഉപയോഗിക്കുന്ന ഈ പരിചയപ്പെടുത്തൽ കണ്ണമ്മയ്ക്ക് തീരെ താല്പര്യമില്ലാത്തതാണ്. എന്നിരുന്നാലും അതൊരു ചടങ്ങുപോലെ ആവർത്തിച്ചു. വന്ന അതിഥികൾ സംഭാവനയായി നൽകിയ പുതുവസ്

ത്രം കിട്ടിയിട്ടും ചിരിക്കാതെ നിന്ന കണ്ണമ്മയെ ആവശ്യംകഴിഞ്ഞ് കരിവേപ്പിലപോലെ ലിസ തിരിച്ച് മുറിയിലേക്ക് മടക്കിക്കൊണ്ടുവന്നു. അല്പം കഴിഞ്ഞ് അതിഥികൾ അപ്രതീക്ഷിതമായി കണ്ണമ്മയുടെ മുറിയിലെത്തി. അതിഥികളുടെ കൂട്ടത്തിൽ ഉണ്ടായിരുന്ന കൊച്ചുകുട്ടി റോസി മോൾ അവളുടെ കൈയിലുണ്ടായിരുന്ന കുപ്പിവളകൾ കണ്ണമയ്ക്ക് കൈമാറി. കുപ്പിവള കിലുങ്ങി. മണികിലുക്കം പോലെ മനോഹരമായ ശബ്ദം അവളുടെ മനസ്സിനും സന്തോഷം നൽകി. ഇവിടെവെച്ച് കഥ അവസാനിക്കുകയാണ്. അന്ധയായ ഒരു പെൺകുട്ടി നേരിടേണ്ടിവരുന്ന പ്രയാസങ്ങളും നിസ്സഹായ അവസ്ഥയും കുട്ടികൾക്ക് മുന്നിൽ വരച്ചുകാട്ടുന്ന ഹൃദയസ്പർശിയായ കഥയാണ് കണ്ണമ്മ.

കണ്ണിന് കാഴ്ച്ചയില്ലാത്ത കണ്ണമ്മ, ശാരീരികവൈകല്യമുള്ള പെൺകുട്ടിയാണ്. പക്ഷേ അകക്കണ്ണുകൊണ്ട് അവൾക്ക് എല്ലാം കാണാൻ കഴിയുന്നു. തന്റേതായ ഒരു ലോകത്ത് ഒതുങ്ങിക്കൂടി ആ പെൺകുട്ടി ജീവിക്കുന്നു. ചെറിയസ്വപ്നങ്ങളും പരിമിതമായ ആവശ്യങ്ങളും സാധിച്ചുകിട്ടണമെന്ന ആഗ്രഹമേയുള്ളൂ അവൾക്ക്. അവളുടെ പ്രയാസത്തിലോ പ്രതിസന്ധിയിലോ അവൾ ആരെയും കുറ്റം പറയുന്നുമില്ല. എന്നാൽ ഈ കഥയിലെ മറ്റുപല കഥാപാത്രങ്ങളും മനസ്സുകൊണ്ട് അന്ധത ബാധിച്ചവരാണ്. കണ്ണമ്മയെക്കാൾ വൈകല്യമുണ്ട് സിസ്റ്ററമ്മയ്ക്ക്. കാഴ്ച കണ്ണിന് മാത്രമല്ല, മനസ്സിന് കൂടി ഉണ്ടാവണമെന്ന പാഠം തരുന്ന കഥാപാത്രമാണ് സിസ്റ്ററമ്മ. താൻ പരോപകാരിയാണ്, നല്ലൊരു സംരക്ഷകയാണ് എന്നൊക്കെ മറ്റുള്ളവരെ ബോധ്യപ്പെടുത്താൻ സിസ്റ്ററമ്മ നടത്തുന്ന പരിശ്രമങ്ങൾ മനസ്സിനെ ബാധിച്ച അന്ധതയുടെ തെളിവുകളാണ്. പുതുവസ്ത്രം നൽകിയപ്പോൾ കണ്ണമ്മ ചിരിക്കാതിരുന്നതിന്റെ കാരണം പറയാൻ പറഞ്ഞപ്പോൾ സിസ്റ്ററമ്മ ഉപയോഗിച്ച വാക്കുകൾ കണ്ണമ്മയുടെ ഹൃദയത്തിൽ മുറിവുകളുണ്ടാക്കിയെന്ന് തിരിച്ചറിയാൻപോലും സിസ്റ്ററമ്മയ്ക്ക് കഴിയുന്നില്ല. ഈ കഥാസന്ദർഭങ്ങളിലൂടെയെല്ലാം സമൂഹത്തിലെ കാപട്യം നിറഞ്ഞ ജനങ്ങളുടെ പ്രതിനിധകൂടിയാണ് സിസ്റ്ററമ്മയെന്ന് നമ്മുക്ക് മനസ്സിലാവുന്നു.

മേരിയും ലിസയും സേതുവുമൊക്കെ അന്ധതബാധിച്ച സമൂഹത്തിന്റെ പ്രതീകങ്ങളാണ്. അവഗണനയ്ക്ക് വിധേയമാകുന്നവർ അനുഭവിക്കേണ്ടിവരുന്ന സങ്കടങ്ങൾ ഇവർ മൂവരും മനസിലാക്കുന്നില്ല. അവർ തങ്ങളുടെ ലോകത്ത് രസിച്ചുകഴിയുകയാണ്. എന്നാൽ ഇവരിൽ നിന്നും വ്യത്യസ്തയായ ഒരു കഥാപാത്രവും കഥയിലു

ണ്ട്. കുട്ടികൾക്കും സമൂഹത്തിനും മാതൃകയാക്കാവുന്ന ദേവുച്ചേച്ചി. മനസ്സിൽ നന്മയുള്ള ഒരു കഥാപാത്രം. മറ്റൊരാളെ സഹായിക്കുക എന്ന ആശയത്തിന് പുതിയ ഒരു ആശയം ദേവച്ചേച്ചിയിലൂടെ ബോധ്യമാവുന്നു. ദേവുച്ചേച്ചിയുടെ വാക്കുകളും സ്പർശനവും കണ്ണമ്മയ്ക്ക് പുതിയ ഊർജ്ജം പകർന്നുനൽകുന്നു. ദേവുച്ചേച്ചി എന്ന കഥാപാത്രം ലോകപ്രശസ്തയായ എഴുത്തുകാരി ഹെലൻ കെല്ലറുടെ പ്രിയപ്പെട്ട ആനി മാൻസ്ഫീൽഡ് സള്ളിവൻ എന്ന അദ്ധ്യാപികയെ ഓർമ്മിപ്പിക്കുന്നു. അന്ധയും ബധിരയുമായ ഹെലൻ കെല്ലറെ ആറുവയസ്സ് മുതൽ പരിചരിച്ച് ഹെലൻകെല്ലറെ അക്ഷരലോകത്തേക്കും സന്തോഷം നിറഞ്ഞ ജീവിതാനുഭവങ്ങളിലേക്കും നയിച്ച മിസ് സള്ളിവന്റെ സാന്നിധ്യം ദേവുചേച്ചിയിലൂടെ നമുക്ക് കാണാം.

വരുംതലമുറയുടെ പ്രത്യാശയാണ് റോസിമോൾ. സ്വീകരിക്കുന്ന ആളിന്റെ താല്പര്യമാണ് സഹായത്തിന് മൂല്യമുണ്ടാക്കുന്നതെന്ന് ചെറുപ്രായത്തിൽ തന്നെ ആ കൊച്ചുകുട്ടി തിരിച്ചറിയുന്നു. സിസ്റ്ററമ്മയുടെ ആക്ഷേപങ്ങൾക്കും ആവർത്തിച്ചുള്ള നിർദ്ദേശങ്ങൾക്കും കണ്ണമ്മയുടെ മുഖത്ത് ചിരിയുണ്ടാക്കാൻ സാധിച്ചില്ലയെന്ന് മനസ്സിലാക്കിയ റോസി തന്റെ കൈകളിലുണ്ടായിരുന്ന കുപ്പിവളകൾ കണ്ണമ്മയ്ക്ക് നൽകിക്കൊണ്ട് കണ്ണമ്മയുടെ മുഖത്തെ പുഞ്ചിരിയായി മാറാൻ സാധിച്ചു. മറ്റുള്ളവരുടെ സ്വയംതിരിച്ചറിയുകയും കഴിയാവുന്നതരത്തിൽ സഹായിക്കുകയും ചെയ്യുമ്പോഴാണ് നാം യഥാർത്ഥ മനുഷ്യരായി മാറുന്നതെന്ന് റോസിമോൾ കുപ്പിവളകൾ കൈമാറുന്നതിലൂടെ തെളിയിച്ചു. ഒരുപക്ഷേ സ്റ്റീഫൻ ഹോക്കിങ്ങിന്റെ ജീവിതകഥയേക്കാളധികം ഈ പാഠത്തോട് ചേർത്തുവായിക്കാവുന്നത് ഹെലൻകെല്ലറുടെ ആത്മകഥ തന്നെയാവും. പാഠപുസ്തകങ്ങളിലൂടെ കണ്ണോടിക്കുന്ന നമ്മുടെ വരുംതലമുറയ്ക്ക് റോസിമോളും ദേവുച്ചേച്ചിയും പ്രതീക്ഷകളാണ്. സമത്വസുന്ദരമായ നാളെയുടെ പ്രതീക്ഷകൾ.

കാഴ്ചയുടെ ലോകത്തിനുപകരം ശബ്ദങ്ങളുടെ ലോകമാണ് കഥയിൽ നിറയുന്നത്. കാഴ്ച എന്ന തന്റെ പരിമിതിയെ ശബ്ദം കൊണ്ട് മറികടക്കുകയാണ് കണ്ണമ്മ കഥയിൽ ചെയ്യുന്നത്. നാകപ്പാത്തിയിൽക്കൂടി വെള്ളം കൂലംകുത്തിവരുന്ന ശബ്ദം, നാകപ്പാത്തിയിലൂടെ നേർത്തുവരുന്ന വെള്ളത്തിന്റെ ശബ്ദം, പൂമുഖത്ത് കാർ ഇരച്ചുവന്നു നിൽക്കുന്ന ശബ്ദം, സിസ്റ്ററമ്മയുടെ മുറിവേൽപ്പിക്കുന്ന ശബ്ദം, കൈയ്യടിയുടെ ശബ്ദം, ആഹ്ലാദപ്രകടനങ്ങളുടെ ശബ്ദം,

കലപിലകൂട്ടുന്ന കുപ്പിവളകളുടെ ശബ്ദം, മണികിലുക്കം പോലെ കൗതുകമുണർത്തുന്ന നാദം എന്നിങ്ങനെ അനവധി ശബ്ദങ്ങൾ കൊണ്ട് നിറഞ്ഞിരിക്കുകയാണ് സാറ തോമസിന്റെ ഈ കഥ.

ശേഷീവാദം പരോക്ഷമായി ഉൾക്കൊള്ളുന്ന മറ്റൊരു പാഠഭാഗം എട്ടാംതരത്തിലെ അടിസ്ഥാനപാഠാവലിയിലെ പ്രിയ എ. എസിന്റെ 'നനയാത്ത മഴ' എന്നത്. ജീവിതാനുഭവങ്ങളെ കുട്ടികൾക്ക് മുന്നിൽ പരിചയപ്പെടുത്തുക എന്ന ലക്ഷ്യത്തോടുകൂടിയാണ് ഈ പാഠഭാഗം ടെക്സ്റ്റ്ബുക്കിൽ ഉൾപ്പെടുത്തിയിട്ടുള്ളത്. എന്നാൽ നനയാത്ത മഴയിലെ കേന്ദ്രകഥാപാത്രം ചെറുപ്പം മുതലേ അംഗവൈകല്യമുള്ള കുട്ടിയായിരുന്നു. ഈ പരിമിതി കാരണം പ്രകൃതിയുടെ വരദാനമായ മഴയെ ആസ്വദിക്കാൻ കഴിയാത്ത നിസംഗത അവതരിപ്പിക്കുന്ന കഥയാണ് നനയാത്ത മഴ. അനുഭവക്കുറിപ്പ് എന്നതിലുപരി അംഗവൈകല്യം നേരിടുന്ന വ്യക്തികൾ അനുഭവിക്കുന്ന മാനസികസംഘർഷങ്ങൾ കുട്ടികൾക്ക് മുന്നിൽ വാങ്മയചിത്രത്തിലൂടെ വരച്ചുകാട്ടാൻ പ്രിയ എന്ന എഴുത്തുകാരിക്ക് സാധിച്ചു.

ഭാഷാപഠനം എന്നത് കേവലം അറിവ് നേടുക എന്നതിനപ്പുറം മൂല്യങ്ങളും ആശയങ്ങളും വ്യക്തിത്വവും വളർത്തിയെടുക്കാനും സഹായിക്കുന്നു. ഒരു വ്യക്തിയുടെ സുപ്രധാനഘട്ടമായ കൗമാരത്തിൽ അവന് കൃത്യമായ മാർഗനിർദേശം നൽകേണ്ട ഭാഷാപാഠപുസ്തകത്തിൽ അംഗവൈകല്യമുള്ള മനുഷ്യർ നേരിടുന്ന പ്രശ്നങ്ങളെ അഭിമുഖീകരിക്കുന്ന രീതിയിലുള്ള ഒരു പാഠഭാഗം കൂടി ഉൾപ്പെടുത്താവുന്നതായിരുന്നു. മാത്രമല്ല പഠനപ്രവർത്തനങ്ങളിൽ ഇത്തരത്തിൽ പരിമിതികൾ നേരിടുന്നവരെ നേരിട്ടറിയാനുള്ള പഠനയാത്രകളും ഉൾപ്പെടുത്താം.

ഉപസംഹാരം

ഉൾച്ചേർക്കൽ വിദ്യാഭ്യാസം എന്നത് ക്ലാസ്സിൽ മാത്രം ഒതുങ്ങേണ്ട ഒരാശയമല്ല, മറിച്ച് വിദ്യാലയ പ്രവർത്തനങ്ങളോടൊപ്പം സാമൂഹികതലങ്ങളിലേക്ക് അലയടിക്കേണ്ട ഒരു സംസ്കാരം കൂടിയാണ്. ഈ സംസ്കാരം പുലർത്തേണ്ടത് സമൂഹത്തിന്റെ ഉത്തരവാദിത്വമാണ്. സെക്കന്ററിതലത്തിലെ ഭാഷപാഠപുസ്തകത്തിൽ ശേഷീവാദത്തെ ഉൾക്കൊള്ളുന്ന പാഠഭാഗങ്ങളുടെ കുറവ് നിലനിൽക്കുന്നുണ്ട്. നേരിട്ട് കുട്ടികൾക്ക് അനുഭവങ്ങൾ നൽകുന്ന പഠനപ്രവർത്തനങ്ങളുടെ കുറവും ഭാവിയിൽ പരിഹരിച്ചു പോകണം.

സഹായകഗ്രന്ഥങ്ങൾ

▸ നാഷണൽ കൗൺസിൽ ഓഫ് എഡ്യൂക്കേഷണൽ റിസർച്ച് ആന്റ് ട്രെയിനിങ്, 2005, ദേശീയ പാഠ്യപദ്ധതി ചട്ടക്കൂട്, ഡൽഹി.

▸ ശിവരാജൻ. കെ., 2014, വിദ്യാഭ്യാസം വികസ്വരഭാരതത്തിൽ, കാലിക്കറ്റ് സർവ്വകലാശാല, മലപ്പുറം

▸ സംസ്ഥാന വിദ്യാഭ്യാസ ഗവേഷണ പരിശീലന സമിതി, 2007, കേരള പാഠ്യ പദ്ധതി ചട്ടക്കൂട്, കേരളം.

▸ 2015, ടീച്ചർ ടെക്സ്റ്റ്, ക്ലാസ്സ് 8, കേരളം.

▸ 2019, അടിസ്ഥാനപാഠാവലി, ക്ലാസ് 8, കേരളം.

▸ 2019. കേരളപാഠാവലി, ക്ലാസ് 9, കേരളം.

○○

10
ഡിസെബിലിറ്റി സർക്കാർ വ്യവഹാരങ്ങളിൽ: വിമർശനാത്മകവ്യവഹാരാപഗ്രഥനം

ശരണ്യ. ബി

ശാരീരികമോ മാനസികമോ ആയ കുറവുകളാൽ വിഷമതകൾ അനുഭവിക്കുന്നവരാണ് ഡിസെബിലിറ്റിയുള്ളവർ. ഡിസെബിലിറ്റി യുള്ളവരുടെ അവകാശങ്ങൾ സംരക്ഷിക്കുന്നതിനും അവരുടെ വിഷമതകൾ പരിഹരിക്കുന്നതിനും 2016-ൽ ഭിന്നശേഷിക്കാരുടെ അവകാശനിയമം സർക്കാർ പാസ്സാക്കി. ഈ നിയമപ്രകാരം വിദ്യാഭ്യാസം, തൊഴിൽ എന്നീ മേഖലകളിൽ ഇവർക്ക് സംരക്ഷ ണം ലഭിച്ചു എന്നാണു പൊതുവേ കരുതപ്പെടുന്നത്. എന്നാൽ ഇതുകൊണ്ടു മാത്രം ഇവരുടെ പ്രശ്നങ്ങൾക്ക് പരിഹാരമായില്ല എന്നതിന് തെളിവാണ് സർക്കാർ പിന്നീട് പുറപ്പെടുവിച്ച ഉത്തര വുകളും സർക്കുലറുകളും. ഇത്തരം ഉത്തരവുകളും സർക്കുലറുക ളും പ്രത്യക്ഷത്തിൽ ജനാധിപത്യപരമെന്നും സാമൂഹ്യക്ഷേമം ലക്ഷ്യമിടുന്നതെന്നും ഭിന്നശേഷിക്കാരുടെ ഉന്നമനത്തിനായുള്ള തെന്നും തോന്നുന്നവയാണ്. എന്നാൽ അതിലെ ഭാഷ പരിശോ ധിക്കുമ്പോൾ അതിൽ അടങ്ങിയിരിക്കുന്ന അധികാരസ്വഭാവവും മനോഭാവവും വ്യക്തമാവും.

ഭാഷയിലൂടെ ആശയവിനിമയം സാധ്യമാവും എന്നതുപോലെ തന്നെ മനോഭാവവിനിമയവും സാധ്യമാവും. ഭാഷയ്ക്കകത്ത് ഭാഷകന്റെ മനോഭാവം പ്രകടമല്ലെങ്കിലും അത് ലീനമായിരിക്കും. അത്തരത്തിൽ മനോഭാവപാരായണ സഹായിയാണ് ഭാഷ എന്നു വരുമ്പോൾ ഭാഷയിലൂടെ ഒളിഞ്ഞു സഞ്ചരിക്കുന്ന അധികാരത്തെ യും പ്രത്യയശാസ്ത്രത്തെയും കണ്ടെത്തുന്ന ഒരു ഭാഷാസമീപന രീതിയാണ് വിമർശനാത്മക വ്യവഹാരാപഗ്രഥനം. അധികാരവും പ്രത്യയശാസ്ത്രവും മനോഭാവവും ഉൾക്കൊള്ളുന്ന ഭാഷാപ്രയോ

ഗങ്ങളാണ് വ്യവഹാരങ്ങൾ. ഭാഷാപഗ്രഥനത്തിലൂടെ ഭാഷയിൽ ഒളിഞ്ഞിരിക്കുന്ന അധികാരത്തെയും പ്രത്യയശാസ്ത്രത്തെയും മനോഭാവത്തെയും കണ്ടെത്താനാവും. സർക്കാർ വ്യവഹാരങ്ങൾ ഇത്തരത്തിൽ പൊതുസമൂഹത്തിന്റേതായ മുഖ്യധാരാപ്രത്യയശാസ്ത്രവും അധികാരവും മനോഭാവവും ഉൾക്കൊള്ളുന്ന വ്യവഹാരങ്ങളാണ്. സർക്കാർ വ്യവഹാരങ്ങളിൽ കാണുന്ന നിഷ്പക്ഷ ഭാഷാപ്രയോഗങ്ങളിൽ ഒളിഞ്ഞിരിക്കുന്ന മുഖ്യധാര പ്രത്യയശാസ്ത്രവും അധികാരവും കണ്ടെത്തുകയാണ് ഇവിടെ വിമർശനാത്മകവ്യവഹാരാപഗ്രഥനത്തി ന്റെ ലക്ഷ്യം.

സർക്കാർ ഉത്തരവുകളിലും സർക്കുലറുകളിലും ഡിസെബിലിറ്റിയുള്ളവരെ അഭിസംബോധന ചെയ്യുന്നതിന് വ്യത്യസ്തസാഹചര്യങ്ങളിൽ വ്യത്യസ്തപദങ്ങൾ പ്രയോഗിക്കുന്നതായി കാണാം. അംഗപരിമിതർ, വികലാംഗർ, ശാരീരികവൈകല്യമുള്ളവർ എന്നിങ്ങനെയുള്ള പദങ്ങൾ ഉപയോഗിച്ച് കാണുന്നു. ധനാത്മകമായ കാഴ്ച്ചപ്പാടിൽ ഭിന്നശേഷിക്കാർ (differently abled)എന്നു വിശേഷിപ്പിക്കുന്നു. ഇത്തരത്തിൽ സർക്കാർ വ്യവഹാരങ്ങളിലെ സംബോധന പദങ്ങളെയും അവ പ്രയോഗിക്കുന്ന സാഹചര്യങ്ങളെയും മറ്റു ഭാഷാഘടകങ്ങളെയും അപഗ്രഥിക്കുകയാണ് ഈ പഠനംകൊണ്ട് ഉദ്ദേശിക്കുന്നത്. അതിനായി വിമർശനാത്മകവ്യവഹാരാപഗ്രഥനം എന്ന ഗവേഷണ രീതിശാസ്ത്രം ഉപയോഗിക്കുന്നു.

ഒരു പ്രശ്നത്തെ സംബന്ധിച്ച് സർക്കാർ തന്റെ നിലപാടും നിർദ്ദേശവും വ്യക്തമാക്കുന്ന സവിശേഷ വ്യവഹാരരൂപങ്ങളാണ് സർക്കുലറുകളും ഉത്തരവുകളും. ഭിന്നശേഷിക്കാർക്ക് അനുകൂലമായി സർക്കാർ പുറപ്പെടുവിച്ച സർക്കുലറിനെയും ഉത്തരവിനെയും വിമർശനാത്മക വ്യവഹാരാപഗ്രഥനത്തിന്റെ രീതിശാസ്ത്രം ഉപയോഗിച്ച് പഠിക്കുകയാണ് ഈ ലേഖനത്തിന്റെ ലക്ഷ്യം. നം.625/എസ്2/18/എസ്.സി.പി.ഡബ്ല്യൂ.ഡി എന്ന നമ്പറിൽ അംഗപരിമിതർക്ക് സാമൂഹ്യക്ഷേമ പെൻഷൻ, തദ്ദേശസ്വയംഭരണസ്ഥാപനം മുഖേന ലഭിക്കണമെങ്കിൽ വർഷാവർഷം പുതുക്കിയ അംഗപരിമിത സർട്ടിഫിക്കറ്റ് ഹാജരാക്കണമെന്ന വിഷയത്തെ സംബന്ധിച്ചു സർക്കാർ പുറപ്പെടുവിച്ച സർക്കുലർ നം.126/2021/ധന എന്ന് ധനക്കാര്യ വകുപ്പ്, സൂപ്പർ ന്യൂമററി തസ്തികയിൽ ജോലിചെയ്യുന്ന ഭിന്നശേഷിക്കാർക്ക് കൺവെയൻസ് അലവൻസ് അനുവദിച്ചു കൊണ്ട് പുറപ്പെടുവിച്ച ഉത്തരവുമാണ് ലേഖനത്തിന്റെ പ്രധാന ദത്തങ്ങളായി സ്വീകരിച്ചിരിക്കുന്നത്.

സർക്കാർ വ്യവഹാരങ്ങൾ

സർക്കാർ പുറപ്പെടുവിക്കുന്ന പ്രധാന വ്യവഹാരരൂപങ്ങളാണ് ഉത്തരവുകളും സർക്കുലറുകളും. സർക്കാർ വ്യവഹാരങ്ങൾ ഭരണം സുഗമമാക്കുന്നതിനുള്ള മാധ്യമമാണ്. ചില പ്രത്യേക സാഹചര്യങ്ങളിൽ ജനങ്ങൾക്കും ഉദ്യോഗസ്ഥവൃന്ദത്തിനും ഭരണകൂടത്തിന്റെ ഭാഗത്തുനിന്നും ലഭിക്കുന്ന നിർദ്ദേശങ്ങളും അഭിപ്രായങ്ങളും ആജ്ഞയുമാണ് ഉത്തരവുകളും സർക്കുലറുകളും ഉൾക്കൊള്ളുന്നത്. അധികാരത്തിന്റെ എല്ലാ സ്വഭാവവും അതിന്റെ ഭാഷയിൽ അടങ്ങിയിരിക്കും. നിയതമായ ഒരു ഘടന എല്ലാ സർക്കാർ വ്യവഹാരങ്ങൾക്കുമുണ്ട്. ആജ്ഞയുടെയും നിർദ്ദേശത്തിന്റെയും അധികാരത്തിന്റെയും സ്വഭാവം ഇതിന്റെ ഭാഷയ്ക്കും ഘടനയ്ക്കുമുണ്ട്. സർക്കാർ വ്യവഹാരങ്ങൾ ജനാധിപത്യപരവും സമൂഹ്യക്ഷേമം ഉറപ്പുവരുത്തുന്നതുമായ ആധികാരികവ്യവഹാരങ്ങളാണെന്ന് പ്രത്യക്ഷത്തിൽ തോന്നാം. എന്നാൽ ഇതിനകത്തും സമൂഹത്തിൽ നിലനില്ക്കുന്ന പൊതുധാരണയുടെയും പ്രത്യയശാസ്ത്രത്തിന്റെയും അധികാരത്തിന്റെയും അംശങ്ങളുണ്ട്. സർക്കാർവ്യവഹാരങ്ങളിലെ ഭാഷ പ്രത്യക്ഷത്തിൽ ധനാത്മകമായി തോന്നുകയും എന്നാൽ ചില ദ്വന്ദ്വങ്ങൾ സൃഷ്ടിക്കുകയും അധികാരമനോഭാവങ്ങളെ വിനിമയം ചെയ്കയും ചെയ്യുന്നവയാണ്.

സംബോധനാരൂപങ്ങൾ

വക്താവ് ശ്രോതാവിനെ സൂചിപ്പിക്കാൻ ഉപയോഗിക്കുന്ന പദങ്ങളാണ് സംബോധനാപദങ്ങൾ. ഉയർച്ചതാഴ്ചകൾ ധാരാളമുള്ള നമ്മുടെ സമൂഹത്തിൽ പരിഹസിക്കാനും ഇകഴ്ത്താനും പാർശ്വവത്ക്കരിക്കാനും സംബോധനാപദങ്ങൾ ഉപയോഗിക്കുന്നു. കാഴ്ചശേഷി ഇല്ലാത്ത ഒരാളെ അന്ധൻ, കുരുടൻ എന്നും സംസാരശേഷി ഇല്ലാത്ത ഒരാളെ ഊമയെന്നും ഇത്തരത്തിൽ ശാരീരികമോ മാനസികമോ ആയ ചില വെല്ലുവിളികൾ നേരിടുന്ന ഭിന്നശേഷിക്കാരെ സമൂഹം പല പേരുകളിൽ വിളിച്ചിരുന്നു. എന്നാൽ ഇവരെ അഭിസംബോധന ചെയ്യാൻ ഭരണകൂടത്തിന് ഇത്തരം സാമൂഹിക സംബോധനാപദങ്ങളെ ഉപയോഗിക്കാൻ കഴിയില്ല. എല്ലാവരെയും ഒരുപോലെ പരിഗണിച്ചുകൊണ്ട് തികച്ചും ജനാധിപത്യപരവും നിഷ്പക്ഷവുമായ സംബോധകളായിരിക്കണം സർക്കാരിന്റെ ഭാഗത്തുനിന്നും ഉണ്ടാകേണ്ടത്. ഇവരെ പൊതുവായി വിശേഷിപ്പിക്കാൻ റശമെയഹലറ എന്ന പദമാണ് പാശ്ചാത്യർ ഉപയോഗിച്ചിരുന്നത്.

എന്നാൽ ഇത്തരത്തിൽ അവരെ സംബോധന ചെയ്യുമ്പോൾ അവരിലെ കുറവുകളെയാണ് സൂചിപ്പിക്കുന്നത് എന്ന ധാരണ രൂപപ്പെടുകയും ഇതിന് പകരമായി അടുത്തകാലത്ത് differently abled എന്ന ധനാത്മകചിന്താഗതിയുള്ള പദം രൂപപ്പെട്ടു വരുകയുംചെയ്തു. എന്നിരുന്നാലും ആധികാരിക രേഖകളിലെല്ലാം disabled എന്ന പദം തന്നെയാണ് പാശ്ചാത്യർ ഉപയോഗിക്കുന്നത്. സംബോധനയിൽ മാറ്റംവന്നാലും വന്നിലെങ്കിലും അവരോടുള്ള നിലപാടും മനോഭവവും അതേനിലയിൽ തുടരുകയാണെങ്കിൽ പിന്നെ പദം, മാറ്റി പ്രയോഗിക്കുന്നതിൽ അർത്ഥം ഇല്ലെന്നതു കൊണ്ടാവാം disabled എന്ന പദം തന്നെ പാശ്ചാത്യർ പിന്തുടരുന്നത്. രണ്ടു വ്യത്യസ്ത ധ്രുവങ്ങളിൽ നില്ക്കുന്ന disabled, differently abled എന്നീ ഈ രണ്ടു പദങ്ങളിൽ ഏത് ഉപയോഗിക്കണമെന്ന കാര്യത്തിൽ ഇന്നും ധാരാളം ചർച്ചകൾ നടക്കുന്നു.

കേരള സർക്കാർ വ്യവഹാരങ്ങളിൽ ഇവരെ വിശേഷിപ്പിക്കുന്നതിനായി differently abled എന്നർത്ഥത്തിൽ ഭിന്നശേഷിക്കാർ എന്ന ധനാത്മകപദമാണ് അധികവും ഉപയോഗിക്കുന്നത്. വ്യത്യസ്തമായ ശേഷികളോടെ ജീവിക്കുന്നവർ എന്നർത്ഥം വരുന്ന ഈ പദം അവരിലെ കഴിവുകളെയാണ് കേന്ദ്രീകരിക്കുന്നത്. എന്നാൽ differently abled എന്ന പദത്തിന് സമാനമാണോ ഭിന്നശേഷി എന്ന പദം എന്നത് സംശയമാണ്. ഭിന്നശേഷിക്കാർ എന്നു സംബോധന ചെയ്യുന്നത്തിലൂടെ അവരുടെ ശേഷികളെ മാത്രമേ പരിഗണിക്കുന്നുള്ളു എന്നും അവരെ മുഖ്യധാരയുടെ ഭാഗമായിതന്നെയാണ് പരിഗണിക്കുന്നത് എന്നും തോന്നമെങ്കിലും ഇന്നും വളരെ പ്രധനപ്പെട്ട സർക്കാർ വ്യവഹാരങ്ങളിൾ മറ്റു പദങ്ങളും ഉപയോഗിച്ചു കാണുന്നു. ഭിന്നശേഷി എന്നത് കൂടാതെ അംഗപരിമിതർ, വികലാംഗർ എന്നീ പദങ്ങളും സർക്കാർ വ്യവഹാരങ്ങളിൽ ഉപയോഗിക്കുന്നതായി കാണാം.

ഉദാഹരണത്തിന് ഇവർക്ക് ലഭിക്കുന്ന പെൻഷന് ഇന്നും വികലാംഗ പെൻഷൻ എന്നാണു പറയുന്നത്. ഇവർക്ക് ലഭിക്കുന്ന സർട്ടിഫിക്കറ്റിന് അംഗപരിമിത സർട്ടിഫിക്കറ്റ് എന്നു തന്നെയാണ് പേര്. ശരീരത്തെ കേന്ദ്രീകരിച്ചാണ് ഇത്തരം പദങ്ങൾ പ്രയോഗിക്കപ്പെടുന്നത്. ശരീരത്തിലെ അംഗങ്ങളിൽ പരിമിതിയുള്ളവർ എന്നും വികലമായ അംഗങ്ങൾ ഉള്ളവർ എന്നും ഇവ അർഥം നൽക്കുന്നു. പൊതുസമൂഹത്തിന്റെ കാഴ്ച്ചപ്പാടിലൂടെതന്നെ രൂപപ്പെട്ട പദങ്ങളാണിവ. പൊതുസമൂഹത്തിലെ പൂർണ്ണത സങ്കല്പനങ്ങൾ

ഈ പ്രയോഗങ്ങൾക്ക് പിന്നിലുണ്ട്. ഇത്തരം പദങ്ങൾ സർക്കാർ വ്യവഹാരങ്ങളിൽ പ്രയോഗിക്കുന്നതു തന്നെ സർക്കാർ വ്യവഹാരങ്ങൾ പൊതുസമൂഹത്തിന്റെ പ്രത്യയശാസ്ത്ര, മനോഭാവവാഹകർ ആണെന്ന് വ്യക്തമാകുന്നു.

സർക്കാർ വ്യവഹാരങ്ങളിൽ ഭിന്നശേഷിക്കാർ, അംഗപരിമിതർ എന്നീ പദങ്ങൾ വ്യത്യസ്തസാഹചര്യങ്ങളിൽ വ്യത്യസ്തരീതിയിൽ പ്രയോഗിക്കുന്നത് കാണാം. ഇത്തരത്തിൽ പ്രയോഗിക്കുന്നത് സ്വാഭാവികമായ ഒന്നായി പ്രത്യക്ഷത്തിൽ തോന്നുന്നു. എന്നാൽ വ്യക്തമായ ചില ഉദ്ദേശ്യങ്ങളും ലക്ഷ്യങ്ങളും ഇവയ്ക്കു പിന്നിലുണ്ട്. ഭാഷാപഗ്രഥനത്തിലൂടെ ഇവ പ്രയോഗിക്കപ്പെടുന്ന സാഹചര്യം രീതി എന്നിവ വിശകലനം ചെയ്യുന്നതു വഴി അവ കണ്ടെത്താം. ഈ ലേഖനത്തിന്റെ പ്രധാന ദത്തമായി സ്വീകരിച്ചിരിക്കുന്ന ഉത്തരവിലും സർക്കുലറിലും ഈ രണ്ടു സംബോധനകളും മാറിമാറി പ്രയോഗിച്ചിരിക്കുന്നു.

സാമൂഹ്യ ക്ഷേമപെൻഷൻ ലഭിക്കുന്നതിന് ഭിന്നശേഷിക്കാർ അവരുടെ അംഗപരിമിതി തെളിയിക്കുന്ന സർട്ടിഫിക്കറ്റ് വർഷാവർഷം പുതുക്കേണ്ട സാഹചര്യം ഉണ്ടായിരുന്നു. എന്നാൽ ഇത് അവർക്ക് ബുദ്ധിമുട്ടാണ് എന്നു തിരിച്ചറിഞ്ഞ സർക്കാർ, ജീവിതത്തിൽ ഒരിക്കൽ ഈ സർട്ടിഫിക്കറ്റ് ഉണ്ടാക്കിയാൽ മതിയെന്നും വർഷാവർഷം പുതുക്കേണ്ട ആവശ്യമില്ലായെന്നും അങ്ങനെ ആവശ്യപ്പെടുന്ന പക്ഷം ഉദ്യോഗസ്ഥർക്കെതിരെ നടപടിയുണ്ടാവുമെന്നും പറയുന്ന സർക്കുലറാണ് ആദ്യത്തേത്. പ്രത്യക്ഷത്തിൽ ഭിന്നശേഷിക്കാരെ സംരക്ഷിക്കുന്ന, അവർക്ക് അനുകൂലമായ ഒരു സർക്കുലറാണിത്.

എന്നാൽ ഈ സർക്കുലറിലെ ഭാഷ പരിശോധിച്ചാൽ അതിനകത്തുള്ള മനോഭാവം വ്യക്തമാകും. Differently abled congress എന്ന സംഘടനയുടെ പ്രസിഡന്റ് 2018 നല്കിയ പരാതിയെ തുടർന്നാണ് ഇങ്ങനെ ഒരു സർക്കുലർ സർക്കാർ പുറപ്പെടുവിച്ചത്. ഇതിൽ നിന്നുതന്നെ അതിനു മുൻപ് വരെയും തന്റെ കുറവുകളെ വർഷാവർഷം തെളിയിക്കേണ്ട ബാധ്യത ഇവർക്കുണ്ടായിരുന്നു എന്നു വ്യക്തം. ഈ ഒരു ഉത്തരവിൽ ഇവരെ പൂർണ്ണമായും അഭിസംബോധന ചെയ്തിരിക്കുന്നത് അംഗപരിമിതർ എന്നാണ്. ഭിന്നശേഷിക്കാർ എന്നു സംബോധന ചെയ്തിരിക്കുന്നത് വളരെ കുറവവാണ്. ഈ ഉത്തരവുതന്നെ ഇവരുടെ പരിമിതിയ്ക്ക് നൽകുന്ന സാമൂഹ്യ ക്ഷേമപെൻഷനു വേണ്ടി സമർപ്പിക്കുന്ന അംഗപരിമിത

സർട്ടിഫിക്കറ്റിനെ സംബന്ധിച്ച ഒന്നായതിനാൽ അവിടെ ശേഷിയ്ക്കല്ല മറിച്ചു പരിമിതിയ്ക്കാണ് പ്രാധാന്യം. ഇവരുടെ പരിമിതി തെളിയിക്കുന്നതിലൂടെ ലഭിക്കുന്ന ആനുകൂല്യത്തെ സംബന്ധിക്കുന്ന സർക്കുലർ ആയതിനാൽ അവിടെ ശേഷിയെ പരിഗണിക്കേണ്ടെ പ്രശ്നമേ വരുന്നില്ല. ഭിന്നശേഷിക്കാർ പാർശ്വവൽകൃതരാണ്, അവർ സംരക്ഷിക്കപ്പെടേണ്ടവരാണ്, അവർക്ക് നൽകുന്ന സവിശേഷ ആനുകൂല്യമാണ് അവരുടെ ജീവിതം എന്നൊക്കെയുള്ള മുഖ്യധാരാ മനോഭാവവിനിമയമാണ് സർക്കാർ വ്യവഹാരങ്ങളിലെ ഇത്തരം അഭിസംബോധനങ്ങളിൽ നിന്ന് വ്യക്തമാവുന്നത്.

വിശേഷണങ്ങൾ

ധനക്കാര്യ വകുപ്പ്, സൂപ്പർ ന്യൂമററി തസ്തികയിൽ ജോലി ചെയ്യുന്ന ഭിന്നശേഷിക്കാർക്ക് കൺവെയൻസ് അലവൻസ് അനുവദിച്ചുകൊണ്ട് പുറപ്പെടുവിച്ച ഉത്തരവാണ് അപഗ്രഥനത്തിനായി സ്വീകരിച്ചിരിക്കുന്ന മറ്റൊരു ദത്തം. ഭിന്നശേഷിക്കാരുടെ അവകാശങ്ങൾ സംരക്ഷിക്കുന്ന ഒരു ഉത്തരവാണിത്. ഈ ഉത്തരവിൽ പൂർണ്ണമായും എല്ലാ സന്ദർഭങ്ങളിലും ഭിന്നശേഷിക്കാർ എന്നു മാത്രമാണ് സംബോധന ചെയ്തിരിക്കുന്നത്. ഈ ഉത്തരവിൽ ഭിന്നശേഷിക്കാരെ സംബോധന ചെയ്തിരിക്കുന്നത് വളരെ നല്ല കാഴ്ച്ചപ്പാടിലാണെന്ന് പ്രത്യക്ഷത്തിൽ തോന്നുന്നു. എന്നാൽ ഇവിടെ ഇത്തരത്തിൽ സംബോധന ചെയ്യുന്നതിനും ചില കാരണങ്ങൾ കാണാം. ഇവിടെ സംബോധനാപദങ്ങൾ വിശേഷണങ്ങളായി മാറുന്നു.

'ഭിന്നശേഷിക്കാരായ ജീവനക്കാർക്ക് സ്പെഷ്യൽ കൺവെയൻസ് അലവൻസ് അനുവദിച്ചുകൊണ്ട് സർക്കാർ പരാമർശം...'

ഇത് ഉത്തരവിന്റെ തുടക്കത്തിലേ ഒരു വാക്യമാണ്. ഈ വാക്യത്തിൽ കാണുന്നപോലെ ഭിന്നശേഷിക്കാരായ ജീവനക്കാർ എന്നാണ് ഉത്തരവിൽ മുഴുവനും പ്രയോഗിച്ചിരിക്കുന്നത്. ഇവിടെ ഭിന്നശേഷി എന്ന പ്രയോഗം ജീവനക്കാർക്ക് നൽകുന്ന ഒരു വിശേഷണമാണ്. ജീവനക്കാരെ സാധാരണജീവനക്കാർ എന്നും ഭിന്നശേഷിക്കാരായ ജീവനക്കാർ എന്നും രണ്ടായി വിഭജിക്കുന്ന ഒരു വിശേഷണപദമായി ഈ പ്രയോഗം മാറുന്നു. തൊഴിൽ, വിദ്യാഭ്യാസം എന്നീ മേഖലകളിൽ ഭിന്നശേഷിക്കാരുടെ അവകാശങ്ങൾ സംരക്ഷിക്കപ്പെടുന്നതിനായി പുറപ്പെടുവിച്ച 2016-ലെ അവകാശ നിയമപ്രകാരം ഇവർക്ക് തൊഴിൽ സാഹചര്യങ്ങളിൽ സംവരണവും ആനുകൂല്യങ്ങളും ലഭിച്ചുവെങ്കിലും അവരെ മറ്റുള്ള ജീവനക്കാരിൽ

നിന്ന് വ്യത്യസ്തമായിത്തന്നെയാണ് പരിഗണിക്കുന്നതെന്നും തൊഴിലിടങ്ങളിൽ അവരുടെ സ്ഥാനമെന്തെന്നും അവരോടുള്ള മറ്റു ജീവനക്കാരുടെ മനോഭാവമെന്തെന്നും ഈ അഭിസംബോധന വ്യക്തമാക്കുന്നു.

'അംഗപരിമിതർക്ക് സാമൂഹ്യ ക്ഷേമപെൻഷൻ തദ്ദേശസ്വയംഭരണ സ്ഥാപനം മുഖേന ലഭിക്കണമെങ്കിൽ വർഷാവർഷം പുതുക്കിയ അംഗപരിമിത സർട്ടിഫിക്കറ്റ് ഹാജരാക്കണമെന്ന് ബന്ധപ്പെട്ട ഓഫീസർ ആവശ്യപ്പെടുന്നത് ഇത്തരക്കാർക്ക് വളരെയധികം ബുദ്ധിമുട്ടും യാത്രാക്ലേശവും സാമ്പത്തികബുദ്ധിമുട്ടും നേരിടുന്നതിനാൽ ജന്മനാഅംഗപരിമിതരും സ്ഥിരംഅംഗപരിമിതരും അവശരും കിടപ്പുരോഗികളുമായ ഭിന്നശേഷിക്കാർക്ക് തുടർന്ന് പെൻഷൻ കിട്ടുന്നതിന് അംഗപരിമിത സർട്ടിഫിക്കറ്റ് പുതുക്കുന്നതിൽ നിന്നും ഒഴുവാക്കണമെന്ന് പരാമർശ പ്രകാരം ആവശ്യപ്പെട്ടിരുന്നു.'

നം.625/എസ്2/18/എസ്. സി. പി. ഡബ്ല്യൂ. ഡി എന്ന നമ്പറിൽ സർക്കാർ ഇറക്കിയ സർക്കുലറിലെ ഏതാനും ഭാഗങ്ങളാണ് ഇത്. അംഗപരിമിതർ എന്നും ഭിന്നശേഷിക്കാരെന്നും ഇതിൽ ഉപയോഗിച്ചിട്ടുണ്ട്. അതിനോടൊപ്പം തന്നെ ഇവരെ വിശേഷിപ്പിക്കാൻ വേറെയും ചില വിശേഷണപദങ്ങൾ പ്രയോഗിച്ചുകാണുന്നു. ജന്മനാ അംഗപരിമിതരും സ്ഥിരം അംഗപരിമിതരും അവശരും കിടപ്പുരോഗികളുമായ ഭിന്നശേഷിക്കാർ എന്ന പ്രയോഗത്തിൽ അവരുടെ ശേഷികളെയല്ല മറിച്ച് കുറവുകളെയാണ് വിശേഷണങ്ങളായി ചേർത്തിരിക്കുന്നത്. ജന്മനാ അംഗപരിമിതർ, സ്ഥിരം അംഗപരിമിതർ എന്നിവ ഭിന്നശേഷിക്കാർ എന്നതിന്റെ വിശേഷണങ്ങളിവിടെ.

അവശർ, കിടപ്പുരോഗികൾ എന്നൊക്കെയുള്ള വിശേഷണങ്ങൾ ഇവരുടെ ശരീരത്തെപോലെ ദയനീയാവസ്ഥയെയും ഉറപ്പിക്കുന്നു. ശരീരത്തെ കേന്ദ്രമാക്കിയുള്ള വിളിപ്പേരുകൾക്ക് തുല്യമായ വിശേഷണപ്രയോഗങ്ങൾ മാത്രമാണിവ. പരിഹാസത്തിനായി പൊതുസമൂഹം ഉപയോഗിക്കുന്ന വാക്കുകളുടെ ഒപ്പം തന്നെയാണ് ഇവയുടെയും സ്ഥാനം. മുഖ്യധാരാസമൂഹത്തിന്റെ അധികാര മനോഭാവത്തിൽ രൂപപ്പെടുന്ന പരിഹാസപദങ്ങൾ പോലെയാണിവയും നിലകൊള്ളുന്നത്. അധീശവർഗ്ഗത്തിന്റെ മേൽക്കോയ്മ മനോഭാവം സൃഷ്ടിക്കുന്ന പ്രത്യയശാസ്ത്രം ഈ വിശേഷണപ്രയോഗങ്ങളിൽ പ്രകടമാണ്. മാനകീകൃതവും പരിഷ്കൃതവുമായ ഇത്തരം പ്രയോഗങ്ങൾക്ക് പിന്നിൽ നിലനില്ക്കുന്നതും പഴഞ്ചൻ മനോഭാവങ്ങളും പ്രത്യശാസ്ത്രങ്ങളുമാണ്.

സർവ്വനാമങ്ങൾ

'അംഗപരിമിത സർട്ടിഫിക്കറ്റ് ഹാജരാക്കണമെന്ന് ബന്ധപ്പെട്ട ഓഫീസർ ആവശ്യപ്പെടുന്നത് ഇത്തരക്കാർക്ക് വളരെയധികം ബുദ്ധിമുട്ടും യാത്രാക്ലേശവും, ...'

എന്ന ഭാഗത്തിൽ ഇത്തരക്കാർക്ക് എന്ന സർവ്വനാമം പ്രയോഗിച്ചിരിക്കുന്നത് കാണാം. ഉത്തരവിലും സർക്കുലറിലും എപ്പോഴും ഇത്തരം സർവനാമങ്ങൾ സ്വാഭാവികമാണ്. എന്നാൽ ഇത്തരക്കാർക്ക് എന്ന പ്രയോഗം അത്ര സ്വാഭാവികമായ ഒന്നല്ല. വക്താവ് സ്വയം ഉൾപ്പെടാത്ത ഒരു വിഭാഗമാണ് ഇതെന്നും സമ്പൂർണ്ണതയുടെ വിഭാഗത്തിൽ നിന്നും മാറ്റിനിർത്തപ്പെട്ടവർ ഉൾപ്പെടുന്ന ഒരു വിഭാഗമാണ് ഈ തരക്കാർ എന്നും ഈ വാക്ക് അർത്ഥം നല്കുന്നു. ഇത്തരക്കാർ എന്ന് സംബോധന ചെയ്യുന്നതിലൂടെ പൊതു സമൂഹത്തിന് പുറത്തു സ്ഥാനമുള്ളവർ എന്നോ പാർശ്വവൽകൃതർ എന്നോ പറയാതെ പറയുന്നു.

ഇത്തരക്കാർ, അവശർ, കിടപ്പുരോഗികൾ എന്നൊക്കെ പ്രയോഗിക്കുന്നതിൽ ബഹുമാനരാഹിത്യവും വിധേയത്വവും താണഅവസ്ഥയും പ്രകടമാണ്. മാത്രവുമല്ല ഞാൻ നിനക്ക് സ്വാതന്ത്ര്യം നൽക്കുന്നുണ്ടല്ലോ എന്നൊരു ഭർത്താവ് ഭാര്യയോടു പറയുന്ന ഒരു വാചകത്തിൽ നല്ലവനായ ഭർത്താവ് എന്നു തോന്നാമെങ്കിലും അവിടെ ഉയർച്ചതാഴ്ചയുടെ സ്വരം വ്യക്തമാണല്ലോ. സ്വാതന്ത്ര്യം നൽകുന്നസ്ഥാനത്ത് ഭർത്താവും സ്വീകർത്താവിന്റെ സ്ഥാനത്ത് ഭാര്യയും വരുന്നതു പോലെ ഇത്തരക്കാർക്ക് ഈ ആനുകൂല്യം നല്കുന്നു എന്നു പറയുന്നതിലൂടെ അവർക്ക് നൽകപ്പെടേണ്ട ഒന്നാണ് ഇത് എന്ന അധികാരത്തിന്റെ സ്വരം പ്രകടമാവുന്നു.

ആവർത്തനം

ചില പദങ്ങളുടെ ആവർത്തനം ചില ആശയങ്ങളേയും ധാരണങ്ങളേയും ഊട്ടിയുറപ്പിക്കും. സർക്കാർവ്യവഹാരമായ ഉത്തരവിലും സർക്കുലറിലും ഇത്തരം സംബോധനങ്ങൾ ആവർത്തിച്ചാവർത്തിച്ചു പ്രയോഗിച്ചിരിക്കുന്നു. ഉത്തരവിലാണെങ്കിൽ ഭിന്നശേഷിക്കാരായ ജീവനക്കാർ എന്ന പദം എല്ലാ വാക്യത്തിലും ആവർത്തിച്ചു പയോഗിച്ചിരിക്കുന്നു. സാധാരണഗതിയിൽ ഒരു നാമത്തെക്കുറിച്ച് ഒരു വിവരം പറയുമ്പോൾ ആദ്യം ആ നാമത്തിന്റെ പേര് സൂചിപ്പിച്ച്, തുടർവാക്യങ്ങളിൽ അവരെ, അവരുടെ, ഇവരെ ഇവരുടെ എന്ന സർവ്വനാമങ്ങൾ പ്രയോഗിക്കുന്ന രീതിയാണ് നമ്മുടെ ഭാഷ

യ്ക്കുള്ളത്. എന്നാൽ ഓരോ വാക്യത്തിലും പ്രത്യേകം ഭിന്നശേഷിക്കാർ എന്നെടുത്തു സൂചിപ്പിക്കുന്നത് ഈ ഉത്തരവ് ഇവർക്ക് വേണ്ടിമാത്രം നൽകുന്ന ഒരു ആനുകൂല്യമാണെന്ന് ഉറപ്പിക്കാനാണ്. എല്ലാവർക്കും പൊതുവായ ഒരു ഉത്തരവല്ല ഇതെന്നും ഒരു വിഭാഗത്തെ മാത്രം കേന്ദ്രീകരിക്കുന്നതാണെന്നും ഓരോ വാക്യത്തിലുമുള്ള ഭിന്നശേഷിക്കാരായ ജീവനക്കാർ എന്ന ആവർത്തന പദത്തിലൂടെ സാധ്യമാവുന്നു. സർക്കുലറിലാണെങ്കിൽ അംഗപരിമിതർ എന്ന വാക്ക് ആവർത്തിച്ചു പ്രയോഗിച്ചിരിക്കുന്നത് കാണാം. ഇതിലൂടെ അവരുടെ പരിമിതി വീണ്ടുംവീണ്ടും ആവർത്തിക്കപ്പെടുകയാണ് ചെയ്യുന്നത്.

ഡിസെബിലിറ്റി എന്ന ആശയം അവതരിപ്പിക്കാൻ സർക്കാർ വ്യവഹാരങ്ങളിൽ ഒന്നിലേറെ പദങ്ങൾ പ്രയോഗിക്കുകയും അതിൽ വ്യത്യസ്തഅധികാരതാല്പര്യങ്ങളും പ്രത്യയശാസ്ത്രവും ഉൾക്കൊള്ളിക്കുകയുമാണ് ചെയ്യുന്നത്. ഇതിനായി വ്യത്യസ്തപദങ്ങൾ ഉപയോഗിക്കുന്നത് സ്വഭാവികമായ ഒരു കാര്യമല്ലെന്ന് അപഗ്രഥനത്തിൽ വ്യക്തമായി. വ്യത്യസ്തപദങ്ങൾ വ്യത്യസ്തരീതിയിൽ പ്രയോഗിക്കുന്നതു വഴി സർക്കാർ വ്യവഹാരങ്ങൾ നിഷ്പക്ഷവും ജനാധിപത്യപരവുമായ ഒരു തോന്നൽ സൃഷ്ടിക്കുന്നുണ്ടെങ്കിലും അവ മുഖ്യധാരാപൊതുസമൂഹത്തിന്റെ മനോഭാവം വിനിമയം ചെയ്യാനുള്ള മാർഗ്ഗമായാണ് പ്രയോഗിക്കപ്പെടുന്നതെന്ന് ഭാഷാപഗ്രഥത്തിലൂടെ തെളിയുന്നു.

ഉപസംഹാരം

സർക്കാർ വ്യവഹാരങ്ങളെ വിമർശനാത്മകവ്യവഹാരാപഗ്രഥനത്തിന്റെ രീതിശാസ്ത്രം ഉപയോഗിച്ച് പഠിച്ചതിൽ നിന്നും ഉരുത്തിരിഞ്ഞ നിഗമനങ്ങൾ ചേർക്കുന്നു.

സർക്കാർ വ്യവഹാരങ്ങളിൽ അധികാരത്തിന്റെ എല്ലാ സ്വഭാവങ്ങളും ഉണ്ടായിരിക്കുമെന്നത് ഉറപ്പാണെങ്കിലും ജനാധിപത്യപരവും നിഷ്പക്ഷവുമായി പ്രത്യക്ഷത്തിൽ തോന്നിപ്പിക്കുന്ന സർക്കാർ വ്യവഹാരങ്ങൾ അധികാരത്തോടൊപ്പം തന്നെ മുഖ്യധാരാ അധീശവർഗ്ഗത്തിന്റെ പ്രത്യയശാസ്ത്രവും മനോഭാവവും വിനിമയം ചെയ്യുന്നു എന്നു അവയിലെ ഭാഷാഘടകങ്ങളെ അപഗ്രഥനം ചെയ്തതിലൂടെ കണ്ടെത്താൻ കഴിഞ്ഞു. ഭാഷാഘടകങ്ങളെ പരിശോധിച്ചതിലൂടെ അവ അംഗപരിമിതർ/ ആരോഗ്യവാൻ, ഭിന്നശേഷിക്കാരായ ജീവനക്കാർ/സാധാരണജീവനക്കാർ എന്നി ദ്വന്ദ്വങ്ങൾ

സൃഷ്ടിക്കുന്നുവെന്നു മനസിലായി.

പൊതുസമൂഹം പരിഹസിക്കാനും ഇകഴ്ത്താനും പാർശ്വവൽക്കരിക്കാനും ഉപയോഗിക്കുന്ന വ്യവഹാരങ്ങളിൽ അധികാരം കലർത്തി പ്രയോഗിക്കുന്ന ആലങ്കാരികവും മാനകീകൃതവും പരിഷ്കൃതവുമായ പ്രയോഗങ്ങളാണ് സർക്കാർ വ്യവഹാരങ്ങൾ എന്നു വ്യക്തം. അത്തരത്തിൽ സർക്കാർ വ്യവഹാരങ്ങളിലെ ഭാഷ പരിശോധിച്ചതിലൂടെ അവ തികച്ചും നിഷ്പക്ഷമോ ജനാധിപത്യപരമോ അല്ല എന്നു തെളിയുന്നു.

ഗ്രന്ഥസൂചി

- ഉഷാ നമ്പൂതിരിപ്പാട്, 1994. സാമൂഹികഭാഷാവിജ്ഞാനം. തിരുവനന്തപുരം: കേരള ഭാഷാ ഇൻസ്റ്റിറ്റ്യൂട്ട്.
- ഗിരീഷ്, പി. എം. 2001. അധികാരവും ഭാഷയും. കോഴിക്കോട്: പാപ്പിയോൺ.
- ഗിരീഷ്, പി. എം. 2013. മലയാളം സ്വത്വവും വിനിമയവും. ശുകപുരം : വള്ളത്തോൾ വിദ്യാപീഠം
- ഗിരീഷ്, പി. എം. (എഡി.), 2018. ഭാഷാശാസ്ത്രം ചോംസ്കിക്കപ്പുറം. തിരുവനന്തപുരം: കേരളഭാഷാ ഇൻസ്റ്റിറ്റ്യൂട്ട്
- ഗിരീഷ്, പി. എം. 2005. വിമർശനാത്മകഭാഷാശാസ്ത്രം, ഭാഷാശാസ്ത്രം മലയാളത്തിൽ ഇന്നലെ, ഇന്ന്, നാളെ.
- ശരത്ചന്ദ്രൻ നായർ, വി (എഡി.). മൈസൂർ: സതേൺ റീജിയണൽ ലാംങ്ഗ്വേജ് സെന്റർ.

Bibliography

- Fairclough Norman, 1989. Language and Power. London: Longman
- Van Dijik Teun. 1993. Discourse and society.

11
ഡിസെബിലിറ്റി നിർണയനങ്ങളും ജ്ഞാനമാതൃകകളും:

(അന്ധതയുടെ സങ്കല്പനങ്ങളെ മുൻനിർത്തിയുള്ള പഠനം)

ഡോ. ഹരിദാസ് കെ.

ഡിസെബിലിറ്റി പഠനമെന്നത് ഡിസെബിലിറ്റിയുടെ അർത്ഥം, സ്വഭാവം, അനന്തരഫലങ്ങൾ എന്നിവയെ വിശദീകരിക്കുന്ന അക്കാദമിക പഠനശാഖയാണ്. ഈ പഠനമേഖല അംഗപരിമിതിയും (impairment) ഡിസെബിലിറ്റിയും തമ്മിലുള്ള ബന്ധവൈജാത്യങ്ങളെ പഠനവിധേയമാക്കുന്നു. അംഗപരിമിതി എന്നത് ഒരു വ്യക്തിയുടെ ശരീരഭാഗങ്ങൾക്കോ മനസ്സിനോ ഉണ്ടാകുന്ന ഭൗതികമായ പരിമിതിയായി കരുതുന്നുവെങ്കിൽ ഡിസെബിലിറ്റി എന്നത് ഒരു സാമൂഹ്യനിർമിതിയാണ് എന്ന് ഈ പഠനശാഖ പറയുന്നു. അങ്ങനെ ഡിസെബിലിറ്റിയെ സാമൂഹ്യശാസ്ത്രപരമായി മനസ്സിലാക്കി നിർവചിക്കുന്നു.

1980 കളിൽ യു.എസ്.എ, യു.കെ, കാനഡ എന്നിവിടങ്ങളിൽ ആരംഭിച്ച ഡിസെബിലിറ്റിപഠനങ്ങൾ 90-കളുടെ അവസാനത്തോടെ അക്കാദമിക പഠനങ്ങളുൾപ്പെടെ വിവിധമേഖലകളിൽ വളർന്നു. 1999-ൽ സിറാക്യൂസ് യൂണിവേഴ്സിറ്റിയിലാണ് ഡിസെബിലിറ്റിപഠനം ഒരു അക്കാദമിക പഠനശാഖയെന്ന നിലയിൽ പ്രവർത്തനമാരംഭിക്കുന്നത്. 1997-ൽ ഡിസെബിലിറ്റി സ്റ്റഡീസ് റീഡർ പുറത്തിറങ്ങുകയും പിന്നീട് 2005 ആകുമ്പോൾ മോഡേൺ ലാംഗ്വേജ് അസോസിയേഷൻ ഡിസെബിലിറ്റി പഠനത്തെ ഒരു പ്രത്യേകപഠനമേഖലയായി അംഗീകരിക്കുകയും ചെയ്തു.

ഡിസെബിലിറ്റി പഠനം സാംസ്കാരികപഠനമാണ്. അത് ഒരേ സമയം പരിമിതിയുടെ ഭൂപരിധിയേയും അതിന്റെ സാമൂഹ്യബന്ധങ്ങളേയും പഠനവിധേയമാക്കുന്നു എന്നുള്ളതുകൊണ്ട് അത് സംസ്കാരപഠനത്തോട് ബന്ധപ്പെട്ടുനില്ക്കുന്നു.

സാമൂഹ്യശാസ്ത്രപഠനങ്ങളുടെ ഒരു പ്രധാനമേഖല സാമൂഹികമായ അസന്തുലിതത്വങ്ങളുമായി ബന്ധപ്പെട്ടതാണ്. സ്ത്രീപക്ഷസമീപനങ്ങൾ, വർഗ്ഗബഹുജനപ്രസ്ഥാനസമീപനങ്ങൾ, ജാതി, ഗോത്രം തുടങ്ങിയവയെ അടിസ്ഥാനപ്പെടുത്തിയ സമീപനങ്ങൾ, വംശീയതയുമായി ബന്ധപ്പെട്ട സമീപനങ്ങൾ, ഇതരലിംഗസ്വത്വരാഷ്ട്രീയസമീപനങ് ങൾ പൊതുവേ പങ്കുവയ്ക്കുന്ന ഭൗതികവും സാമൂഹികവും സാംസ്കാരികവുമായ വിഭവവിന്യാസങ്ങളിലെ അസന്തുലിതത്വം എന്ന പ്രശ്നത്തോട് ഡിസെബിലിറ്റിപഠനങ്ങൾ എങ്ങനെ താദാത്മ്യപ്പെടുന്നു എന്നതാണ് ഈ പഠനമേഖലയെ രാഷ്ട്രീയവത്കരിക്കുന്ന ഒരു ഘടകം. 'ആധുനികതയുടെ പലഘടകങ്ങളും അടിസ്ഥാനപ്പെട്ടിരിക്കുന്നത് ചില ശരീരങ്ങൾക്ക് (Bodies) ഇതരശരീരങ്ങൾക്കു മേൽ അസന്തുലിതമായി മൂല്യം നിർണയിക്കുന്നതിലാണ് എന്ന് സങ്കല്പിക്കാനും അത് എങ്ങനെ സംഭവിക്കുന്നു എന്നു കണ്ടെത്താനും ഡിസെബിലിറ്റിപഠനം നമ്മെ പ്രാപ്തരാക്കുന്നു.' എന്ന് ഡേവിഡ്സൺ പറയുന്നുണ്ട്.

ഡിസെബിലിറ്റിപഠനങ്ങളെ സംബന്ധിച്ച ഒരു ഊന്നൽ ഇവിടെ വ്യക്തമാകുന്നുണ്ട്. ശരീരം എന്നത് സാമൂഹ്യവും സാംസ്കാരികവും ഭാഷാപരവുമൊക്കെയായ ഒരു നിർമിതിയാണ് എന്നും അതിന് ഇതര സാമൂഹികനിർമിതികളിലെ അസന്തുലിതത്വം പോലെ തന്നെ മൂല്യപരമായ അസന്തുലിതത്വം സങ്കല്പിക്കപ്പെടുന്നുണ്ട് എന്നുമുള്ള തിരിച്ചറിവാണത്. ഈയർത്ഥത്തിൽ ഡിസെബിലിറ്റി പഠനമേഖല ആധുനികതയുടെ സന്ദർഭത്തിൽ വ്യാപകമായി പ്രയോഗിക്കപ്പെട്ടുകൊണ്ടിരിക്കുന്ന സാമൂഹ്യശാസ്ത്രപരമായ പല വൈജ്ഞാനിക സമീപനങ്ങൾക്കും തുല്യമായോ അല്ലെങ്കിൽ അവയോടു ബന്ധപ്പെടുത്തിയോ ഉപയോഗിക്കാവുന്ന ഒരു പഠനോപകരണമായി മാറുന്നു. പഠനോപകരണം എന്ന നിലയിൽ ഇത് നിലവിലുള്ള ഏതൊരു സാംസ്കാരികഘടനയേയും ഭാഷാഘടനയേയും വ്യാഖ്യാനിക്കുന്നതിനും വിമർശിക്കുന്നതിനും പ്രാപ്തിയുള്ള ഒരു ഉപകരണമായി ഇന്ന് വികസിച്ചിട്ടുണ്ട്.

ഡിസെബിലിറ്റി (Disability) എന്ന വാക്കിനൊപ്പം ചില പണ്ഡിതർ ഡെബിലിറ്റി (Debility) എന്ന വാക്ക് ഉപയോഗിച്ചിട്ടുള്ളതായി

കാണാം. ഡെബിലിറ്റി എന്ന വാക്കിന് നിഘണ്ടു നൽകുന്ന അർത്ഥം ശാരീരികമായോ മാനസികമായോ ദുർബലമായിരിക്കുന്ന അവസ്ഥ എന്നാണെങ്കിലും അതിന് രണ്ടാമതൊരു അർത്ഥം കൂടിയുണ്ട്. രാഷ്ട്രീയവും സാമൂഹികവും സാമ്പത്തികവുമായ ദുർബലത എന്ന അർത്ഥം. ഇത് ഡിസെബിലിറ്റി പഠനമേഖലയിൽ നിന്ന് വികസിച്ചുവന്ന ഒരു പരികല്പനയാണ്. ആഗോളമായി ചില വ്യക്തിശരീരങ്ങളുടെ ചെലവിൽ മറ്റു ചില വ്യക്തിശരീരങ്ങൾ പുരോഗതിയുടെ ആനുകൂല്യം അനുഭവിക്കുന്ന അവസ്ഥയെ സൂചിപ്പിക്കാൻ അമേരിക്കൻ തത്വചിന്തകയും ക്വീർ തിയറിസ്റ്റുമായ ജസ്ബിർ പവാർ ഈ വാക്ക് ഉപയോഗിച്ചു. ഡെബിലിറ്റി മുതലാളിത്തത്തിന് ഗുണകരമായ കാര്യമാണെന്ന് അവർ വിലയിരുത്തി (2012;153).

നിലവിലുള്ള മുതലാളിത്ത രാഷ്ട്രീയവ്യവഹാരങ്ങളുമായി ബന്ധപ്പെട്ടുകൊണ്ട് ഡിസെബിലിറ്റി പഠനങ്ങളുടെ സാധ്യതകൾ വികസിക്കുന്നതിന്റെ ഒരുമാതൃകയായി ഇതിനെ മനസ്സിലാക്കാവുന്നതാണ്. ഈ രണ്ടുപദങ്ങളും (Disability, Debility) ആ പഠനമേഖലയുടെ രാഷ്ട്രീയചക്രവാളങ്ങൾ വികസിപ്പിക്കുന്നുണ്ട്. മറ്റൊരു പദം കൊണ്ട് ഈ വ്യത്യസ്താർത്ഥങ്ങൾ സൂചിപ്പിക്കാവുന്ന തരത്തിൽ മലയാളത്തിലെ ഭാഷാപരമായ സാധ്യതകൾ വികസിച്ചിട്ടില്ല എന്നതുകൊണ്ട് ആ പദത്തെത്തന്നെ മലയാളീകരിച്ച് ഉപയോഗിക്കുന്നതാണ് ശരി എന്ന് തോന്നുന്നു.

ഡിസെബിലിറ്റിയുമായി ബന്ധപ്പെട്ട അവകാശങ്ങൾക്കുണ്ടായ നവഉദാരപരിവർത്തനങ്ങളുടെ സങ്കീർണ്ണതയെ സൂചിപ്പിക്കുന്നുണ്ട് ഡെബിലിറ്റി എന്ന പദം. ഈ പദം ശരീരത്തിന്റെ പരിമിതിയെയോ ശരീരപരമായ നിഷേധത്തെയോ രോഗം എന്നപോലെ വിശേഷമായ ഒന്നായല്ല സാമാന്യമായ ഒന്നായിക്കാണുകയും പൊതുസമൂഹത്തിൽ ഇടം കണ്ടെത്തിക്കൊടുക്കുക എന്ന അവകാശപരമായ പരിഹാരത്തിനപ്പുറം ജോലിയുടെയും പഠനത്തിന്റെയും ജീവിതത്തിന്റെയും എല്ലാത്തിന്റെയും ഉപരിയുള്ളഘടനകളെ പുനർവിചിന്തനം ചെയ്യേണ്ടുന്നതിന്റെ ആവശ്യത്തിലൂന്നി നിർവചിക്കുന്നു. എന്ന് ജസ്ബിർ പവാർ പറയുന്നു (2017,10).

ഡിസെബിലിറ്റിയുടെ പ്രശ്നം പരിഹരിക്കുക എന്നതിനപ്പുറം ഡിസെബിലിറ്റിയെത്തന്നെ നിർവചിക്കുന്ന ആശയാവലികളിൽത്തന്നെ അടിസ്ഥാനപരമായ പരിവർത്തനമുണ്ടാകണം എന്നതാണ് ഇതിന്റെ താല്പര്യം.

പിൽക്കാല മുതലാളിത്തത്തിന്റെ കാലത്ത് സഹായക ഉപകര

ണങ്ങളും മെഡിക്കൽ സഹായവും നൽകുന്നതു വഴി മുൻപു സർക്കാർ പിന്തുണയോടെ നടത്തിവന്നിരുന്ന അവശ്യഭൗതിക സഹായങ്ങൾ ലാഭമുണ്ടാക്കാനുദ്ദേശിച്ചുള്ള സ്വകാര്യസംരംഭകർ ഏറ്റെടുക്കുന്നതായി കാണാം. ശരീരവുമായി ബന്ധപ്പെട്ട ഉപഭോഗസാങ്കേതികവിദ്യാപരീക്ഷണവും വികാസവും അവയ്ക്കുവരുന്ന ചെലവുകൊണ്ടുതന്നെ സ്വകാര്യവല്കരിക്കപ്പെട്ട് തുടരുന്നു. പിൽക്കാലമുതലാളിത്തത്തിന്റെ ഉപഭോഗഘട്ടത്തിൽ ഇത് പുതിയ കണ്ടുപിടിത്തങ്ങൾ എന്നപേരിലാണ് രംഗപ്രവേശം ചെയ്യുന്നത്.

ഡിസേബിൾഡിനെ സംബന്ധിച്ച് ഡെബിലിറ്റിയുള്ള ശരീരങ്ങൾ എന്നു വ്യാഖ്യാനിക്കുകയും ആ ഡെബിലിറ്റി പരിഹരിക്കുന്നതിനുള്ള പൂരകങ്ങൾ അന്വേഷിക്കുന്നത് അവർ പുതിയ വിപണിവികസനത്തിനുള്ള അവസരങ്ങളോ മാതൃകകളോ ആക്കി മാറ്റുകയും ചെയ്യുന്നു. നവമുതലാളിത്തം എല്ലാ ശരീരങ്ങളെയും ഡെബിലിറ്റിയുള്ളത് എന്ന് മുദ്രകുത്തുകയും അതുതന്നെ ചൂഷണത്തിന് ഉപകരണമാക്കുകയും ചെയ്യുന്നു. അങ്ങനെ നവമുതലാളിത്തത്തിലേക്ക് പ്രവേശിക്കുന്ന ഡിസേബിൾഡ് ശരീരങ്ങളാണ് ഏബിൾ ഡിസേബിൾഡ് എന്നു വിളിക്കപ്പെട്ടുവരുന്നത്. ഡിസെബിലിറ്റിയുടെ ആനുകൂല്യങ്ങൾക്കർഹതപ്പെട്ട ബഹുഭൂരിപക്ഷം ആളുകൾ പുരോഗതിയുടെ ഘട്ടത്തിൽ പിന്തള്ളപ്പെട്ടുപോകുന്നു എന്നാണിതിനർത്ഥം. ഡിസെബിലിറ്റിയുടെ പ്രശ്നപരിഹാരങ്ങൾകൊണ്ട് പരിഹരിക്കാവുന്നതല്ല ഈ പ്രശ്നം

ഏബിൾ ഡിസേബിൾഡ് എന്ന പരികല്പനയെ നവമുതലാളിത്ത അധികാരബന്ധങ്ങളിൽ മാത്രം നിർവചിക്കേണ്ട ഒന്നല്ല. സമൂഹത്തിലെ അധികാരഘടനകളിൽ ഏതൊക്കെ തരത്തിലുള്ള അനുകൂലഘടകങ്ങളാണ് ഡിസെബിലിറ്റി കാറ്റഗറിക്കുള്ളിൽ മുന്നാക്കങ്ങൾ (Privileges) നൽകുന്നത് എന്ന് തിരിച്ചറിയേണ്ടതുണ്ട്. ഇവിടെയാണ് ഇന്ത്യൻ സാഹചര്യങ്ങളിൽ ജാതിഘടനകളുടെ പ്രവർത്തനം പ്രധാന അന്വേഷണവിഷയമായി വരുന്നത്. ഡിസെബിലിറ്റിയെ നിർണയിക്കുന്നതിൽ ജാതി എങ്ങനെ പ്രവർത്തിക്കുന്നു എന്നതു തിരിച്ചറിയാൻ ഡിസെബിലിറ്റിയുള്ള സമൂഹത്തിനുള്ളിലുള്ള ഭൗതികവും സാമൂഹ്യവുമായ വിഭവവിന്യാസങ്ങളിലെ അസന്തുലിതത്വം കൂടി പഠനവിധേയമാക്കേണ്ടതുണ്ട്.

ലിംഗവ്യത്യാസത്തിന്റെ കാര്യത്തിലും സമാനമായ അസന്തുലിതത്വം നിലനിൽക്കുന്നുവെന്നത് ആ മേഖലയിൽ പഠനവിഷയമാകേണ്ടതാണ്.

ഡിസെബിലിറ്റി - മുദ്രകളും മുൻവിധികളും.

ഡിസെബിലിറ്റി പഠനം ആദ്യം മുദ്രയെ (Stigma) സംബന്ധിച്ച പഠനങ്ങളിൽനിന്നാണ് ആരംഭിച്ചത്. വ്യക്തികൾ തമ്മിലുള്ള ഏതു വ്യത്യാസവും മുദ്രകുത്തലിന് വിധേയപ്പെടാവുന്നതാണ് എന്ന് ഇർവിംഗ് ഗോഫ്മാൻ പറയുന്നുണ്ട് (1986;2). വ്യക്തികൾ തമ്മിലുള്ള വ്യത്യാസം മുദ്രകളായി തീരുന്നത് ആധുനികതയുടെ ഘട്ടത്തിൽ മാത്രമാണ്. ആധുനികതയ്ക്ക് മുമ്പ് ഗോത്രീയമുദ്രകളാണ് വ്യത്യാസങ്ങളെ നിർണയിച്ചിരുന്നത്. അതുകൊണ്ട് അംഗപരിമിതിയെ സംബന്ധിച്ചുള്ള മുദ്രകളേക്കാൾ പ്രധാനമായിരുന്നത് ഗോത്രീയമായ മുദ്രകളായിരുന്നു.

ആധുനികത സൃഷ്ടിച്ച കേവല മനുഷ്യസങ്കല്പം, ഗോത്രീയതയ്ക്കു പുറത്തുള്ള മനുഷ്യസങ്കല്പത്തെ നിർമിക്കുകയും അത്തരമൊരു ആധുനികമനുഷ്യസങ്കല്പത്തിൽനിന്ന് ശരീരപരമായ വ്യത്യാസങ്ങൾ തിരിച്ചറിയപ്പെടുന്ന സാഹചര്യം രൂപപ്പെടുകയും ചെയ്തപ്പോഴാണ് വ്യക്തിശരീരങ്ങളിൽ അംഗപരിമിതി മുദ്രകളായി അടയാളപ്പെട്ടു തുടങ്ങുന്നത്. ആധുനികഘട്ടത്തിൽ, ആധിപത്യമുള്ള സമൂഹത്തിന്റെ മൂല്യങ്ങളുടെ വിലയിരുത്തൽ എന്ന നിലയിലായിരിക്കും ഈ മുദ്രകുത്തലുകൾ സംഭവിക്കുക എന്ന് ലെറിറ്റ എം കോൾമാൻ പറയുന്നു ഓക്കുലാർനോർമേറ്റിവിസം (Ocular Normativism) എന്ന ഒരുവാക്ക് കോൾമാൻ ഉപയോഗിക്കുന്നുണ്ട്. ഈ വാക്ക് കാഴ്ചാപരമായവയ്ക്കു ലഭിക്കുന്ന സാധാരണത്വപദവിയെ സൂചിപ്പിക്കുന്നതാണ്. ഈ സാധാരണത്വപദവി നിർമിക്കപ്പെടുന്നത് ഇതരങ്ങൾക്കു മേൽ ചാർത്തപ്പെടുന്ന മുദ്ര (Stigma) കളിലൂടെയാണ്.

അമേരിക്കൻ മനുഷ്യനെ നിർവചിച്ചുകൊണ്ടാണ് ഗോഫ്മാൻ മുദ്രകുത്തലിനെ വിശദീകരിക്കുന്നത്. അമേരിക്കൻ മനുഷ്യൻ എന്നാൽ യുവാവായ, വിവാഹിതനായ, വെളുത്ത, നാഗരികനായ, വടക്കേ അമേരിക്കക്കാരനായ, സ്ത്രീതല്പരനായ, ഉന്നതവിദ്യാഭ്യാസം നേടിയ, ജോലിയുള്ള, ഉയരവും ഭാരവുമുള്ള കായികയിനങ്ങളിൽ മികച്ചു നിൽക്കുന്ന മനുഷ്യൻ എന്നാണ് (1986;2). ഈ നിർവചനം അനുസരിച്ചാണ് അമേരിക്കൻ വ്യക്തിയെത്തന്നെ നിർവചിക്കുന്നത്. ഇതുതന്നെ മുൻവിധികളെ അടിസ്ഥാനപ്പെടുത്തിയാണ് എന്നതു വ്യക്തമാണല്ലോ.

ഡിസെബിലിറ്റിയെ നിർണയിക്കുന്ന ഏറ്റവും പ്രധാനപ്പെട്ട മറ്റൊരു കാര്യം സമൂഹത്തിൽ നിലനില്ക്കുന്ന മുൻവിധികളാണ്.

വസ്തുതകളുടെയോ ശാസ്ത്രീയനിഗമനങ്ങളുടെയോ യുക്തിയുടെയോ അടിസ്ഥാനമില്ലാതെ സമൂഹത്തിലെ ഏതെങ്കിലും ഗണങ്ങളെക്കുറിച്ചോ വ്യക്തികളെക്കുറിച്ചോ വെച്ചുപുലർത്തുന്ന ധാരണകളോ അഭിപ്രായപ്രകടനങ്ങളോ ആണ് മുൻവിധികൾ എന്നു പറയാം.

ഉദാഹരണത്തിന്, സ്ത്രീകൾക്ക് പുരുഷന്മാരെ അപേക്ഷിച്ച് പല്ലുകളുടെ എണ്ണം കുറവാണ് എന്നും, അവർ പുരുഷനെ അപേക്ഷിച്ച് താഴ്ന്ന നിലവാരത്തിലുള്ളവരാണ് എന്നും, സ്ത്രീ വൈകല്യമുള്ള പുരുഷനാണ് എന്നും അരിസ്റ്റോട്ടിൽ പറയുന്നുണ്ട്. ശാരീരികമായ കുറവുകളെക്കുറിച്ചുള്ള മുൻവിധികൾ ലിംഗപദവിയിലെ വിവേചനമുല്പാദിപ്പിക്കുന്നതുപോലെ തന്നെയാണ് ഡിസെബിലിറ്റിയുടെ മുൻവിധികളും പ്രവർത്തിക്കുന്നത്.

ശാരീരികമായ കുറവുകളെക്കുറിച്ചുള്ള മുൻവിധികൾ ലിംഗപരമായ മേൽക്കോയ്മയ്ക്ക് എങ്ങനെ ഉപയോഗിക്കാൻ കഴിയുന്നു എന്നതുപോലെ തന്നെ ഡിസെബിലിറ്റിയുള്ള ആളുകൾക്കു മേലുള്ള മേൽക്കോയ്മയെ സ്വാഭാവികമാക്കുന്ന പ്രക്രിയയായി മുൻവിധികൾ പ്രവർത്തിക്കുന്നു. വംശീയ ഉന്മൂലനങ്ങൾ വരെ എത്തിച്ചേർന്നിട്ടുള്ള ഇത്തരം മുൻവിധിനിർമിതികളുടെ ചരിത്രം ഇന്ന് ലോകചരിത്രത്തിന്റെ ഭാഗമാണ്. ഹിറ്റ്ലറുടെയും മുസോളിനിയുടെയും ഫാസിസം, മതവംശീയതകൾ, കോളനീകരണത്തിന്റെയും വർണവെറിയുടെയും ഭാഗമായുണ്ടായിട്ടുള്ള വംശീയരാഷ്ട്രീയം തുടങ്ങിയവയെല്ലാം മുൻവിധികളുടെ ചരിത്രം അടയാളപ്പെടുത്തുന്നുണ്ട്.

അമേരിക്കൻ മനഃശാസ്ത്ര വിദഗ്ധനായിരുന്ന ഗോർഡൻ ഓൾപോർട്ട് മുൻവിധികളുടെ സ്വഭാവപരമായ സവിശേഷതകളെക്കുറിച്ച് വിശദീകരിച്ചിട്ടുള്ളത് ഇവിടെ പ്രസക്തമാണ് (1979;15). ഹിറ്റ്ലറെയും നാസി ജർമനിയെയും കുറിച്ച് പറയുമ്പോൾ സ്വഭാവപരമായി മുൻവിധിയുടെ പ്രവർത്തനങ്ങൾക്ക് അഞ്ച് വ്യത്യസ്ത ഘട്ടങ്ങളുണ്ട് എന്ന് അദ്ദേഹം പറയുന്നു.

1. ദൂഷണപ്രസംഗം (Antilocution)
2. ഒഴിവാക്കൽ (Avoidance)
3. വിവേചനം (Discrimination)
4. ശാരീരിക ആക്രമണം (Physical Attack)
5. ഇല്ലായ്മ ചെയ്യൽ (Extermination)

ഈ അഞ്ചു കാര്യങ്ങളും ഡിസെബിലിറ്റിയുള്ള സമൂഹത്തിനും ബാധകമാകാവുന്നവയാണ്. ഏറിയും കുറഞ്ഞും പലയിടങ്ങളിലും

ഇതിൽ ഓരോന്നും സംഭവിച്ചുകൊണ്ടിരിക്കുന്നുണ്ട് എന്നത് ഈ മേഖലയിലുള്ള അന്വേഷണങ്ങൾ വെളിപ്പെടുത്തുന്നുണ്ട്. എന്നാൽ ഭൂരിപക്ഷം ആളുകളും അവസാനത്തെ ശാരീരിക ഉന്മൂലനത്തെ അനുകൂലിക്കുകയില്ല എന്നു സങ്കല്പിച്ചാൽ പോലും ഇതിലോരോ ഘട്ടവും തൊട്ടുമുൻപത്തെ ഘട്ടംകൊണ്ട് യുക്തിപരമാകുന്നതുമാണ്. ഓരോഘട്ടവും തൊട്ടു പിന്നാലെ വരുന്ന ഘട്ടത്തിന്റെ പ്രയോഗം എളുപ്പമാക്കിത്തീർക്കുന്നു.

ഹിറ്റ്ലറുടെ ദൂഷണപ്രസംഗങ്ങൾ ചിരപരിചിതനായ തൊട്ടയൽവാസിയായ ജൂതനെപ്പോലും വെറുക്കാനും അവനെതിരെ പ്രവർത്തിക്കാനും അവസാനം കോൺസന്ട്രേഷൻ ക്യാമ്പുകളിലെത്തിച്ച് ഇല്ലായ്മ ചെയ്യുന്നതിനെ അനുകൂലിക്കാനും ജർമൻ മനുഷ്യനെ പ്രാപ്തനാക്കി എന്ന് ഓൾപോർട്ട് വിശദീകരിക്കുന്നു. അങ്ങനെയാണ് യഹൂദവിരോധ പ്രവർത്തനങ്ങളെ ഹിറ്റ്ലർ സാധാരണീകരിച്ചെടുത്തതെന്ന് അദ്ദേഹം പറയുന്നുണ്ട് (1979;15). ഈ വംശീയത കേവലമായ മതവിരോധത്തിന്റെ രൂപത്തിൽ മാത്രം പ്രവർത്തിച്ച ഒന്നല്ല. മറിച്ച് ആധുനിക ദേശരാഷ്ട്രനിർമിതികളുടെ ഭാഗമായി ഉരുത്തിരിഞ്ഞുവന്ന വംശീയതയാണ്. അതുകൊണ്ട് ദേശീയത നിർണയിക്കുന്ന അപരത്വങ്ങളിൽ മതം വംശം വർഗ്ഗം ലിംഗം തുടങ്ങിയവയോടൊപ്പം അംഗപരിമിതിയും വിവേചനത്തിനുള്ള കാരണങ്ങളായിത്തീരുന്നുണ്ട്. ഈയർത്ഥത്തിലാണ് ഏബിൾനാഷണലിസം രാഷ്ട്രീയമായി തിരിച്ചറിയപ്പെടേണ്ടത് പ്രസക്തമാകുന്നത്.

സാമാന്യത്തിൽനിന്ന് വ്യത്യസ്തമായി നില്ക്കുന്ന ഓരോന്നും മുൻവിധികൾക്ക് വിധേയമാകാം എന്നതു ഡിസെബിലിറ്റിയെ സംബന്ധിച്ച ഒരു പ്രധാനകാര്യമാണ്. വ്യത്യസ്തമായിരിക്കുന്നതുകൊണ്ടു തന്നെ രാഷ്ട്രീയ അപരമായി തീരാനുള്ള ഒരുസാധ്യതയും ഡിസെബിലിറ്റിയെ സംബന്ധിച്ച് നിലനിൽക്കുന്നുണ്ട്. അതുകൊണ്ട് ഡിസെബിലിറ്റിയെ സംബന്ധിച്ചുള്ള മുൻവിധികളെക്കുറിച്ചുള്ള അന്വേഷണം ദൂരവ്യാപകമായ സാധ്യതകളുള്ള ഒരു രാഷ്ട്രീയവിഷയമാണ് എന്നു പറയാം.

ഡിസെബിലിറ്റിയും ജൈവരാഷ്ട്രീയവും

അധികാരത്തെ സംബന്ധിച്ചുള്ള സമകാലിക അന്വേഷണങ്ങൾ ഇന്ന് ഉപയോഗിക്കുന്ന ഒരു പ്രധാന പരികല്പനയെന്ന നിലയിൽ ജൈവരാഷ്ട്രീയം ഡിസെബിലിറ്റി പഠനങ്ങളോട് ബന്ധപ്പെട്ടുനില്ക്കുന്നു. മിഷേൽ ഫൂക്കോയുടെ ചിന്തകളിൽ ആരംഭിച്ച് ജോർജി

യോ അഗംബൻ, ആഷ്‌ലി എംബബെ തുടങ്ങിയ ചിന്തകരിലൂടെ ഈ പരികല്പന കൂടുതൽ വികസിച്ചിട്ടുണ്ട്. ഡിസെബിലിറ്റി പഠനങ്ങൾ ജൈവരാഷ്ട്രീയ സാധ്യതകൾ ഒഴിവാക്കി നിർത്തിക്കൊണ്ട് മുമ്പോട്ടു കൊണ്ടുപോവുക സാധ്യമല്ല എന്ന് സമകാലചിന്തകർ തിരിച്ചറിയുന്നുണ്ട്.

1970-കൾ വരെ സാമൂഹ്യപങ്കാളിത്തത്തെ തടയുന്ന ശാരീരിക പരിമിതികൾ പരിഹരിക്കുക, ഡിസെബിലിറ്റി അനുഭവിക്കുന്നവർക്കുമുമ്പിലുള്ള തടസ്സങ്ങൾ ഒഴിവാക്കി അതിജീവനം സുഗമമാക്കുക എന്നീ രണ്ടു കാര്യങ്ങളിലാണ് ലോകമെമ്പാടും ഡിസെബിലിറ്റിയുമായി ബന്ധപ്പെട്ട പഠനങ്ങളോ പരിഗണനകളോ ചുറ്റിത്തിരിഞ്ഞിരുന്നത്. ഈ സമീപനം ഡിസെബിലിറ്റിയുള്ള സമൂഹത്തെ ഒരു വിഷയമായി കാണുകയും അവരുടെ പ്രശ്നങ്ങൾ പരിഹരിക്കുക എന്നത് മറ്റുള്ളവരുടെ ബാധ്യതയായി മനസ്സിലാക്കുകയും ചെയ്തു. വിഷയവും വിഷയിയും തമ്മിലുള്ള ദ്വന്ദ്വാത്മകബന്ധത്തിൽ മനസ്സിലാക്കുന്നതിന്റെ പ്രശ്നങ്ങൾ ഈ സമീപനത്തിന് ഉണ്ടായിരുന്നു.

90-കൾ ആകുമ്പോഴേക്കും സൂസൻ വെൻഡൽ, കാരൾ തോമസ്, ജെന്നി മോറിസ് തുടങ്ങിയ ഫെമിനിസ്റ്റ് ഡിസെബിലിറ്റി ചിന്തകരുടെ ഇടപെടലുകൾ ഡിസെബിലിറ്റി പഠനങ്ങളുടെ ഊന്നലുകൾക്ക് മാറ്റം കൊണ്ടുവന്നു. അംഗപരിമിതിയെ (imparement)ക്കുറിച്ചുള്ള ഊന്നലുകളിൽ നിന്ന് അംഗപരിമിതിയുടെ പ്രഭാവങ്ങളെക്കുറിച്ചുള്ള (imparement effect) ഊന്നലുകളിലേക്കുള്ള പരിവർത്തനമാണ് ഇത്. സ്ത്രീവാദവും ദലിത്ചിന്തകളും എൽജിബിറ്റി ക്യൂർ സമീപനങ്ങളും സമാനമായ കാഴ്ചപ്പാടുകളിലാണ് ഇക്കാലത്ത് വികസിച്ചുവന്നിട്ടുള്ളത് എന്നു കാണാം. സാമൂഹ്യപരിഷ്കരണപരം എന്നോ പുരോഗമനപരം എന്നൊ ഒക്കെ പറയപ്പെടുന്ന ഒരു പ്രക്രിയയുടെ ആത്യന്തികമായ ഗുണഫലം ആർക്കാണ് ലഭിക്കുന്നത് എന്നതാണ് അതിന്റെ രാഷ്ട്രീയത്തെ വെളിപ്പെടുത്തുന്ന ഘടകം. അതുകൊണ്ട് പ്രഭാവങ്ങളെക്കുറിച്ചുള്ള (Effects) പരിഗണനകൾ ഡിസെബിലിറ്റി പഠനങ്ങളിൽ ഏറ്റവും നിർണായകമായി വരുന്നു.

ഇരുപതാം നൂറ്റാണ്ടിന്റെ ആരംഭത്തിൽ അമേരിക്ക, കാനഡ, ഓസ്ട്രേലിയ തുടങ്ങി യൂറോപ്യൻ രാജ്യങ്ങളിൽ പൊതുവെ ഡിസേബിൾഡിന്റെ സ്ഥിതിവിവരങ്ങൾ ശേഖരിച്ച് ക്രോഡീകരിക്കുകയും പരസ്പരം കൈമാറുകയും ചെയ്യുന്ന പതിവുണ്ടായിരു

ന്നു. രാജ്യത്തെ ഏബിൾ ശരീരങ്ങളുടെ താത്പര്യസംരക്ഷണമായിരുന്നു ഇതിന്റെ പിന്നിൽ. രാജ്യത്തിന്റെ പ്രത്യുല്പാദനപരത വികലാംഗരുടെ അപകൃഷ്ടപാരമ്പര്യം മൂലം മലിനപ്പെടാതിരിക്കുന്നതിന് അവരെ കൂടുതൽ നിയന്ത്രിക്കുന്നതിനു വേണ്ടിയുള്ള രാഷ്ട്രത്തിന്റെ ഇടപെടലാണ് ബയോപൊളിറ്റിക്സിന്റെ ഒരു മണ്ഡലത്തിൽ നടന്നത്.

കഴിഞ്ഞ നൂറ്റാണ്ടിന്റെ മധ്യദശകങ്ങളിൽ സ്റ്റേറ്റിന്റെ നിയന്ത്രണത്തിലാണ് അത്തരം കാര്യങ്ങൾ നടന്നത് എങ്കിൽ നിയോലിബറലിസത്തിന്റെ കാലത്ത് സ്റ്റേറ്റ് നേരിട്ട് നിയന്ത്രണങ്ങൾ വരുത്തുന്നത് അപൂർവമാണെങ്കിലും ദൈനംദിന പൗരത്വത്തിന്റെ ഉള്ളിൽ ഇതുപോലെയുള്ള നിയന്ത്രണങ്ങൾ അബോധങ്ങളുടെ രൂപത്തിൽ കടന്നു കയറിയിരിക്കുന്നതായി കാണാം. ജനാധിപത്യരാഷ്ട്ര സങ്കല്പത്തിലും പരമാധികാര രാഷ്ട്രസങ്കല്പത്തിലും പിൽക്കാല മുതലാളിത്ത-കോർപ്പറേറ്റ് രാഷ്ട്രമാതൃകകളിലും ഏറിയും കുറഞ്ഞും ഡിസെബിലിറ്റി സമൂഹത്തെ അപരവല്ക്കരിക്കുന്ന രാഷ്ട്രീയം തുടർന്നുകൊണ്ടേയിരിക്കുന്നു. ഡിസെബിൾഡ് സമൂഹത്തിന് അനുകൂലം എന്ന് വ്യാഖ്യാനിക്കപ്പെടുന്ന നിലപാടുകളിൽ പോലും സൂക്ഷ്മരൂപത്തിൽ സാമൂഹ്യ അപരവല്കരണത്തിന്റെയും മുതലാളിത്തകച്ചവട പരീക്ഷണങ്ങളുടെയും ഇരകളാക്കപ്പെടുന്ന അവസ്ഥ ഇന്ന് തിരിച്ചറിയപ്പെടുന്നുണ്ട്.

നിയോ ലിബറലിസത്തിന്റെ കാലത്ത് വ്യക്തിയുടെ തലത്തിൽ ഭൗതികജീവിതത്തെ നിയന്ത്രണത്തിലാക്കുന്നതിനുള്ള തന്ത്രങ്ങളാണ് നടപ്പായിട്ടുള്ളത് എന്ന് മിക്കവിമർശകരും അംഗീകരിക്കുന്നുണ്ട്. ദേശീയതാവാദവും ശേഷീവാദവും ഒന്നിച്ചുനില്ക്കുന്ന ബയോപൊളിറ്റിക്സിന്റെ ഒരു മണ്ഡലം ആധുനികരാഷ്ട്രഘടനയിൽ രൂപപ്പെട്ടിട്ടുണ്ട്. രാഷ്ട്രാധികാരബിംബങ്ങളായ വ്യക്തികളെ നെഞ്ചളവുകൊണ്ട് അടയാളപ്പെടുത്തുന്ന രീതി (56 ഇഞ്ച്, ഇരട്ടച്ചങ്കൻ പ്രയോഗം) ഏബിളിസ്റ്റ് ആണധികാര പൊതുബോധങ്ങളുടെ നിർമിതികളാണ്. ജീവിതങ്ങളെ അതിന്റെ വേരുകളിൽവച്ചേ പിടിച്ചെടുക്കുന്നതിനും വരുതിയിലാക്കുന്നതിനും ഒരുകൂട്ടം സവിശേഷപ്രവർത്തനരീതികൾ സ്റ്റേറ്റിനാൽ നടപ്പാക്കപ്പെടുന്നുണ്ട്. ദേശീയതയെന്ന പരികല്പനയെ അഭിസംബോധന ചെയ്തുകൊണ്ടല്ലാതെ രാഷ്ട്രവ്യവസ്ഥയ്ക്കകത്ത് ജനതയുടെ പുരോഗതി എന്ന ആശയത്തെ വിശദീകരിക്കാൻ കഴിയില്ല. അതുകൊണ്ട് ഡിസെബിൾഡ് ആയവരെയും പാർശ്വവല്കരിക്കപ്പെട്ട ഇതരവിഭാഗങ്ങളെയും

സമൂഹത്തിന് യോജിക്കുന്നവരായതരത്തിൽ പാകപ്പെടുത്തിയെടുക്കുന്ന ഉത്തരവാദിത്വമാണ് രാഷ്ട്രം ഏറ്റെടുക്കുന്നത്.

പിൽക്കാല ഇരുപതാം നൂറ്റാണ്ടിലെ നവലിബറൽ തന്ത്രങ്ങളുടെ ഭാഗമായി വികസിച്ചു വന്നവയാണ് ഏബിൾ ഡിസേബിൾഡ്, ഏബിൾ നാഷണലിസം എന്നീ പരികല്പനകളും. സാംസ്കാരിക വ്യത്യസ്തകളുടെ തടസ്സങ്ങൾ മറികടന്ന് ജനതയെ ഒന്നിപ്പിച്ചുനിർത്താനുപയോഗി ക്കുന്ന ആധുനീകരണ പ്രഭാവങ്ങളാണ് ദേശീയതയുടെ ഒരു സവിശേഷത. ഡിസെബിലിറ്റി ചിന്തകയായ ഫിയോണ കാംപ്ബെലിന്റെ അഭിപ്രായത്തിൽ എബിലിറ്റിയുടെ നിയമങ്ങളെ അടിസ്ഥാനമാക്കിയുള്ള പൗരത്വമുൻഗണന (Previlage) കളിൽ അടിസ്ഥാനപ്പെട്ടതാണ് ഏബിളിസവും.

രാഷ്ട്രസങ്കല്പങ്ങളുമായി ബന്ധപ്പെട്ട പഠനവിഷയമെന്ന നിലയിലാണ് ഏബിൾനേഷണലിസം എന്ന പരികല്പന പ്രയോഗിക്കപ്പെടുന്നത്. ദേശരാഷ്ട്രത്തിലെ പൗരത്വനിർവചനങ്ങൾ ഏബിൾശരീരങ്ങളുടെ നിയമങ്ങൾ പിന്തുടരുന്നു എന്നും, ദേശീയതയെ നിർണയിക്കുന്ന മാനദണ്ഡങ്ങളിൽ അതുകൊണ്ട് ഡിസേബിൾഡായവർ പുറത്തായിപ്പോകുന്നു എന്നും ആണ് അതിനർത്ഥം. ദേശീയതയോടും പൗരത്വത്തോടും ബന്ധപ്പെട്ട വ്യാഖ്യാനം എന്ന നിലയിൽ ഇത് അധികാരരാഷ്ട്രീയത്തിന്റെ മേഖലയിൽ ഡിസെബിലിറ്റിപഠനങ്ങളുടെ സാധ്യത അടയാളപ്പെടുത്തുന്നു.

അന്ധത: ഒരു ഡിസെബിലിറ്റി മാതൃക

മനുഷ്യേന്ദ്രിയങ്ങളും അറിവു രീതികളും തമ്മിലുള്ള ബന്ധത്തെക്കുറിച്ചുള്ള ആദ്യകാല ആലോചനകൾ റെനെ ദെക്കാർത്തെയുടെ എഴുത്തുകളിൽ കാണുന്നുണ്ട്. ഓപ്റ്റിക്സ് എന്ന കൃതിയിൽ കാഴ്ച എന്ന ഇന്ദ്രിയാനുഭവത്തെ ദെക്കാർത്തെ വിശദീകരിക്കുന്നുണ്ട്. ആ വിശദീകരണം വ്യക്ത്യനുഭവപരമായി ഇന്ദ്രിയജ്ഞാനത്തിന്റെ ശാസ്ത്രീയനിർവചനങ്ങൾ എന്ന നിലയിലാണ് അവതരിപ്പിക്കപ്പെടുന്നത്.

ഇന്ദ്രിയാനുഭവവുമായി ബന്ധപ്പെട്ട ഡിസെബിലിറ്റികളിൽ പ്രധാനപ്പെട്ടത് എന്ന നിലയിൽ ചർച്ചചെയ്യപ്പെട്ടിട്ടുള്ള ഒന്ന് അന്ധത ആണ്. ഡിസെബിലിറ്റിയെ സംബന്ധിച്ച പൊതുബോധങ്ങൾ രൂപീകരിക്കുന്നതിൽ ഏറ്റവുംകൂടുതൽ കാരണമായതും അന്ധതയാണ്. ഡിസെബിലിറ്റി പഠനമേഖലയിൽ ഏറ്റവുമധികം പഠനങ്ങളുണ്ടായിട്ടുള്ളതും ഈ വിഷയത്തെ കേന്ദ്രീകരിച്ചാണ് എന്നു പറ

യാം. പാശ്ചാത്യാധുനികതയുടെ നിർവചനങ്ങളിൽത്തന്നെ ഇന്ദ്രിയാനുഭവങ്ങളിൽ ശ്രേഷ്ഠതയുള്ളത് കാഴ്ചയ്ക്കാണ് എന്ന് പറയുന്നുണ്ട്. ദെക്കാർത്തെ പറയുന്നു- നമ്മുടെ ജീവിതത്തിന്റെ സന്ദർഭം പൂർണ്ണമായും ഇന്ദ്രിയങ്ങളിലാണ് അടിസ്ഥാനപ്പെട്ടിരിക്കുന്നത്. അതിൽത്തന്നെ ഏറ്റവും ശ്രേഷ്ഠമായതും, വിശദമായതും കാഴ്ച എന്ന ഇന്ദ്രിയമാണ് (2001;65). ഏതുതരം പഠന ഉപാധികൾ ഉപയോഗിച്ച് പരിശോധിച്ചാലും അന്ധത അനുഭവപരമായി അത് അനുഭവിക്കുന്ന സമൂഹത്തിനകത്തു തുടങ്ങുന്നതോ അവസാനിക്കുന്നതോ അല്ല. അത് കൂടുതലായും കാഴ്ചയുള്ള ഒരു സമൂഹത്തിന്റെ പ്രശ്നവും ചർച്ചാവിഷയവുമായിരുന്നു. കാഴ്ചയുള്ള ഒരാൾക്ക് എങ്ങനെ അന്ധതയെ സങ്കല്പിക്കാനാകും എന്ന പ്രശ്നം നിർണായകമായിത്തീർന്നു.

കാഴ്ച എന്നത് ശേഷിയെ സംബന്ധിച്ച സാധാരണത്വം ആയി സാമൂഹ്യപൊതുബോധങ്ങളിൽ പ്രതിഷ്ഠാപനം നേടിയിട്ടുണ്ട്. അതുകൊണ്ട് കാഴ്ചയുള്ള വ്യക്തി സ്വാഭാവികമായും കാഴ്ചയില്ലാത്ത വ്യക്തിയെക്കാൾ കൂടുതൽ ശേഷിയുള്ള ആളും സാധാരണത്വമുള്ളയാളും ആയി സങ്കല്പിക്കപ്പെട്ടു. കാഴ്ചയുള്ളയാൾ അന്ധതയെ സമീപിക്കുന്നത് ശേഷീപരമായ പൊതുബോധങ്ങളിലൂടെയാണ്. പാശ്ചാത്യാധുനികതയുടെ ഘട്ടത്തിൽത്തന്നെ ശേഷീപരമായ പൊതുബോധങ്ങൾ വ്യത്യസ്താനുഭവമാതൃകകളെ അടിസ്ഥാനമാക്കി നിർമിക്കപ്പെട്ടിട്ടുണ്ട്. ഓപ്റ്റിക്സ് എന്ന കൃതിയിൽ ദെക്കാർത്തെ പറയുന്നു- ഇരുട്ടത്ത് നിങ്ങൾ പരുക്കൻ റോഡിലൂടെ നടക്കുമ്പോൾ മുന്നോട്ടു പോകുന്നതിന് വടി വേണ്ടിവരും. നിങ്ങൾക്ക് വടി ഉപയോഗിച്ച് ചുറ്റുമുള്ള വസ്തുക്കളെ തിരിച്ചറിയാൻ കഴിയും. അതു മാത്രമല്ല മുമ്പിലുള്ളത് മരമാണോ, കല്ലാണോ, മണലാണോ, വെള്ളമാണോ, പുല്ലാണോ, ചെളിയാണോ, ഇനി മറ്റെന്തെങ്കിലുമാണോ എന്ന കാര്യങ്ങളെല്ലാം നിങ്ങൾക്കു പറയാൻ കഴിയും. ഇത്തരം അറിവ് പക്ഷേ അതിൽ നീണ്ടകാലത്തെ പരിചയമില്ലാത്തവരെ സംബന്ധിച്ചിടത്തോളം അല്പം ബുദ്ധിമുട്ടുള്ളതാവാം. പക്ഷേ അന്ധരായിത്തന്നെ ജനിച്ചവരെ പരിഗണിച്ചാൽ, ജീവിതകാലം മുഴുവൻ അവർ ഈ രീതിയിലാണ് വസ്തുക്കളെ അറിയുന്നത്. അവരെ നിരീക്ഷിച്ചാൽ കൈകൾ കൊണ്ട് അവർ കാണുന്നു എന്നു പറയത്തക്ക തരത്തിൽ വളരെ കൃത്യമായാണ് അവരുടെ തൊട്ടറിവനുഭവം എന്നതു മനസ്സിലാക്കാം.

കാഴ്ചയുടെ സ്ഥാനത്ത് അവർക്കു നൽകപ്പെട്ടിരിക്കുന്ന ആറാ

മിന്ദ്രിയമെന്ന പോലെയാണ് അവർക്ക് വടി. ല്യൂമിനസ് എന്നു വിളിക്കാവുന്ന വസ്തുക്കളിലെ വെളിച്ചത്തെ പരിഗണിച്ചാൽ. അത് ഒരു ചലനമാണ്. വളരെ വേഗതയിലും സജീവതയിലും അന്തരീക്ഷത്തിലൂടെയോ സുതാര്യമായ വസ്തുക്കളിലൂടെയോ നമ്മുടെ കണ്ണുകളിലേക്കുവരുന്ന ചലനം, അന്ധർ കൈകളിലേന്തിയിരിക്കുന്ന വടികൊണ്ട് മുമ്പിലകപ്പെടുന്ന വസ്തുക്കളുടെ തടസ്സമോ ചലനമോ എളുപ്പം തിരിച്ചറിയുന്നതിനു തുല്യമാണിത് (2001;65). അനുഭവമെന്ന നിലയിൽ ഒരു അന്ധവ്യക്തിയുടെ അറിവ് കാഴ്ചയുടെ ശാസ്ത്രീയനിർവചനത്തോട് ദെക്കാർത്തെ തുല്യപ്പെടുത്തുന്നുണ്ട് എങ്കിലും കാഴ്ചയുടെ ശ്രേഷ്ഠതയെ നിർണയിക്കുന്ന സാമൂഹ്യശാസ്ത്രം ആധുനികമനുഷ്യകർതൃത്വത്തിന്റെ ശേഷീവാദപരമായ (Ableist) ആദ്യമാതൃകയായി കാണാം.

ഇവിടെ ഒരു സാമൂഹ്യശാസ്ത്രസംവർഗ്ഗം എന്നതിനപ്പുറം, ശാസ്ത്രീയമായി നിർവചിക്കപ്പെടുന്ന ഇന്ദ്രിയാനുഭവത്തിന്റെ മണ്ഡലം ഡിസെബിലിറ്റിയുടെ നിർവചനങ്ങൾകൂടി ഉല്പാദിപ്പിക്കുന്നു എന്നുകാണാം. ആധുനികതയുടെ തുടർച്ചകളിൽ വ്യത്യസ്ത സ്ഥലകാലങ്ങളിൽ ഈ ശേഷീപരമായ പൊതുബോധം എങ്ങനെ തുടരുന്നു എന്നും എന്താണ് അതിന്റെ സ്വഭാവം എന്നും പരിശോധിക്കുന്നതിലൂടെ മറ്റേതൊരു സാമൂഹ്യപഠനസമീപനവും ചെയ്യുന്നതുപോലെ മുൻവിധികളെക്കുറിച്ചും പാർശ്വവല്കരണങ്ങളെക്കുറിച്ചും ഉള്ള അന്വേഷണങ്ങളിലൂടെ സാമൂഹ്യ അബോധനിർമിതികളെ വിമർശനവിധേയമാക്കുകയാണ് ഡിസെബിലിറ്റി പഠനങ്ങൾ. അങ്ങനെ അത് ഒരേസമയം സാമൂഹ്യശാസ്ത്രത്തിന്റെയും മനഃശാസ്ത്രത്തിന്റെയും ചരിത്രത്തിന്റെയും ഭാഷയുടെയും ഒക്കെ വിഷയവുമായിത്തീരുകയും ചെയ്യുന്നു.

അന്ധതയും പ്രാതിഭാസികവിജ്ഞാനീയവും

പ്രാതിഭാസികവിജ്ഞാനീയത്തിന്റെ സാധ്യതകളിൽ ആരംഭിച്ച അന്ധതയെ സംബന്ധിച്ചുള്ള അന്വേഷണങ്ങൾ സാമൂഹ്യശാസ്ത്രപരവും ചരിത്രപരവും ഒക്കെയായ അന്വേഷണസാധ്യതകളിലേക്ക് പിൽക്കാലത്തു വികസിച്ചിട്ടുണ്ട്. കാഴ്ചാനുഭവത്തിന്റെ ഘടന അനുഭവത്തിന്റെ സ്വഭാവത്തെ സ്വാധീനിക്കുന്നു. പിൽക്കാലത്ത് അന്ധനായിത്തീർന്ന ജോൺ ഹൾന്റെ അന്ധതയെക്കുറിച്ചുള്ള 'On Sight and Insight' എന്ന പുസ്തകത്തിൽ ഇത് വിശദീകരിക്കുന്നുണ്ട് (2001; xii). ഹൾ പറയുന്നു, ആദ്യം ഞാൻ ധരിച്ചിരുന്നത്

അന്ധത എന്നത് കണ്ണുകൾക്ക് എന്തെങ്കിലും സംഭവിച്ച് കാഴ്ച ഇല്ലാതായി മാറുന്ന അവസ്ഥയാണ് എന്നാണ്. പിന്നീട് ഞാൻ മനസ്സിലാക്കി, കാഴ്ച ഉപരോധിക്കപ്പെടുമ്പോൾ മറ്റ് അറിവു രീതികൾ കൊണ്ട് പകരം വയ്ക്കാൻ കഴിയുന്ന ഒരു അറിവു രീതിയാണതെന്ന്. പതിയെപ്പതിയെ ഞാൻ മനസ്സിലാക്കി അന്ധതയെന്നത് മുഴുവൻ ശരീരവും പരിവർത്തിക്കപ്പെടുന്ന ഒരു അവസ്ഥയാണെന്ന്. മുഴുവൻ ശരീരവും ലോകവുമായി ബന്ധപ്പെടുന്നതിൽ സംഭവിക്കുന്ന പരിവർത്തനമാണതെന്ന്. അവസാനമായി ഞാൻ മനസ്സിലാക്കി അന്ധതയെന്നത് ഒരു ലോകമാണ്, നിർമാണാത്മകമായ അവസ്ഥയാണത്.(2001;xii)

അന്ധതയെ ഹൾ മനസ്സിലാക്കിയത് മൂന്നു ഘട്ടങ്ങളിലായാണ്. ആദ്യത്തെ ഘട്ടത്തിൽ ഭൗതികമായി കാഴ്ചയ്ക്കു സംഭവിക്കുന്ന നിരോധനം കൊണ്ട്, തകരാർ കൊണ്ട് ഉണ്ടാകുന്ന കാഴ്ചാരാഹിത്യം എന്ന അവസ്ഥയായിട്ടാണ് അദ്ദേഹം അന്ധതയെ തിരിച്ചറിഞ്ഞത്. അത് പൊതുബോധത്തിന്റെ തിരിച്ചറിവാണ്. രണ്ടാം ഘട്ടത്തിൽ അന്ധത എന്നത് ഒരു അറിവുരീതിയുടെ ഇല്ലാതാകലാണ് എന്നു കണ്ടെത്തി. ലോകത്തെ അറിയാനുള്ള ഒരു ഇന്ദ്രിയം ഇല്ലാതാകുന്നതുവഴി ലോകത്തെ മനസ്സിലാക്കുന്നതിനുള്ള ഒരു അറിവു രീതിയും ഇല്ലാതായി എന്ന്. മൂന്നാമത്തെ ഘട്ടത്തിൽ, അന്ധതയുമായി നന്നായി പരിചയിച്ചതിനു ശേഷം അദ്ദേഹത്തിന് വ്യക്തമായ കാര്യം, കാഴ്ചരഹിതമായ ഒരവസ്ഥയിൽ ശരീരത്തെ മുഴുവൻ ഉൾക്കൊണ്ട് പരിവർത്തനപ്പെടുത്തുന്നതും ചിലപ്പോൾ രൂപാന്തരം വരുത്തുന്നതുമായ, കാഴ്ച എന്ന ഇന്ദ്രിയത്തിലേക്ക് ഒതുക്കി മനസ്സിലാക്കാൻ കഴിയാത്തത്ര ആഴത്തിലുള്ള ഒരു പ്രത്യേക അവസ്ഥയാണ് അന്ധത എന്നാണ്. അറിവിന്റെ ഘടനയ്ക്കുതന്നെ വരുന്ന അടിസ്ഥാനപരമായ മാറ്റമായി ഹൾ അന്ധതയെ തിരിച്ചറിയുന്നു. അങ്ങനെ അതിന്റെ ഫലമായി മറ്റൊരു ലോകത്തിനുള്ളിൽ ആയിരിക്കുന്ന അവസ്ഥയായി തിരിച്ചറിയുന്നു. അദ്ദേഹത്തിന്റെ അന്ധത അദ്ദേഹത്തിന്റെ ലോകത്തെ രൂപാന്തരപ്പെടുത്തി.

ഈ ലോകം കാഴ്ചയുള്ള വ്യക്തി കണ്ണടച്ച് അനുഭവിക്കുന്ന ലോകമല്ല, മറിച്ച് അന്ധത ഉണ്ടാക്കിയെടുക്കുന്ന രൂപമാറ്റം വരുത്തിയെടുക്കുന്ന അപരലോകമാണ്. കാഴ്ചയില്ലായ്മ എന്ന ലോകത്തെനിർമിക്കുന്ന അവസ്ഥയെ പ്രാതിഭാസിക വിജ്ഞാനീയപരമായി മനസ്സിലാക്കേണ്ടതിന്റെ ആവശ്യത്തിലും അനുഭവപരിചയത്തിലൂന്നുന്ന അന്വേഷണത്തിന്റെ പ്രാധാന്യത്തിലും ആണ് ഈ

നിരീക്ഷണവും ഊന്നുന്നത്. കൺപോളകൾ, രണ്ട് രാജ്യങ്ങളെ വേർതിരിക്കുന്നുണ്ട് എന്ന് ഹെലൻ സിക്സു പ്രതീകാത്മകമായി നിർവചിക്കുന്നുണ്ട്. (2005;116) ഇത്തരത്തിൽ അപരവല്കരണത്തിന്റെ രാഷ്ട്രീയം ആഖ്യാനം ചെയ്യുന്നതിന് തന്റെ തിമിരബാധിതമായ അവസ്ഥ കാരണമായിട്ടുണ്ട് എന്നും അവർ പറയുന്നുണ്ട്.

അന്ധരുടെ കാഴ്ചയെക്കുറിച്ചുള്ള വിശദീകരണങ്ങൾ അതിന്റെ അനുഭവപരമായ വ്യക്തിപരതകൊണ്ട് വൈവിധ്യമാർന്നതാണ്. അതിന്റെ അർത്ഥം കാഴ്ചാരാഹിത്യം എന്ന അവസ്ഥയുടെ ഒരേതരത്തിലുള്ള അനുഭവവിവരണങ്ങൾ നമുക്ക് ലഭിക്കുകയില്ല എന്നാണ്. ഓരോന്നും സവിശേഷമായവയായിരിക്കും. പ്രത്യക്ഷജ്ഞാന (perception) ത്തിൽ കാഴ്ച സവിശേഷമായ സ്ഥാനം വഹിക്കുന്നുവെങ്കിൽത്തന്നെയും അതിന്റെ അഭാവം കൊണ്ട് പ്രത്യക്ഷജ്ഞാനം എങ്ങനെ മാറിത്തീരുന്നു എന്നതു പരിഗണിച്ചു കൊണ്ടല്ലാതെ നമുക്ക് കാഴ്ചയുടെ പങ്ക് എന്ത് എന്നും അവ എന്തൊക്കെ കഴിവുകൾ വ്യക്തിക്കു നല്കുന്നുവെന്നും പഠിക്കാൻ കഴിയുകയില്ല.

കാഴ്ച ഉള്ളടങ്ങുന്ന പ്രത്യക്ഷജ്ഞാന ഘടനയെക്കുറിച്ച് മനസ്സിലാക്കി ക്കൊണ്ടല്ലാതെ കാഴ്ചയുടെ സവിശേഷപ്രാധാന്യത്തെയും പഠിക്കാൻ കഴിയില്ല. സംവേദനങ്ങളെക്കുറിച്ചുള്ള ഏതൊരു പഠനവും പ്രത്യേകംപ്രത്യേകം പ്രവർത്തിക്കുന്ന വേറിട്ട സംവേദനമാധ്യമങ്ങളായി കാഴ്ച, കേൾവി, സ്പർശം, ഗന്ധം എന്നിവയെ ഒക്കെ വേർതിരിച്ചു നിർത്തുന്നതിന്റെ അപകടം ഉൾക്കൊള്ളുന്നുണ്ട്. ഈ വേർതിരിക്കലിനെപ്പറ്റി മെർലോപോണ്ടി പറയുന്നുണ്ട്(2002:257) ഓരോന്നും വ്യത്യസ്തമായ ലോകങ്ങളിൽ പ്രവർത്തിക്കുന്നത് എന്ന നിലയിൽ നമുക്ക് ഇവയെ മനസ്സിലാക്കാൻ സാധ്യമല്ല. മെർലോപോണ്ടി പറയുന്നത് ഇത് ഒരു അന്തർമാതൃകാഘടനയാണ് എന്നാണ്. ഓരോന്നും സ്വതന്ത്രമായി നിൽക്കുന്നതിനൊപ്പം മറ്റുള്ളവയിൽ അടങ്ങുകയും ചെയ്യുന്ന ഒരു അന്തർമാതൃകാഘടന. എല്ലാ പെർസെപ്ഷനും നടക്കുന്ന ശരീരത്തിൽ ഒരു സന്ദർഭം (context) എന്ന നിലയിൽ നിലനിൽക്കുന്ന ഒരു ഘടന.

തൊട്ടറിയാവുന്ന കേട്ടറിയാവുന്ന കാഴ്ചമുന്നോട്ടുവയ്ക്കുന്ന പ്രതിഭാസം, രുചിച്ചറിയാവുന്ന ശ്വസിച്ചറിയാവുന്ന സ്പർശം മുന്നോട്ടുവയ്ക്കുന്ന പ്രതിഭാസം അങ്ങനെയങ്ങനെ. ചില തുണിത്തരങ്ങൾ കാണുമ്പോൾ നമുക്ക് തൊട്ടുനോക്കാൻ തോന്നുന്നതും ഭക്ഷണം ഉണ്ടാക്കുന്ന ശബ്ദം കേൾക്കുമ്പോൾ അത് രുചിച്ച് നോക്കാൻ തോന്നുന്നതും ഇതുകൊണ്ടാണ്. ശരീരത്തിനാൽ യോജി

പ്പിച്ചു നിർത്തിയിരിക്കുന്നവയായി ഈ സംവേദനങ്ങളുടെ അസ്തിത്വത്തെ മനസ്സിലാക്കാതെയിരുന്നാൽ നമുക്ക് ഇവയെ ഒറ്റയൊറ്റയായിക്കണ്ട് മനസ്സിലാക്കാൻ സാധ്യമല്ലാതെ വരും. അതുകൊണ്ട് കാഴ്ചയെക്കുറിച്ചുള്ള നമ്മുടെ പഠനം കാഴ്ചയെ ഒരു അന്തർമാതൃകാഘടന എന്ന നിലയിൽ കണ്ടുകൊണ്ടാണ് ആരംഭിക്കേണ്ടത് എന്ന് ഹൾ വിശദീകരിക്കുന്നു (2001;xiii).

കാഴ്ചയുടെ പ്രത്യക്ഷജ്ഞാനവും സ്പർശത്തിന്റെ പ്രത്യക്ഷജ്ഞാനവും കേൾവിയുടെ പ്രത്യക്ഷജ്ഞാനവും തമ്മിൽ ഹൾ താരതമ്യം ചെയ്യുന്നുണ്ട്. കാഴ്ചയുടെ പ്രത്യക്ഷജ്ഞാനം യാഥാർത്ഥ്യം എന്നു നമ്മൾ പേരിട്ടുവിളിക്കുന്ന ഏറെക്കുറെ പൂർണമായ ഒരു സ്ഥലബോധവും കാലബോധവും നൽകുന്ന വിശാലമായ കാഴ്ചയാണ്. സ്പർശത്തിന്റേതാവട്ടെ ശരീരത്തിന്റെ പുറമെ സ്പർശിച്ചു നിൽക്കുന്നതാണ്. കൈയകലത്തിലുള്ളതിനെ മാത്രമേ സ്പർശത്തിന് തൊട്ടറിയാനാകൂ. അതുകൊണ്ട് ഘടനാപരമായ പൂർണ്ണതയില്ലാതെ ചിതറിക്കിടക്കുന്ന അവസ്ഥയിലായിരിക്കും ഈ അനുഭവം. കേൾവി അനുഭവത്തിലാവട്ടെ, വസ്തുക്കൾ അപ്രതീക്ഷിതമായി കടന്നുവരുകയും പുറത്തുപോകുകയും ചെയ്യും. ഉദാഹരണം- കാറിന്റെ ഹോൺ ശബ്ദം, കാലൊച്ച തുടങ്ങിയവ. അങ്ങനെ അതും പൂർണ്ണതയില്ലാതെ ചിതറിക്കിടക്കുന്ന അവസ്ഥയിലായിരിക്കും അനുഭവവേദ്യമാകുന്നത്. അതേസമയം കാഴ്ചയുടെ പ്രത്യക്ഷജ്ഞാന പ്രതിഭാസമാകട്ടെ കാലത്തിൽ നിലനിൽക്കുന്നതായിട്ടാണ് അനുഭവിക്കുന്നത് എന്ന് അദ്ദേഹം വിശദീകരിക്കുന്നു.

ഹൾ പറയുന്നതനുസരിച്ച് ഈ അന്തർമാതൃകാ പ്രത്യക്ഷജ്ഞാനത്തിൽ കാഴ്ച എന്ന പ്രതിഭാസത്തിന്റെ സവിശേഷതകൾ രണ്ടായി സംഗ്രഹിക്കാം. ഒന്ന് - കാഴ്ച എന്ന പ്രതിഭാസം വസ്തുക്കളെ തുടർച്ചയിലും സമഗ്രതയിലും (holistic) മനസ്സിലാക്കുന്നു. കാഴ്ചയില്ലാത്തപ്പോൾ വസ്തുക്കളെ ഭാഗികമായി മാത്രമേ മനസ്സിലാക്കാൻ കഴിയൂ എന്നഅവസ്ഥ സംജാതമാകുന്നു. രണ്ട്, ലോകത്തിന്റെ ബഹുകാലികതത്വത്തെ മനസ്സിലാക്കുന്നതിന് ഈ ക്രമീകൃതഘടന വളരെ സഹായിക്കുന്നു. കാഴ്ചനഷ്ടപ്പെടുമ്പോൾ വസ്തുക്കളുടെ കാലത്തിലുള്ള ഈ നിലനില്പിനെ മനസ്സിലാക്കുക എന്നതും സാധ്യമല്ലാതെയാകുന്നു (2001;xiii).

ഒരു ഇന്ദ്രിയബോധവും മറ്റൊന്നിൽ നിന്നു വേറിട്ടു നിൽക്കുന്ന ശുദ്ധമായ ഇന്ദ്രിയബോധമല്ല എന്നു പറയുമ്പോൾ തന്നെയും അതിന്റെ നിർണയനങ്ങളിൽ പങ്കെടുക്കുന്ന ചരിത്രപരവും സാം

സ്കാരികവുമായ ഘടകങ്ങളെക്കുറിച്ചുകൂടി മനസ്സിലാക്കാൻ ശ്രമിക്കുമ്പോഴാണ് അതിലെ കോയ്മാബന്ധങ്ങൾ നമുക്ക് മനസ്സിലാക്കാൻ കഴിയുക. ഇത് പ്രാതിഭാസിക വിജ്ഞാനീയത്തിന്റെ പരിധികൾക്ക് പുറത്തേക്ക് പഠനത്തെ നയിക്കുകയും ചരിത്രവും സംസ്കാരവും ഉള്ളടങ്ങുന്ന വിശാലമായ ഇടത്തിലേക്ക് പഠനപരിധി വ്യാപിപ്പിക്കുകയും ചെയ്യും.

പാശ്ചാത്യചിന്തയിലെ വ്യക്തി-സമൂഹം എന്ന ദ്വന്ദ്വത്തിലടിസ്ഥാനപ്പെടുത്തി യുള്ള ജ്ഞാനമാതൃകയുടെ നേർക്കുള്ള ഒരു വിമർശനം ഇവിടെയുണ്ട്. വ്യക്ത്യനുഭവനിരപേക്ഷമായ സാമൂഹ്യജ്ഞാനമോ സാമൂഹികതാനിരപേക്ഷമായ വ്യക്ത്യനുഭവജ്ഞാനമോ അപ്രസക്തമാകുന്ന ഒരു വിജ്ഞാനമാതൃക നിർമിച്ചെടുക്കാൻ ഡിസെബിലിറ്റി പഠനങ്ങൾക്ക് സാധിക്കും എന്നാണ് മനസ്സിലാക്കേണ്ടത്. ഇത്തരം വൈരുധ്യാത്മക ദ്വന്ദ്വങ്ങളിലൂടെ അറിവുകളെ സമീപിക്കുന്ന രീതികൾതന്നെ നിരാകരിക്കേണ്ടതുണ്ട് എന്ന ആശയം ഴാക് ദെറിദ തന്റെ അപനിർമാണപദ്ധതികളുടെ ഒരു സമീപനത്തിൽ അന്ധതയെ പരിഗണിക്കുന്ന സന്ദർഭത്തിൽ വിശദീകരിക്കുന്നുണ്ട്. യൂറോപ്യൻ ചിന്തയിൽ പ്രതിഷ്ഠാപനം നേടിയ അന്ധതയുടെയും കാഴ്ചയുടെയും വൈരുധ്യാത്മക ദ്വന്ദ്വത്തെ ദെറിദ ഇങ്ങനെ വിശദീകരിക്കുന്നുണ്ട്

'മുഴുവൻ ചരിത്രവും, യൂറോപ്യൻ ആശയത്തിന്റെ മുഴുവൻ അർത്ഥവിജ്ഞാനീയവും അതിന്റെ ഗ്രീക്ക് വംശാവലിയിൽത്തന്നെ, നമുക്കറിയാവുന്നതുപോലെ, നാം കാണുന്നതുപോലെ കാണുന്നതിനെ അറിയുന്നതുമായി ബന്ധിപ്പിക്കുന്നു (Derrida Jacques 1993;12). വെളിച്ചം ഇരുട്ടിനു ബദലാകുന്നു, യുക്തി വികാരത്തിനു ബദലാകുന്നു. ഈ ബദലുകൾ അപരങ്ങളുടെ ഒരു കൂട്ടത്തെ നിർമിക്കുന്നു. അതിലൊന്ന് ഓർമ്മയുടെയും മറവിയുടെയുമാണ്. നാമോർമ്മിക്കുന്നതെന്തോ അത് വെളിച്ചത്തിലാണ്. നാം മറക്കുന്നതെന്തോ അത് ഇരുട്ടിനു കൈമാറുന്നു'. അന്ധതയിൽ കാഴ്ചയെ കണ്ടെത്തുകയും കാഴ്ചയിൽ അന്ധതയെ കണ്ടെത്തുകയുമാണ് ദെറിദ ചെയ്യുന്നത്. ഇത് യുക്തിയെ പുറത്താക്കുന്നില്ല. മനുഷ്യകർതൃത്വത്തിന് പുറത്തുനിൽക്കുന്ന യാഥാർത്ഥ്യങ്ങളെ റദ്ദാക്കുന്നുമില്ല. ഈ അന്ധതയ്ക്ക് യുക്തിയുമായി സംഘർഷമില്ല. ഇത് വിശദീകരിക്കുന്നത് യുക്തിയുടെ അറിയൽ എന്ന പ്രവർത്തിയെ ആണ്. വെളിച്ചത്തിലെ കൺകാഴ്ചയിൽ വെളിച്ചംകൊണ്ട് അറിവും അറിവാളനും വേർതിരിക്കപ്പെടുന്നു. ഇരുട്ടിലെ കാഴ്ച അനു

ഭവത്തിന്റെയും സ്പർശത്തിന്റെയും തലത്തിലായിരിക്കും. അങ്ങനെ അന്ധതയുടെയും കാഴ്ചയുടെയും ബൈനറികളെ അപനിർമിക്കുന്ന പദ്ധതിയായി ദെറിദയുടെ സമീപനം മാറുന്നു. പറഞ്ഞുവന്നത്, അന്ധത എന്ന ഡിസെബിലിറ്റിയെ തിരിച്ചറിയുന്നതിന് ഡിസെബിലിറ്റിയുടെ തന്നെ നിർണയനങ്ങളാകുന്ന ഏബിളിസത്തെ നിർണയിക്കുന്ന അധികാര മാതൃകകളിലെ വൈരുധ്യങ്ങളേയും വൈവിധ്യങ്ങളേയും തുറന്നു കാണിക്കേണ്ടത് പ്രധാനമാണ് എന്നാണ്.

അന്ധത എന്നത് ഒരേസമയം ശരീരത്തിന്റെ ഒരവസ്ഥയും സൂചകപരമായ പ്രവർത്തനവുമാണ് എന്ന് അന്ധതയെ വില്യം ആർ പോൾസൺ നിർവചിച്ചിട്ടുണ്ട്. (1987;4). സൂചകപരമായ പ്രവർത്തനം എന്ന നിർവചനത്തിൽ അതു ഭാഷയോട് അവിഭാജ്യമായ ഒന്നായിത്തീരുന്നു. അന്ധത അതിനെക്കുറിച്ച് സംസാരിക്കുകയും എഴുതുകയും ചെയ്യുന്നവരാൽ ഒരു സാംസ്കാരിക സംവർഗ്ഗമായി (Cultural Category) പരിഗണിക്കപ്പെടുന്നുണ്ടെങ്കിലും അത് വളരെ വ്യത്യസ്തമായ ഒന്നാണ്. വ്യത്യസ്തമാണെന്നതിനുമപ്പുറം വ്യത്യസ്ത കാലങ്ങളിലും വ്യത്യസ്ത സ്ഥലങ്ങളിലും വ്യത്യസ്തമായ ആഖ്യാനങ്ങളിലുമുള്ളതാണത് (1987;4). ഈ വ്യത്യസ്തത എങ്ങനെ ഉണ്ടാകുന്നു എന്നതാണ് ഇവിടെ അഭിമുഖീകരിക്കുന്ന ഒരു പ്രശ്നം. അന്ധത വ്യത്യസ്തമാകുന്നത് എന്തിനോടാണ്?

അത് കേവലമായ ഒന്നിനോടല്ല എന്ന് മേല്പറഞ്ഞ പരാമർശം തന്നെ തെളിയിക്കുന്നുണ്ട്. കാലദേശപരമായി വ്യത്യസ്തമായ ഒന്നാകുന്നത് അതിന്റെ അപരം കാലദേശപരമായി വ്യത്യസ്തമായതുകൊണ്ടാണ് എന്ന അർത്ഥത്തിൽ അത് സാംസ്കാരികമായി നിർണയിക്കപ്പെടുന്നു എന്നാണ് പറഞ്ഞതിന്റെ പൊരുൾ. അന്ധതയെ സംബന്ധിച്ച് ഈ വിമർശപരമായ നിലപാട് ശരീരത്തെ ഭാഷയിലൂടെ കണ്ടെടുക്കാവുന്നതെന്ന നിലയിലും ശരീരം ഭാഷയെ അതിവർത്തിക്കുന്നരീതികളെ കൂടി കണക്കിലെടുക്കുന്ന വിധത്തിലും ഡെസെബിലിറ്റിപഠനത്തെ അപഗ്രഥനക്ഷമമായ ഒന്നാക്കുന്നുണ്ട്. അതായത് ഭാഷയിലൂടെ സമീപിക്കാൻ കഴിയുന്ന ശരീരം എന്നത് ശരീരത്തെ ഒരു നിർമിതിയെന്ന നിലയിൽ ഭാഷയിലൂടെ എങ്ങനെ പ്രതിനിധാനം ചെയ്യപ്പെടുന്നു എന്നത് അന്വേഷിക്കുകയും, ശരീരം ഭാഷയെ മറികടക്കുന്ന രീതികൾ എന്നത് ശരീരാനുഭവങ്ങളെ സംബന്ധിച്ചുള്ള ആഖ്യാനങ്ങളിൽ ഭാഷയുടെ പരിമിതിയെക്കുറിച്ചുള്ള അറിവുമായി ബന്ധപ്പെട്ടതും ആകുന്നു. (William

R Paulson 1987;5). ഭാഷയെ അതിവർത്തിക്കുന്ന ശരീരം എന്ന അനുഭവം ഭാഷയെ അതിവർത്തിക്കുന്ന അനുഭൂതി എന്ന ആധുനികതാപ്രസ്ഥാനത്തിന്റെ സങ്കല്പനത്തിന്റെ നേരെ മറുവശത്ത് വെച്ചുകൊണ്ട് മനസ്സിലാക്കേണ്ടതുമാണ്. അതിഭൗതികമായ അനുഭൂതികൾക്കു പകരം ഇവിടെ ശരീരം എന്ന യാഥാർത്ഥ്യമാണുള്ളത് എന്നതാണ് ഇവിടത്തെ വ്യത്യാസം. അതുകൊണ്ട് ശരീരം ഭാഷയെ അതിവർത്തിക്കുന്നു എന്ന് സങ്കല്പിച്ചാൽ ശരീരത്തിന്റെ രാഷ്ട്രീയം പറയുന്നതിന് നിലനില്ക്കുന്ന ഭാഷയ്ക്ക് പരിമിതികളുണ്ട് എന്നും അതുകൊണ്ട് ഭാഷയെ പരിഷ്കരിക്കേണ്ടതുണ്ട് എന്ന നിലയിലുള്ള ഒരു ഭാഷാരാഷ്ട്രീയം കൂടിയായി അതുമാറുന്നു.

അന്ധത എന്ന പരികല്പന തന്നെ ചരിത്രത്തിലുടനീളം വ്യത്യസ്താർത്ഥങ്ങളിൽ ഉപയോഗിക്കപ്പെട്ടിട്ടുണ്ട്. അംഗപരിമിതിയുടെ സാമൂഹികസന്ദർഭങ്ങൾ സാമൂഹികപദവിയുമായി ബന്ധപ്പെട്ടഘടകങ്ങൾ തുടങ്ങിയവ അർത്ഥവൈവിധ്യങ്ങൾക്ക് കാരണമായിത്തീർന്നിട്ടുണ്ട്. പതിനെട്ട്-പത്തൊമ്പത് നൂറ്റാണ്ടുകളിലെ ഫ്രഞ്ച് ആഖ്യാനങ്ങളെ ഉപയോഗിച്ച് അന്ധത എന്ന പരികല്പനയുടെ വൈവിധ്യങ്ങളെ പോൾസൺ വിശദീകരിക്കുന്നുണ്ട്. അദ്ദേഹം പറയുന്നു, 'അന്ധൻ'(Blind) എന്ന വാക്കിന്റെ വ്യത്യസ്തമായ അർത്ഥങ്ങളിലേക്ക് നോക്കിയാൽ വ്യക്തമാകുന്ന ചില കാര്യങ്ങളുണ്ട്. ഫൂക്കോ ഭ്രാന്തനെ അന്ധൻ എന്നു വിളിക്കുക സാധ്യമാണ് എന്നു പറഞ്ഞിട്ടുണ്ട്. നാം ഒരാളെ അന്ധൻ എന്നുവിളിക്കുന്നത് അന്ധതയെ സംബന്ധിച്ച് നാം രൂപപ്പെടുത്തിയിട്ടുള്ള ധാരണകളെ അടിസ്ഥാനപ്പെടുത്തിയാണ്. പതിനെട്ടാം നൂറ്റാണ്ടിലെ ഫ്രഞ്ച് സാഹിത്യത്തിൽ അന്ധത എന്നത് പരിഹരിക്കാവുന്ന കാഴ്ചയുടെ പരിമിതി ആയിരുന്നെങ്കിൽ പത്തൊമ്പതാം നൂറ്റാണ്ടിലെ ഫ്രഞ്ച് സാഹിത്യത്തിൽ എത്തുമ്പോഴേയ്ക്കും അത് അപരിഹാര്യമായ കാഴ്ചയുടെ നഷ്ടം ആയി രേഖപ്പെടുത്തപ്പെട്ടു' (1987;4).

ഒരു ഭാഷയിൽ പ്രതിനിധാനം ചെയ്യപ്പെടുന്ന അന്ധത എന്ന പരികല്പന, കാലഘട്ടങ്ങളിലൂടെ ഇത്തരം വൈരുധ്യങ്ങളിലേക്ക് പരിണമിക്കാമെങ്കിൽ വ്യത്യസ്തമായ സ്ഥലങ്ങളിലും കാലങ്ങളിലും അത് വ്യത്യസ്തമായിരിക്കും എന്നത് സംശയമില്ലാത്ത കാര്യമാണല്ലോ. യൂറോപ്പിലെ വ്യത്യസ്തസാംസ്കാരികസന്ദർഭങ് ങളിൽ ചരിത്രപരമായിത്തന്നെ വൈവിധ്യങ്ങൾ അന്ധത എന്ന പരികല്പനയെ രേഖപ്പെടുത്തിയിട്ടുണ്ടെങ്കിൽ ഇന്ത്യ പോലെയുള്ള അന

ന്തമായ ജാതിവൈവിധ്യങ്ങൾ ശ്രേണീകൃതഅസമത്വഘടനയിൽ നിലനില്ക്കുന്ന സമൂഹത്തിൽ അത് അതിലേറെ സങ്കീർണമായ പരികല്പനയായിരിക്കും. അന്ധർ എന്ന പരികല്പനയ്ക്കുള്ളിൽ ത്തന്നെ, ശ്രേണീകൃത അസമത്വത്തിലെ ശ്രേണീഘടനകളും ലിംഗപരമായവിവേചനങ്ങളും ഉണ്ട് എന്നതാണ് മനസ്സിലാക്കേണ്ടത്. അന്ധതയുടെ അർത്ഥം നിർണയിക്കുന്നതിൽ ഇത്തരം ഇതര ബന്ധങ്ങൾ നിർണായകമായി പങ്കെടുക്കുന്നു.

ഏതു തരത്തിലുള്ള ഡിസെബിലിറ്റിയെ സംബന്ധിച്ചും ബാധകമായ ഒരു കാര്യമാണ്, അത് എങ്ങനെയാണ് സാംസ്കാരികമായ നിർമിതിയാകുന്നത് എന്നത്. മിഷേൽ ഫൂക്കോയുടെ വ്യാഖ്യാനങ്ങളെ പരാമർശിച്ചുകൊണ്ട് ഫ്രഞ്ച് തത്വചിന്തകനും ഡിസെബിലിറ്റി നരവംശശാസ്ത്രജ്ഞനുമായ സ്റ്റൈക്കർ പറയുന്നു "ഒരു ചിന്താവ്യവസ്ഥയ്ക്ക് അകത്തുനിന്നുകൊണ്ടല്ലാതെ ചിന്തയുടെ ചരിത്രം ഉണ്ടാവുകയില്ല. ഭാഷയുടെ വ്യവസ്ഥയ്ക്കകത്തുനിന്നല്ലാതെ ഭാഷണമുണ്ടാവുകയില്ല. ആത്മീയതയുടെ ഒരു ഘടനയ്ക്കകത്തുനിന്നല്ലാതെ ആത്മീയതയുണ്ടാകുന്നില്ല. ഡിസെബിലിറ്റിയെ സംബന്ധിച്ച കൃത്യമായ സാമൂഹ്യ, സാംസ്കാരിക നിർമിതികൾക്കകത്തു നിന്നല്ലാതെ ഡിസെബിലിറ്റിയോ ഡിസെബിലിറ്റിയുള്ള വ്യക്തിയോ ഉണ്ടാകുന്നില്ല (Sticker 1999:14). പൂർണ്ണമായും സാമൂഹ്യനിർമിതിയുടെ രൂപത്തിലല്ലാതെ അന്ധതയോ അന്ധവ്യക്തിയോ മനസ്സിലാക്കപ്പെടുക സാധ്യമല്ല എന്നതാണ് ഈ പറഞ്ഞതിന്റെ അർത്ഥം. അങ്ങനെ ഏതൊരു സാമൂഹികനിർമിതിയും എന്നതുപോലെ തന്നെ ഭാഷയിൽ പ്രതീകങ്ങളാൽ പ്രതിനിധാനം ചെയ്യപ്പെടുന്ന അന്ധതയ്ക്ക് മറ്റ് ഏതൊരു കർതൃത്വത്തോടുമെന്നതു പോലെയുള്ള പ്രതീകാത്മകബന്ധമാണ് ഉള്ളത് എന്ന് മനസ്സിലാക്കാം. അതായത് അന്ധത എന്തിനോടെല്ലാം പകരംവയ്ക്കപ്പെടുന്നു എന്നതാണ് അതിന്റെ സാംസ്കാരികനിർണയനം എന്നർത്ഥം. അതുകൊണ്ട് അന്ധതയുടെ നിർവചനങ്ങളിലോ വ്യാഖ്യാനങ്ങളിലോ ഊന്നിക്കൊണ്ടുള്ള ഏതൊരു അന്വേഷണങ്ങളിലും അന്ധതയുടെ സാംസ്കാരികനിർണയനമെന്ത് എന്നതും അത് എന്തിനോടെല്ലാം പകരംവയ്ക്കപ്പെടുന്നു എന്നതും അന്വേഷിക്കുക എന്നത് പ്രധാനവിഷയമായി മാറുന്നു.

കാഴ്ചയുടെ സംസ്കാരം അന്ധതയെ എങ്ങനെ മനസ്സിലാക്കുന്നു എന്ന പരിശോധന അന്ധതയുടെ സങ്കല്പനത്തെക്കുറിച്ചുള്ള പ്രധാനവിഷയമാണ്. കാഴ്ചയുടെ സംസ്കാരം മനസ്സിലാക്കുകയും

അംഗീകരിക്കുകയും ചെയ്യുന്നത് പൂർണ്ണമായ അന്ധതയെ മാത്രമാണ്. ഉണ്മ/അഭാവം എന്ന തരത്തിൽ പൂർണ്ണമായും ദ്വന്ദ്വവല്കരിച്ചു മാത്രമേ അതിന് മനസ്സിലാക്കാൻ കഴിയൂ (D.A Caeton, 2015;36). കാഴ്ചാരഹിതരെക്കുറിച്ചുള്ള ആകാംക്ഷ, കാഴ്ചയുള്ള സമൂഹത്തിൽ നിലനിൽക്കുന്നുണ്ട്. ദ്വന്ദ്വങ്ങളിലൂടെ മാത്രം മനസ്സിലാക്കാൻ കഴിയുന്ന ആധുനികതയുടെ പ്രശ്നം തന്നെയാണത്. ഈ പ്രശ്നത്തെത്തന്നെയാണ് മെൽലോപോണ്ടിയും ദെറിദയും മുൻപു വിശദീകരിക്കാനും വിമർശിക്കാനും ബദൽമാതൃകകൾ മുന്നോട്ടുവയ്ക്കാനും ശ്രമിച്ചത്.

അന്ധജീവിതം എന്നത് സ്വയം പര്യാപ്തിയില്ലായ്മയായും (Devoid of autonomy) കർതൃത്വമില്ലായ്മയായും (Lack of agency) ഗുണപരമായ ഒന്നും സംഭവിക്കാനിടയില്ലാത്ത അവസ്ഥയായും മുൻവിധി ഉണ്ടാക്കാൻ കാരണമാകുന്നു. പൂർണമായഅഭാവങ്ങളെ മാത്രം അടയാളപ്പെടുത്തുന്നതരത്തിൽ നിർവചിക്കപ്പെടുന്നതിലൂടെ സാമൂഹികമായ ഏതൊരു പൂർണമായ വിഭജനങ്ങളോടും പകരംവയ്ക്കാവുന്നതോ പ്രതിനിധാനം ചെയ്യാവുന്നതോ ആയി അന്ധത സങ്കല്പിക്കപ്പെടുന്നു. അറിവുള്ളവരും ഇല്ലാത്തവരും എന്നു വേർതിരിക്കാൻ അന്ധതയുടെ സങ്കല്പനങ്ങൾ ഉപയോഗിക്കാം എന്നു വരുന്നത് ഉദാഹരണമാണ്. ഇത്തരത്തിൽ സാംസ്കാരികമായ വികലനം, അധീശത്വമുള്ള പരിമിതിരഹിതസംസ്കാരം അന്ധതയെ അസ്തിത്വപരമായി അപൂർണമായ അവസ്ഥയെന്നും അധഃസ്ഥിതാവസ്ഥയെന്ന് മുദ്രയടിക്കപ്പെടേണ്ട അവസ്ഥയായും സങ്കല്പിക്കാനിടയാക്കുന്നു. അന്ധത കാഴ്ചയുള്ളവരുടെ സമൂഹത്തെ നിരന്തരം അലോസരപ്പെടുത്തുന്നു. ഇത് കാഴ്ചയുടെ അഭാവം എന്ന നിലയിൽ മാത്രമല്ല മറിച്ച് സ്വാതന്ത്ര്യം നഷ്ടപ്പെടുത്തുന്നതും, ധൈഷണികമായ കഴിവില്ലാതെയാക്കുന്നതും, സദാചാരമില്ലാതെയാക്കുന്നതും, ഉല്പാദനക്ഷമത ഇല്ലാതെയാക്കുന്നതുമായ അവസ്ഥയാണ് എന്ന് സങ്കല്പിക്കപ്പെടുന്നു (Michalko 1999:3). അതുകൊണ്ട് കാഴ്ചയുള്ള സമൂഹത്തിനിടയിൽ രൂപപ്പെടുന്ന ഈ പൊതുബോധമനുസരിച്ച് അന്ധർക്കു മുമ്പിൽ രണ്ടു മാർഗ്ഗങ്ങളേയുള്ളു. സാധാരണീകരിക്കപ്പെടുന്നതിന് അച്ചടക്കപരിശീലനങ്ങൾക്ക് വഴങ്ങുക, അല്ലെങ്കിൽ തിരസ്കാരങ്ങളെ അഭിമുഖീകരിക്കാൻ തയ്യാറാവുക (D.A Caeton, 2015:36). ഈ മട്ടിലാണ് ഡിസെബിലിറ്റി എന്ന നിലയിൽ അന്ധതയെ സംബന്ധിക്കുന്ന മുൻവിധികൾ രൂപപ്പെടുന്നതും പ്രവർത്തിക്കുന്നതും എന്ന് മനസ്സിലാക്കാവുന്ന

താണ്. കാഴ്ചയുടെയും അന്ധതയുടെയും ദ്വന്ദ്വങ്ങൾ പ്രവർത്തിക്കുന്ന മുൻവിധികൾക്ക് സമൂഹത്തിലെ ഇതരമുൻവിധി നിർമിതികളോടും ബന്ധമുണ്ട്. അത് വംശീയമായ മുൻവിധികൾക്കു സമാനമാണ് എന്നും മനസ്സിലാക്കാം. മുൻവിധികളുടെ തുടർച്ചയെന്ന നിലയിലാണ് ചില സവിശേഷമായ മുദ്രകൾ (Stigma) ഉണ്ടാകുന്നത്.

ഡിസെബിലിറ്റി നിർണയനങ്ങളിലെ വൈരുധ്യങ്ങൾ

ഡിസെബിലിറ്റി പഠനങ്ങളുടെ ഒരു പ്രധാനമേഖല വ്യത്യസ്തങ്ങളായ ഡിസെബിലിറ്റികൾക്കിടയിലുള്ള അസന്തുലിതത്വങ്ങളേയും വിവേചനങ്ങളെയും കുറിച്ചുള്ള അന്വേഷണങ്ങളാണ്. അന്ധത, ബാധിര്യം, അസ്ഥിവൈകല്യങ്ങൾ, സെറിബ്രൽപാഴ്സി, ഇതര പരിമിതികൾ എന്നിങ്ങനെയുള്ള ഡിസെബിലിറ്റികളിൽ ഓരോന്നും പരിഗണിക്കപ്പെടുന്നത് വ്യത്യസ്തമായ രീതികളിലാണ്. ഈ പരിഗണനകളിൽ ശേഷീവാദപരമായ വിവേചനങ്ങൾ പ്രയോഗിക്കപ്പെട്ടുവരുന്നതായി കാണാം. ശേഷീവാദത്തിന്റെ അപരങ്ങളെന്ന നിലയിൽ ശേഷിയെ നിർണയിക്കുന്നതിന് ഡിസെബിലിറ്റിയുടെ സ്വഭാവപരമായ വ്യത്യാസങ്ങളോ ഒരു ഡിസെബിലിറ്റിയ്ക്കുള്ളിൽത്തന്നെയുള്ള ഏറ്റക്കുറച്ചിലുകളോ ഒക്കെ പലതരത്തിൽ ഉപയോഗിക്കപ്പെടുന്നുണ്ട്. അന്ധതയെ സംബന്ധിച്ചുള്ള മുൻഗണനകൾ (Privileges) ഫ്രഞ്ച് വിപ്ലവകാലത്തെ ഫ്രാൻസിലെ രേഖകൾ അടിസ്ഥാനമാക്കി നിക്കോളാസ് മിർസോയെഫ് വിശദീകരിക്കുന്നുണ്ട്. 1973 വരെ ഒരുമിച്ച് കഴിഞ്ഞിരുന്ന അന്ധരെയും ബധിരരെയും സ്റ്റേറ്റ് വേർതിരിച്ച് താമസിപ്പിക്കാൻ തുടങ്ങിയപ്പോൾ അന്ധരും ബധിരരും സംസ്കാരമില്ലാത്ത വ്യക്തികളാണെന്നും സ്റ്റേറ്റിനാൽ മനുഷ്യരാക്കി മാറ്റിത്തീർക്കേണ്ടവരാണെന്നും കരുതപ്പെട്ടു. അങ്ങനെ കാറ്റഗറികളെ വേർതിരിക്കുന്നതുവഴി അച്ചടക്കപരിശീനത്തിന് വ്യത്യസ്ത മാതൃകകൾ ഉണ്ടാക്കുകയാണ് ചെയ്തത്.

ഇന്ദ്രിയനഷ്ടം സംഭവിച്ച വ്യക്തികൾക്കിടയിൽത്തന്നെ ശ്രേണീകരണമുണ്ടായിരുന്നെന്നും വലിപ്പച്ചെറുപ്പങ്ങളുണ്ടായിരുന്നെന്നും മിർസോയെഫ് പറയുന്നുണ്ട്. അന്ധർക്കും ബധിരർക്കും ഇടയിൽ ഒരു തിരഞ്ഞെടുപ്പ് ആവശ്യമായി വന്നാൽ ആ പ്രശ്നം അന്ധർക്കനുകൂലമായി (കാഴ്ചയും കേൾവിയും ഉള്ളവരാൽ) പരിഹരിക്കപ്പെട്ടു എന്നത് അന്നത്തെ ഒരു വിരോധാഭാസമായിരുന്നു. കേൾവി നഷ്ടപ്പെടുക എന്നതിനർത്ഥം അതുവഴി സംസാരിക്കാനുള്ള കഴി

വ് നഷ്ടപ്പെടുക എന്നുകൂടിയാണ്. കേൾവിനഷ്ടം ചിന്തയെ നശിപ്പിക്കുന്നതാണെന്ന മുൻവിധിയുണ്ടായി. ബ്രെയിലി ബധിരമൂകരുടെ ആംഗ്യഭാഷയെക്കാൾ കൂടുതൽ അന്ധരുടെ മേലെയായി പരിഗണിക്കപ്പെട്ടു.

കഴിഞ്ഞ നൂറ്റാണ്ടോടെ ഫ്രഞ്ച് ഗവൺമെന്റ് ബ്രെയ്‌ലിയെ കയ്യെഴുത്തുപ്രതിക്കും അച്ചടിക്കും ഇടയിലുള്ള ഇടനിലഘടന എന്നുവിളിക്കുകയുണ്ടായി. അംഗപരിമിതിയെ മറികടക്കുന്നതിനുള്ള ഉപകരണങ്ങൾ പോലും വിവേചനപരമായി വിന്യസിക്കപ്പെടുന്ന അവസ്ഥ സംജാതമായി. 1868-ൽ ബധിരർക്കുവേണ്ടി ഒരു ചെറിയ സ്കൂൾ നോർത്താംപ്റ്റണിൽ സ്ഥാപിച്ച തോമസ് അർനോൾഡ് (1823-1900) അന്ധനെ മാനസികമായും ധാർമ്മികമായും ആത്മീയമായും ബധിരനെക്കാൾ കൂടുതൽ ഗുണപരമായ അവസ്ഥയിലുള്ള വ്യക്തിയായി വിശ്വസിച്ചു. അതിന് കാരണമായി അദ്ദേഹം പറഞ്ഞത് അന്ധന് സ്പർശത്തിൽനിന്ന് ചലനങ്ങളുടെയും അനക്കങ്ങളുടെയും മാനസികഭാഷ രൂപീകരിക്കാൻ കഴിയും എന്നും ബധിരനാവട്ടെ അനുകരണപരമായ ചില ആംഗ്യങ്ങളുടെ ഭാഷയിലേക്ക് ചുരുങ്ങേണ്ടിവരുന്നു എന്നുമാണ്. ഇതുവരെ ചിന്തയുടെയും അറിവിന്റെയും തലത്തിൽ ശബ്ദഭാഷ നൽകിയ എല്ലാ പൂർവഗാമിയായ പുരോഗതിയെയും ഇത് ഇല്ലാതെയാക്കുന്നുവെന്നും അർനോൾഡ് പറയുന്നതായി മിർസോയെഫ് വിശദീകരിക്കുന്നു (ibid 1995;47). 1840-ൽ ബ്രെയ്‌ലി വ്യവസ്ഥയില്ലാത്ത ഒന്നായും ബധിരരുടെ ആംഗ്യഭാഷ അല്പസ്വല്പം പരിഗണനനേടാവുന്ന ഒന്നായും മാറി. പക്ഷേ 1890 ആയപ്പോഴേക്കും വീണ്ടും ബ്രെയ്‌ലി അംഗീകരിക്കപ്പെടാവുന്നതും ബധിരൻ സംസ്കാരശൂന്യനും ആയി.

അങ്ങനെ കാലഘട്ടങ്ങളിലൂടെ അന്ധന്റെയും ബധിരന്റെയും സാമൂഹ്യപദവി മാറിമറിയുന്നുണ്ട്. എന്നാൽ ഇതിനിടയിലുള്ള അമ്പതുവർഷക്കാലം ആംഗ്യഭാഷയുടെയും ബ്രെയ്‌ലിയുടെയും സ്വഭാവത്തിൽ മാറ്റമൊന്നും വന്നിട്ടില്ലതാനും. അർനോൾഡിന്റെ വീക്ഷണത്തിൽ, ഈ അഭിപ്രായമാറ്റത്തെ ബാധിച്ച കാരണം അന്ധന്റെ കേൾക്കാനുള്ള കഴിവാണ്. ലഭ്യമായ മാനസികസമ്മുദ്രകളും, സ്വയം പ്രകാശനത്തിനുള്ള അവയവവും ആയി മാറുന്നതിന് കുറച്ചുമാത്രം സഹായിക്കുന്ന ഒന്നായി കാഴ്ച മാറി. കേൾവിമാത്രമാണ് ശുദ്ധമായ ഇന്ദ്രിയം എന്നു കരുതപ്പെട്ടു. ഫ്രഞ്ച് ഉദ്യോഗസ്ഥർ കരുതിയത് ബധിരനെ സംബന്ധിച്ചിടത്തോളം കാഴ്ച എന്ന ഇന്ദ്രിയം കൂടി രോഗലക്ഷണമുള്ളതാണ് എന്നാണ്. ബധിരൻ

അയാൾക്കു കേൾക്കാൻ കഴിയാത്തത് അയാളെ സംബന്ധിച്ചിടത്തോളം അസ്തിത്വമില്ലാത്തതാണെന്നു കരുതുന്നു. അയാൾ അതിനെ പരിഗണിക്കുന്നതേയില്ല. അതുകൊണ്ട് മെഡിക്കോ സൈക്കോളജി കേൾവിനഷ്ടത്തെ കാഴ്ചനഷ്ടത്തെക്കാൾ ദുരിതപൂർണ്ണമായ ഒന്നായി കാണുന്നു. ബധിരനെ സംബന്ധിച്ചിടത്തോളം അന്ധൻ കൂടുതൽ മനുഷ്യനായി കരുതപ്പെട്ടതാണ് ഇന്ന് അന്ധർക്ക് കൂടുതൽ സിംപതിയും കൂടുതൽ ഫണ്ടിംഗും ലഭിക്കുന്നതിന്റെ ഒരു കാരണം എന്നും മിർസോയെഫ് പറയുന്നുണ്ട് (ibid 1995;47).

ഭാഷാശേഷിയിലുള്ള ഏറ്റക്കുറച്ചിലുകളുടെ അടിസ്ഥാനത്തിൽ രൂപപ്പെടുന്ന ഇത്തരംവിവേചനങ്ങൾ ആധുനികഘട്ടത്തിലും ആധുനികാനന്തരഘട്ടത്തിലും ഉണ്ടായ സാങ്കേതികപുരോഗതിയുടെയും ഭാഷാപരമായ മാറ്റങ്ങളുടേയും പശ്ചാത്തലത്തിൽ പുനരവലോകനത്തിന് വിധേയമാക്കേണ്ടതുണ്ട്. അറിവ് പരക്കെ അംഗീകരിക്കപ്പെട്ട മൂലധനശക്തിയായിത്തീർന്നിട്ടുള്ള ഇക്കാലത്ത് അറിവധികാരത്തിന്റെ വൈരുധ്യങ്ങളിൽ ഭിന്നശേഷിയുടെ സാമൂഹ്യപദവികൾ എങ്ങനെ മാറുന്നുവെന്നതാണ് കൂടുതൽ പ്രസക്തമായ വിഷയം.

ഈയർത്ഥത്തിൽ സാമൂഹികവും സാംസ്കാരികവുമായ വിഭവവിന്യാസത്തിലെ അസന്തുലിതത്വം എന്നപരികല്പന പുതിയ അർത്ഥങ്ങൾ കൈവരിക്കുന്നുണ്ട് എന്നുകാണാം. വിജ്ഞാനസമ്പദ്വ്യവസ്ഥയുടെയും (Knowledge Economy) വിജ്ഞാനസമൂഹത്തിന്റെയും (Knowledge Society) കാലം ഡിസെബിലിറ്റിയുടെ ചക്രവാളങ്ങൾ എങ്ങനെ മാറ്റിവരയ്ക്കുന്നു എന്നത് വളരെ നിർണായകമാണ്. ഭിന്നശേഷിപഠനങ്ങളുടെ പഴയമാതൃകകളുടെയും സമീപനങ്ങളുടെയും രീതിശാസ്ത്രങ്ങളിൽനിന്ന് വേറിട്ട് പുതിയലോകക്രമത്തെ തിരിച്ചറിയുകയും അതിനോട് വിമർശനാത്മകമാവുകയും ചെയ്യുന്ന കൂടുതൽ ജനാധിപത്യത്തിലേക്ക് നയിക്കുന്ന രീതിശാസ്ത്രങ്ങൾ ആവിഷ്കരിച്ചു കൊണ്ടു മാത്രമേ ഡിസെബിലിറ്റിപഠനങ്ങൾക്കും കൂടുതൽ കാലികപ്രസക്തമായ സമീപനമായി നിലനില്ക്കാൻ കഴിയുകയുള്ളൂ.

ഗ്രന്ഥസൂചി

▸ Nicholas Mirzoeff (Ed.) 1999 The Visual Culture Reader, Routledge, London.

▸ Jacques Derrida 1993 Memoirs of the Blind: The Self- portrait and Other Ruins, University of Chicago Press. London

▸ Cixous 2005 Stigmata: Escaping Texts, Routledge, London

▸ Henri Jacques Stiker, 1999 A History of Disability, The University of Michigan Press

▸ Jasbir Puar, 2017 The Right to Maim: Debility, Capacity, Disability, Duke University Press.

▸ Rod Michalko 1999 The Two-in-one: Walking with Smokie, Walking with Blindness, Temple University Press, Philadelphia, 1999

▸ Descartes, Rene 2001 Discourse on Method, Optics, Geometry and Meteorology, trans.by Paul J Olscamp, Hackett Publishing Company, Indianapolis/Cambridge.

▸ D A Caeton, 2015 Blindness, Keywords for Disability

OO

12

ശേഷീവാദം പുരാണാഖ്യാനങ്ങളിൽ

ആലീസ് റീജ ഫെർണാണ്ടസ്

ശാരീരികമോ മാനസികമോ ബുദ്ധിപരമോ സംവേദനപരമോ ആയ ബലഹീനതകൾ ഉള്ളവരും ഇത്തരം ബലഹീനതകൾ വിവിധ പ്രതിബന്ധങ്ങളുമായി സമ്പർക്കം പുലർത്തുന്നതു കാരണം മറ്റുള്ളവർക്കൊപ്പം തുല്യഅളവിൽ സമൂഹത്തിൽ പൂർണ്ണവും ഗുണപരവുമായ ഇടപെടലുകൾ നടത്തുന്നതിന് കഴിയാത്തവരുമാണ് ഭിന്നശേഷിക്കാർ എന്ന നിർവചനത്തിനകത്ത് യു.എൻ.സി. ആർ.പി.ഡി എന്ന അന്താരാഷ്ട്ര കൺവെൻഷൻ ഉൾപ്പെടുത്തിയിരിക്കുന്നത്. ലോകാരോഗ്യസംഘടന ഇതിനെ ഒരു വ്യക്തിയുടെ ശരീരഘടനകളും അവർ ജീവിക്കുന്ന സമൂഹത്തിലെ ഘടനകളും തമ്മിലുണ്ടാകുന്ന സങ്കീർണ്ണമായഭിന്നത എന്നാണ് വിശേഷിപ്പിക്കുന്നത്. ആദ്യകാലങ്ങളിൽ ഒരു വൈദ്യശാസ്ത്ര വിഷയമായി മാത്രം പരിഗണിക്കപ്പെട്ടിരുന്ന ഭിന്നശേഷിയെ യു.എൻ. സി.ആർ. പി.ഡി, ലോകാരോഗ്യ സംഘടന എന്നിവയുടെ നവീന കാഴ്ചപ്പാടുകൾക്കനുരിച്ച് ശാരീരികമോ മാനസികമോ ബുദ്ധിപരമോ സംവേദനപരമോ ആയ ബലഹീനതകളിലേക്ക് ചുരുക്കുന്നില്ല. പകരം വൈദ്യശാസ്ത്രപരമായ നിർവചനങ്ങളിൽ നിന്ന് വിശാലാർത്ഥത്തിലുള്ള സാമൂഹികനിർവചനങ്ങളിലേക്ക് കൊണ്ടുവരുന്നു. അതായത് ഇത്തരം വ്യക്തികൾക്കും സമൂഹങ്ങൾക്കും ശേഷിക്കുറവ് അല്ല, പരമ്പരാഗത സങ്കല്പങ്ങളിൽ നിന്നും വിഭിന്നമായ ശേഷികളാണ് ഉള്ളത് എന്ന വിശാലാർത്ഥത്തിലേക്ക് മാറുന്നു.

വൈകല്യത്തിന്റെ പ്രധാന സ്ത്രോതസ്സ് ഒരാളുടെ മേൽപറഞ്ഞ ബലഹീനതകളല്ല മറിച്ച്, അത്തരം ബലഹീനതകൾ സമൂഹത്തിലെ അല്ലെങ്കിൽ മറ്റു ഘടനകളിലെ തടസ്സങ്ങളിൽ തട്ടുന്നതു കാര

ണം പൂർണ്ണവും ഗുണപരവുമായ സാമൂഹ്യ ഇടപെടലുകൾ നടത്താൻ കഴിയാത്ത അവസ്ഥയാണ് എന്ന് വായിച്ചെടുക്കുന്നു. വൈകല്യങ്ങളെ ഒഴിവാക്കുന്നതിന് കേവലം വൈദ്യശാസ്ത്രപരമായ പ്രവർത്തനങ്ങൾ മാത്രം മതിയാവില്ല എന്നും അതിന് മേൽവിവരിച്ച സാമൂഹിക തടസ്സങ്ങളിലാണ് ശ്രദ്ധവയ്ക്കേണ്ടത് എന്ന ആശയവും ഈ സംഘടനകൾ മുന്നോട്ട് വയ്ക്കുന്നുണ്ട്. എന്നാൽ നമ്മുടെ പുരാണേതിഹാസങ്ങളും ബൈബിളും സമൂഹവും പൊതുവിൽ അല്ലെങ്കിൽ പോലും വൈകല്യത്തെ ഒരു വ്യക്തിപരമായ ദുരന്തമായാണ് അനുഭവപ്പെടുത്തിയിട്ടുള്ളത്. അജ്ഞതയുടെയും അവിശ്വാസത്തിൻറെയും ശാപത്തിന്റെയും ദൈവകോപത്തിന്റെയും ദൈവികപ്രീതിയുടെയും ഫലമായിട്ടാണ് വൈകല്യത്തെ ചിത്രീകരിച്ചിരിക്കുന്നത്. സമൂഹത്തിന്റെ സഹതാപത്തിനോ വെറുപ്പിനോ പാത്രമാകുന്ന രീതിയിലാണ് അത്തരം കഥാപാത്രങ്ങളുടെ വായന വരുന്നത്. പുരാണേതിഹാസങ്ങളിലെയും ബൈബിളിലെയും വൈകല്യ പ്രതിനിധാനം എങ്ങനെയാണ് എന്ന പഠനമാണ് ഈ ലേഖനത്തിൽ നടത്തുന്നത്.

പുരാണേതിഹാസങ്ങളിൽ പൊതുവിൽ കർമ്മ എന്ന തത്വചിന്തയുമായി ബന്ധപ്പെടുത്തിയാണ് ശേഷീവൈവിധ്യങ്ങളുള്ള കഥാപാത്രങ്ങളെ അവതരിപ്പിച്ചിരിക്കുന്നത്. കർമ്മ എന്നാൽ പ്രവർത്തികൾ അല്ലെങ്കിൽ പെരുമാറ്റം എന്നാണ് അർത്ഥമാക്കുന്നത്. ഹിന്ദു തത്വശാസ്ത്രമനുസരിച്ച് ഒരാൾക്ക് അവരുടെ പ്രവർത്തിയുടെ സ്വഭാവമനുസരിച്ച് പ്രതിഫലമോ ശിക്ഷയോ ലഭിക്കും എന്നാണ് വിശ്വാസം. പൂർവ്വജന്മപാപങ്ങളോ മാതാപിതാക്കൾ ചെയ്ത പാപങ്ങളോ കാരണം വൈകല്യം ബാധിക്കുന്നു എന്ന സങ്കല്പമാണ് പുരാണേതിഹാസങ്ങൾ മുന്നോട്ട് വയ്ക്കുന്നത്. വൈകല്യം ബാധിച്ചതുകൊണ്ടു മാത്രം കഥാപാത്ര സ്വഭാവത്തിൽ അസുരത ആരോപിക്കുന്നതായും കാണാം. ഇതേ പാർശ്വവത്കരണം തന്നെയാണ് സമൂഹവും നാളിതുവരെ ശേഷീവൈകല്യമുള്ളവരോട് ചെയ്തുവന്നിട്ടുള്ളത്. പുരാണേതിഹാസങ്ങളായ രാമായണം, മഹാഭാരതം എന്നിവയിലെയും ബൈബിളിലെയും ചില കഥാപാത്രങ്ങളെയും കഥാസന്ദർഭങ്ങളെയും പരിശോധിച്ചാൽ ഇത് മനസ്സിലാക്കാവുന്നതാണ്.

ഗണപതി

ഹിന്ദുമതത്തിലെ ഏറ്റവും ശക്തനായ ദൈവങ്ങളിലൊന്നായ

ഗണപതി ആനത്തലയുള്ള ദൈവം എന്നാണ് അറിയപ്പെടുന്നത്. പാർവ്വതിദേവി കുളിക്കാൻ പോകവേ മകനായ ഗണപതിയോട് ആരെങ്കിലും അറയിൽ പ്രവേശിക്കാൻ വരികയാണെങ്കിൽ തടയണം എന്ന് ചട്ടംകെട്ടുന്നു. നിർഭാഗ്യവശാൽ പിതാവായ ശിവനെയും ഗണപതി ആളറിയാതെ തടയുകയുണ്ടായി. കോപിഷ്ഠനായ ശിവൻ ഗണപതി തന്റെ മകനാണ് എന്നറിയാതെ തലവെട്ടി കളയുന്നു. രോഷാകുലയായ പാർവ്വതി, കൈലാസപർവ്വതത്തിൽ ഇറങ്ങി ആദ്യം കാണുന്ന മൃഗത്തിന്റെ തല കൊണ്ടുവന്ന് വയ്ക്കാൻ ആവശ്യപ്പെടുന്നു. ശിവൻ താൻ ആദ്യം കണ്ട ജീവിയായ ഒരാനയുടെ തല കൊണ്ടുവന്ന് ഗണപതിയുടെ തലയിൽ ഉറപ്പിക്കുന്നു.

അഷ്ടാവക്രൻ

ബ്രഹ്മാദ്വൈതവാദിയും താർക്കികനും അഷ്ടാവക്രസംഹിതയുടെ കർത്താവും ജനകമഹാരാജാവിന്റെ ഗുരുവും ആയിരുന്നു അഷ്ടാവക്രൻ. കഹോഡക മഹർഷിക്ക് സുജാതയെന്ന ഗുരുപുത്രിയിൽ ഉരുവം കൊണ്ട അഷ്ടാവക്രനെ അവന്റെ ഭ്രൂണാവസ്ഥയിൽ തന്നെ സ്വപിതാവ് എട്ടുവൈകല്യങ്ങളോട് കൂടെ ജനിക്കട്ടെ എന്ന് ശപിക്കുകയുണ്ടായി. ഗർഭാവസ്ഥയിലേ വേദമന്ത്രങ്ങൾ കേട്ട് ഹൃദ്ദിസ്ഥമാക്കിയ അഷ്ടാവക്രൻ, കഹോടകൻ വേദമന്ത്രങ്ങൾ ഉരുവിടവേ വരുത്തിയ ഉച്ചാരണവൈകല്യങ്ങൾ ചൂണ്ടിക്കാട്ടിക്കൊടുത്തു. കുപിതനായ കഹോടകൻ നീ അഷ്ടാവക്രനാകട്ടെ എന്ന് ശപിക്കുകയും എട്ടുവൈകല്യങ്ങളോടെ ആ കുട്ടി പിറക്കുകയും ചെയ്തു. ജന്മനാ വൈകല്യങ്ങളുണ്ടായിരുന്നു എന്നതു കൊണ്ട് തന്നെ അദ്ദേഹത്തിന് എല്ലായിടത്തു നിന്നും അപമാനവും പരിഹാസങ്ങളും ഏറ്റുവാങ്ങേണ്ടിവന്നിരുന്നു. എന്നാൽ ജ്ഞാനയോഗത്തിലും കർമ്മയോഗത്തിലും അധിതീയമായ ജ്ഞാനിയായിരുന്നു അദ്ദേഹം.

ധൃതരാഷ്ട്രർ

ഇതിഹാസമായ മഹാഭാരതത്തിലെ പ്രധാന കഥാപാത്രങ്ങളിൽ ഒരാളാണ് കുരുവംശത്തിലെ അന്ധനായ രാജാവ് ധൃതരാഷ്ട്രർ. കുരുവംശത്തിലെ പ്രസിദ്ധനായ രാജാവ് ശന്തനുവിന്റെയും മുക്കുവകന്യകയായ സത്യവതിയുടെയും പുത്രന്മാരായിരുന്നു വിചിത്രവീര്യനും ചിത്രാംഗദനും. ശന്തനുമഹാരാജാവിന് ഗംഗാദേവിയിൽ ജനിച്ച പുത്രനാണ് ഭീഷ്മർ. ചിത്രാംഗദൻ ഒരു ഗന്ധർവനാൽ കൊ

ല്ലപ്പെട്ടു. ചിത്രാംഗദന്റെ മരണശേഷം വിചിത്രവീര്യനെ വളർത്തിയ ഭീഷ്മർ യൗവനാരംഭത്തിൽ തന്നെ അനുജന്റെ വിവാഹം നടത്താൻ കാശിരാജാവിന്റെ പുത്രിമാരായ അംബികയെയും അംബാലികയെയും പിടിച്ചുകൊണ്ട് വന്നു.

എന്നാൽ രോഗബാധിതനായി വിചിത്രവീര്യൻ മരണപ്പെടുകയും ചെയ്തപ്പോൾ സന്താനോത്പാദനത്തിനും വംശത്തിന്റെ നിലനിൽപിനും വേണ്ടി സത്യവതിയുടെ തന്നെ മറ്റൊരു പുത്രനായ വേദവ്യാസനെ നിയോഗിക്കുകയുമുണ്ടായി. ജടാധാരിയായ വേദവ്യാസനെ കണ്ട് വേഴ്ചാവേളയിൽ അംബിക കണ്ണുകൾ അടച്ചത് കൊണ്ടും അംബാലിക വിളറിയത് കൊണ്ടും അന്ധനായ ധൃതരാഷ്ട്രരും പാണ്ഡുവർണനായ പാണ്ഡുവും ഉണ്ടായി. ജന്മനാ അന്ധനായിരുന്നിട്ട് പോലും ഒരേസമയം 100 ആനകളോട് വരെ യുദ്ധം ചെയ്യാനുള്ള കരുത്തും ബലവും ധൃതരാഷ്ട്രർക്ക് ഉണ്ടായിരുന്നു. ധർമ്മിഷ്ഠനായ അദ്ദേഹം പലപ്പോഴും സ്വപുത്രന്റെ ചെയ്തികളെ തടസ്സപ്പെടുത്താൻ ശ്രമിക്കുന്നുണ്ട്. എന്നാൽ അന്ധനായ വിഡ്ഢിയായും ദുർബലനായും അദ്ദേഹം കഥയിലുടനീളം ചിത്രീകരിക്കപ്പെട്ടു. അന്ധനായതു കൊണ്ടുമാത്രം സിംഹാസനത്തിനും രാജഭരണത്തിനും അനർഹനായും അദ്ദേഹം ഇകഴ്ത്തപ്പെട്ടു. പുത്രവാത്സല്യത്താലും അത്യാർത്തിയാലും അകംകണ്ണിനും അന്ധതബാധിച്ച യുദ്ധകൊതിയാനായാണ് അദ്ദേഹം ഒടുവിൽ അപകീർത്തിപ്പെട്ടത്.

ധൃതരാഷ്ട്രരെ പോലെ വ്യാസമുനി നടത്തിയ നിയോഗാഭ്യാസത്തിലൂടെയാണ് പാണ്ഡുവിന്റെയും ജനനം. അംബാലികയും സഹോദരി അംബികയെ പോലെ വ്യാസനെ കണ്ട് വിളറുകയാൽ അവളുടെ പ്രതികരണത്തിന് അനുയോജ്യയായ കുട്ടി ഉണ്ടാകട്ടെ എന്ന് ശപിക്കുകയും അങ്ങനെ പാണ്ടുകളോട് കൂടിയ ബലഹീനനായ പുത്രൻ ജനിക്കുകയും ചെയ്യുന്നു.

ശകുനി

ഭാരതീയ പുരാണേതിഹാസങ്ങളിൽ വച്ച് ഏറ്റവും വലിയ ചതിയനും കൗശലക്കാരനുമായി ചിത്രീകരിക്കപ്പെട്ട വ്യക്തിയാണ് ശകുനി. തന്റെ സഹോദരി ഗാന്ധാരിയെ അത്യധികമായി സ്നേഹിച്ചിരുന്ന അദ്ദേഹം അന്ധനായ ധൃതരാഷ്ട്രർക്ക് പിതാവ് സഹോദരിയെ വിവാഹം കഴിച്ച് നൽകിയതിൽ അമർഷം തോന്നി. ധൃതരാഷ്ട്രർക്ക് കാണാനാകാത്ത കാഴ്ചകൾ തനിക്കും കാണേണ്ടതില്ല

എന്ന ഗാന്ധാരിയുടെ നിശ്ചയത്തിൽ അത്യധികമായ ദുഃഖം അദ്ദേഹത്തിന് ഉണ്ടായിരുന്നു. ഇതേ കാരണത്താൽ കുരുവംശത്തെ ആകെ ഇല്ലാതാക്കുവാൻ ഗൂഢാലോചന നടത്തുകയായിരുന്നു പിന്നീടദ്ദേഹം. അദ്ദേഹത്തിന്റെ മുടന്തും കൗശലവും മഹാഭാരത യുദ്ധത്തിനു തന്നെ കാരണമായി എന്ന രീതിയിലാണ് അടയാളപ്പെട്ടിരിക്കുന്നത്. കഥയിലുടനീളം ദുര്യോധനന് ദുർബുദ്ധി ഉപദേശിച്ച് കൊണ്ട് കഥയിൽ വഴിത്തിരിവുകൾ സൃഷ്ടിക്കുന്നത് അദ്ദേഹത്തിന്റെ വൈകല്യത്തിന്റെയും അപകർഷതയുടെയും ഭാഗമായി ആണ് ചിത്രീകരിക്കപ്പെട്ടിരിക്കുന്നത്.

പാണ്ഡവകൗരവന്മാർ ദ്രോണരുടെ അടുക്കൽ ഗുരുകുല സമ്പ്രദായത്തിൽ വിദ്യാഭ്യാസം നേടവേ തീരെ ചെറിയ കുട്ടിയായ ദുര്യോധനന്റെ മനസ്സിൽ ഭീമനെ വധിക്കാൻ ആശയം നൽകി.

അരക്കില്ലത്തിൽ വെച്ച് പാണ്ഡവരെ ചുട്ടെരിക്കുക എന്ന ആശയം അവതരിപ്പിച്ച് അതിനുള്ള സാഹചര്യങ്ങൾ ഒരുക്കി നടപ്പിലാക്കി. ഒടുവിൽ പാണ്ഡവർക്കു പകരം നിരപരാധികളുടെ ജീവഹാനിക്ക് കാരണമായി.

ഒരിക്കലും ഭക്ഷണം വറ്റാത്ത ഒരു അക്ഷയപാത്രം പാണ്ഡവർക്ക് ഉണ്ടായിരുന്നു. ദ്രൗപദിയുടെ ഭക്ഷണത്തിന് ശേഷം പക്ഷേ ആ പാത്രത്തിൽ അന്ന് ഭക്ഷണം വീണ്ടും ലഭിക്കുകയില്ലായിരുന്നു. ഇത് മനസ്സിലാക്കിയ ശകുനി, ദ്രൗപദി ഭക്ഷിച്ച് കഴിഞ്ഞു എന്ന് ഉറപ്പ് വരുത്തിയശേഷം ക്ഷിപ്രകോപിയായ ദുർവ്വാസാവ് മഹർഷിയെയും പരിവാരങ്ങളെയും അങ്ങോട്ട് വിരുന്നിനു ചെല്ലാൻ പ്രേരിപ്പിച്ചയച്ചു.

പദ്മവ്യൂഹത്തിൽ അഭിമന്യുവിനെ കൊലപ്പെടുത്താനുള്ള ആശയം നടപ്പിൽ വരുത്തി.

കള്ളച്ചൂതും ദ്രൗപദിയുടെ വസ്ത്രാക്ഷേപവും തുടർന്നുള്ള പാണ്ഡവരുടെ അധഃപതനവും അദ്ദേഹത്തിന്റെ കുടിലബുദ്ധിയായിരുന്നു.

അന്ധകൻ

ശിവപുരാണ പ്രകാരം അന്ധകൻ ശിവനും പാർവ്വതിക്കും ആകസ്മികമായി ഉണ്ടായ ശിശുവാണ്. മന്ഥര പർവ്വതത്തിൽ ശിവൻ തപസ്സനുഷ്ഠിച്ച് കൊണ്ടിരിക്കവേ, പാർവ്വതി കളിമട്ടിൽ ശിവന്റെ കണ്ണുകൾ പൊത്തുകയുണ്ടായി. അപ്രകാരം തൃക്കണ്ണ് പൊത്തവേ പാർവ്വതിയുടെ കൈയിൽ നിന്നും വിയർപ്പ് തുള്ളി

കൾ ഇറ്റുവീഴുകയും അതിൽ നിന്നും ആയിരം കൈകളും ആയിരം കാലുകളും രണ്ടായിരം കണ്ണുകളും ആയിരം തലയും ഉള്ള അന്ധനായ ശിശു ജനിച്ചു എന്നും പറയപ്പെടുന്നു. ലോകത്തിന്റെ സർവ്വനാശമായിരുന്നു അന്ധകന്റെ പ്രധാന ജോലി.

മന്ഥര

രാമന്റെ വനവാസത്തിന് വരെ കാരണക്കാരിയായ കൈകേയി രാജ്ഞിയുടെ കൂനിയായ ദാസിയാണ് മന്ഥര. അയോധ്യയുടെ രാജാവാകാൻ യോഗ്യൻ ഭരതനാണെന്നും പണ്ട് പ്രണയകാലത്ത് ദശരഥ രാജാവ് നൽകിയ വരം ചോദിച്ച് വാങ്ങിച്ച് രാജസിംഹാസനം തന്റെ മകന് നൽകേണ്ടതുണ്ടെന്നും അതിന് പ്രതിബന്ധമായേക്കാവുന്ന രാമനെ പതിനാലു വർഷത്തേക്ക് കാട്ടിലയക്കണമെന്നും കൈകേയിയെക്കൊണ്ട് പറയിപ്പിക്കുന്നത് കൂനിയായ ഈ ദാസിയാണ്.

ശുക്രാചാര്യർ

മഹാബലി അസുരരാജാവായിരുന്ന ഘട്ടത്തിൽ പ്രസ്തുത കുലത്തിന്റെ ഗുരുവായിരുന്നു ശുക്രാചാര്യർ. വിശ്വജിത്ത് എന്ന യാഗം നടക്കുന്ന വേളയിൽ മഹാവിഷ്ണു വാമനരൂപം പൂണ്ട് മഹാബലിയോട് മൂന്നടി മണ്ണ് ആവശ്യപ്പെട്ടു. ഇതിന്റെ പിന്നിലെ ചതി മനസ്സിലാക്കിയ ശുക്രാചാര്യർ മഹാബലിയെ വിലക്കുന്നുണ്ടെങ്കിലും അദ്ദേഹം തന്റെ ധാർമ്മികബോധത്തിൽ ഉറച്ച് നിൽക്കുന്നു. വാമനനെ പാദം കഴുകി സ്വീകരിക്കാൻ ഒരുങ്ങുന്നു. എന്നാൽ ശുക്രാചാര്യർ വണ്ടിന്റെ രൂപമെടുത്ത് പാദം കഴുകാനുള്ള കിണ്ടിയുടെ വാലിൽ കയറി ഇരുന്ന് വെള്ളത്തിന്റെ പ്രവാഹം തടസ്സപ്പെടുത്തുന്നു. വാമനൻ ഒരു ദർഭപുല്ല് കൊണ്ട് ഈ സമയം കിണ്ടിയുടെ വാലിൽ കുത്തുകയും തന്മൂലം വണ്ടായി മാറിയ ശുക്രാചാര്യരുടെ ഒരു കണ്ണിന് കാഴ്ച നഷ്ടമാവുകയും ചെയ്യുന്നു.

മഞ്ഞനിറത്തിൽ കുറിയ ശരീരമുള്ള ഗണപതി, കാലുകളും ജനനേന്ദ്രിയങ്ങളും ഉൾപ്പെടെ ശരീരഭാഗങ്ങൾ ഇല്ലാതെ ജനിച്ച സൂര്യസാരഥി അരുണൻ(അനൂരു), ആയിരം തലയും ഭുജങ്ങളും ഉള്ള അന്ധകൻ, നെറ്റിയിൽ ആകസ്മിക വളർച്ചയുള്ള ഋഷ്യശൃംഗൻ, ചെവിവരെ ചിറിയുള്ള ഓഷ്ഠകർണ്ണൻ, കുംഭയോനിയുള്ള അഗസ്ത്യൻ, യൗവനത്തിലേ വാർദ്ധക്യം ബാധിക്കുന്ന യയാതി (പ്രോജറിയ) മൂക്കും മുലയും ഛേദ്ദിക്കപ്പെട്ട ശൂർപ്പണഖ, കൂനിയായ

കുബ്ജ, ചതുർമുഖനായ ബ്രഹ്മാവ്, അന്ധനായ ച്യവനൻ, ആയിരം ഭുജങ്ങളുള്ള കാർത്തവീര്യാർജ്ജുനൻ, ശരീരമേ ഭസ്മീകരിക്കപ്പെട്ട് അംഗങ്ങളില്ലാതായ അനംഗൻ എന്ന കാമദേവൻ, കുള്ളനായ വാമനൻ, കേൾവിയില്ലാത്ത കാളിദാസൻ, തുടങ്ങി ഹിന്ദു മിത്തോളജിയിൽ വൈകല്യം ബാധിച്ചവരുടെ എണ്ണം നീളുകയാണ്.

ഹിന്ദു മിത്തോളജിയിൽ കർമ്മതത്വചിന്തയുമായി ബന്ധപ്പെടുത്തിയാണ് വൈകല്യത്തെ ചിത്രീകരിച്ചിരിക്കുന്നതെങ്കിൽ ക്രിസ്തുമതം വിശ്വാസം ദൃഢീകരിക്കാനുള്ള ദൈവത്തിന്റെ മാർഗ്ഗം എന്ന നിലയിലും അജ്ഞതയുടെയും അവിശ്വാസത്തിന്റെയും ദൈവകോപത്തിന്റെയും ഫലം എന്ന നിലയിലുമാണ് വൈകല്യത്തെ അവതരിപ്പിച്ചിരിക്കുന്നത്. ബൈബിളിൽ പരാമർശിക്കുന്ന ഏറ്റവും സാധാരണ രോഗങ്ങൾ എന്ന നിലയിലാണ് അന്ധത, ബധിരത, മൂകത, കുഷ്ഠം, പക്ഷാഘാതം തുടങ്ങിയ വൈകല്യങ്ങളെ അവതരിപ്പിച്ചിട്ടുള്ളത്. വൈകല്യവുമായി ബന്ധപ്പെട്ട ബൈബിളിലെ മറ്റ് ആശയങ്ങൾ താഴെ കൊടുക്കുന്നു.

മത്തായിയുടെ സുവിശേഷം പതിനഞ്ചാം അദ്ധ്യായം പതിനാലാം വാക്യത്തിൽ 'അവരെ വെറുതെ വിടുക; അവർ അന്ധരായ വഴികാട്ടികളാണ്. അന്ധൻ അന്ധനെ നയിച്ചാൽ ഇരുവരും കുഴിയിൽ വീഴും' എന്നും ലേവ്യരുടെ പുസ്തകത്തിൽ ഇരുപത്തൊന്നാം അദ്ധ്യായത്തിൽ പതിനാറാം വാക്യം 'വികലാംഗരെ ദൈവത്തിന്റെ സന്നിധിയിൽ അനുവദിക്കരുത്' എന്നു രേഖപ്പെടുത്തിയിരിക്കുന്നതും വൈകല്യമുള്ളവരോടുള്ള ബൈബിളിന്റെയും പിന്നീട് സമൂഹത്തിൽ ഉരുവായതുമായ കാഴ്ചപ്പാടാണ് വെളിവാക്കുന്നത്.

ലൂക്കയുടെ പുസ്തകം പതിനാലാം അധ്യായത്തിൽ 'നീ ഒരു അത്താഴമോ വിരുന്നോ നൽകുമ്പോൾ, നിങ്ങളുടെ സുഹൃത്തുക്കളെയോ സഹോദരന്മാരെയോ ബന്ധുക്കളെയോ ധനികരായ അയൽക്കാരെയോ ക്ഷണിക്കരുത്, കാരണം അവരും നിങ്ങളെ ക്ഷണിച്ചാൽ നിങ്ങൾക്ക് പ്രതിഫലം ലഭിക്കും. എന്നാൽ നിങ്ങൾ ഒരു വിരുന്ന് നടത്തുമ്പോൾ ദരിദ്രരെയും വികലാംഗരെയും മുടന്തരെയും അന്ധരെയും ക്ഷണിക്കുക. കാരണം അവർക്ക് നിങ്ങൾക്ക് പ്രതിഫലം നൽകാൻ കഴിയില്ല' ഇത് വൈകല്യമുള്ളവരോടുള്ള വിവേചനമായി പരിഗണിക്കാം. ജീവകാരുണ്യ പ്രവർത്തനങ്ങൾ ചെയ്യുന്നതിനായി ഒരാളെ പ്രോത്സാഹിപ്പിക്കുക എന്നതാണ് ഉദ്ദേ

ശമെങ്കിലും അത് വൈകല്യമുള്ളവരെ ദരിദ്രരെന്ന് വേർതിരിക്കുന്നത് എങ്ങനെയാണ് എന്ന് ദൃശ്യമാക്കുന്നു.

വൈകല്യം ഒരു വ്യക്തിയെ അശുദ്ധനാക്കുന്നു എന്നാണ് മർക്കോസിന്റെ സുവിശേഷം ഒന്നാം അദ്ധ്യായം 40 മുതലുള്ള വാക്യങ്ങളിൽ സൂചിപ്പിക്കുന്നത്. ഒരു കുഷ്ഠരോഗി കർത്താവിന്റെ അടുക്കൽ പോയി അപേക്ഷിച്ചു; നിനക്ക് മനസ്സുണ്ടെങ്കിൽ എന്നെ ശുദ്ധനാക്കാൻ കഴിയും. യേശു കൈനീട്ടി അവനെ തൊട്ടു 'ശുദ്ധിയുള്ളവനായിരിക്കുക' എന്ന് പറഞ്ഞ് സുഖപ്പെടുത്തി. വൈകല്യം ഉള്ള അവസ്ഥയിൽ അവർ അശുദ്ധരായിരുന്നു എന്ന വ്യംഗ്യാർത്ഥവും ഇതിനുണ്ട്. ആവർത്തന പുസ്തകം ഇരുപത്തെട്ടാം അദ്ധ്യായം 28–29 വാക്യങ്ങൾ 'കർത്താവിന്റെ കല്പന അനുസരിക്കാത്തവർ വൈകല്യത്താൽ ശിക്ഷിക്കപ്പെട്ടു'മെന്നും 2 കൊറിന്ത്യർ പന്ത്രണ്ടാം അദ്ധ്യായം ഒമ്പതാം വാക്യം 'വൈകല്യം പുണ്യകരമായ കഷ്ടപ്പാടാണ്; അത് ദൈവത്തിന്റെ അനുഗ്രഹമായി സ്വീകരിക്കണം എന്നും വൈകല്യം ദൈവത്തിന്റെ പ്രവർത്തനം ആണ്' എന്നും രേഖപ്പെടുത്തിയിട്ടുണ്ട്. പുറപ്പാടിന്റെ പുസ്തകം നാലാം അദ്ധ്യായം പതിനൊന്നാം വാക്യം 'ആരാണ് മനുഷ്യന്റെ വായ സൃഷ്ടിച്ചത്? അവനെ ഊമയോ ബധിരനോ കാഴ്ചയുള്ളവനോ അന്ധനോ ആക്കുന്നത്. കർത്താവായ ഞാനല്ലേ' എന്ന വാചകം ഇതോടനുബന്ധിച്ച് വായിക്കാവുന്നതാണ്.

അബ്രഹാമിന്റെ പുത്രൻ അന്ധനായ ഇസഹാക് (ദൈവകല്പന പ്രകാരം ഇസഹാഖിനെ അബ്രഹാം ബലി കഴിക്കാൻ ഒരുങ്ങവേ സ്വർഗ്ഗകവാടം തുറക്കപ്പെടുകയും മാലാഖമാർ കണ്ണീർ ഒഴുക്കുകയും ചെയ്തു. ആ കണ്ണീർ കണ്ണിൽ പതിച്ച് ഇസഹാഖ് അന്ധനാവുകയും ചെയ്തു), മുടന്തനായ ജേക്കബ്, കേൾവിക്കുറവുള്ള ചുഷിം (യാക്കോബിന്റെ ചെറുമകൻ), വിക്കനായ മോശ (ഫറവോയുടെ ദത്തുപുത്രൻ), മുടന്തനും കുരുടനുമായ സാംസൺ, കുറുകിയ കൈയോട് കൂടിയ എഹൂദ് (ജെറായുടെ പുത്രൻ), തളർന്ന കാലുകളോട് കൂടിയ മെഫിബോഷെത്ത് തുടങ്ങി വൈകല്യത്തിന് ഉദാഹരണങ്ങൾ ബൈബിളിൽ അനവധിയാണ്.

മേൽപറഞ്ഞ വചനങ്ങളിൽ നിന്നും ഉദാഹരണങ്ങളിൽ നിന്നും സമൂഹത്തിന്റെ ചിന്താശേഷിയെ തന്നെ വികലമാക്കുന്ന തരത്തിലായിരുന്നു ബൈബിളും പുരാണാഖ്യാനങ്ങളും വൈകല്യത്തെ അവതരിപ്പിച്ചിരുന്നത് എന്ന് വ്യക്തമാണ്. ബഹുഭൂരിപക്ഷവും അന്ധമായ വിശ്വസങ്ങൾക്കകത്ത് ജീവിക്കുന്ന സമൂഹമാണ് നമ്മു

ടേത്. അത്തരം സമൂഹത്തിന്റെ കാഴ്ച്ചപ്പാടിനെ നിയന്ത്രിക്കുന്നതിലും വികലമാക്കുന്നതിലും മേൽ ചിന്താഗതികൾ പ്രവർത്തിച്ചിട്ടുണ്ട് എന്ന് കാണാം.

അനുബന്ധം

1. വിദ്വാൻ കെ.പ്രകാശം, വ്യാസ മഹാഭാരതം, ഡി.സി ബുക്സ്, കോട്ടയം, 2016

2. വെട്ടം മാണി, പുരാണിക് എൻസൈക്ലോപീഡിയ, ഡി.സി ബുക്സ്, കോട്ടയം, 2023

ഠഠ

13
ശേഷീവാദത്തിന്റെ രാഷ്ട്രീയം
ഡോ. ശാരദാദേവി

റേസിസം അഥവാ വംശീയത, സെക്സിസം അഥവാ ലിംഗവിവേചനം, കാസ്റ്റിസം അഥവാ ജാതീയത ഇങ്ങനെ പല ഇസങ്ങൾ സമൂഹത്തിൽ ഉണ്ട് എന്നതു നമുക്ക് അറിയാമല്ലോ. മറ്റൊരു ഇസമാണ് ശേഷീവാദം. ഏബ് ലിയിസം അഥവാ ശേഷിവാദം എന്ന വാക്ക് സൂചിപ്പിക്കുന്നത് വിവേചനത്തിന്റെ പ്രത്യയശാസ്ത്രത്തെയാണ്. ഡിസെബിലിറ്റി പഠനങ്ങൾ നടത്തി ശ്രദ്ധേയയായ ഫിയോന ക്യാംപെല്ലിന്റെ അഭിപ്രായത്തിൽ ഇത് 'പ്രാപ്തി പൂർണ്ണതയുള്ള ശരീരം എന്നിവയുടെ ഉൽപാദനവുമായി ബന്ധപ്പെട്ടിരിക്കുന്നു.' നോർമൽസിയുമായും ശേഷിയുമായും ബന്ധപ്പെട്ട ആദർശമൂല്യങ്ങൾ പിന്തുടരാൻ കഴിയാത്ത ഡിസെബിലിറ്റികൾ ഉള്ള വ്യക്തികളോട് ഏബ്ലിയിസ്റ്റ് സമൂഹം വിവേചനം കാണിക്കുന്നു. ഏബ് ലിയിസത്തിന്റെ കാഴ്ചപ്പാടിൽ വൈകല്യം എന്നത് ചികിത്സിച്ചു മാറ്റുകയോ അല്ലെങ്കിൽ ഉന്മൂലനം ചെയ്യപ്പെടുകയോ വേണം എന്നാണ്. ശേഷീവാദികൾ ഡിസെബിലിറ്റുകൾ ഉള്ളവരെ ഡിസെബിലിറ്റുകൾ ഇല്ലാത്തവരെക്കാൾ താഴ്ന്ന തട്ടിൽ ഉള്ളവരായാണ് കണക്കാക്കുന്നത്. ആദ്യം ഡിസെബിലിറ്റി എന്തെന്ന് മനസ്സിലാക്കാം. വൈകല്യമല്ല ഡിസെബിലിറ്റി. വൈകല്യം ഡിസെബിലിറ്റിയുടെ ഒരു ഭാഗം മാത്രമാണ്.

വൈകല്യം + സമൂഹത്തിന്റെ ഇടപെടൽ = ഡിസെബിലിറ്റി എന്നു മനസ്സിലാക്കാം.

ഞാനൊരു വീൽചെയർ ഉപയോക്താവ് ആണ്. എനിക്ക് വീൽചെയർ സൗഹൃദ സൗകര്യങ്ങളുടെ അഭാവം കാരണം ഈ സമൂഹത്തിൽ അനുഭവിക്കേണ്ടിവരുന്ന ബുദ്ധിമുട്ടുകളെ കുറിച്ച് ഞാൻ പലപ്പോഴും എഴുതുകയും സംസാരിക്കുകയും ചെയ്യാറുണ്ട്. ഈ

ബുദ്ധിമുട്ടുകൾ ആണ് എന്നെ ഡിസേബിൾഡ് ആക്കുന്നത്, എന്റെ വൈകല്യമല്ല. ഇതുപോലെ തന്നെയാണ് മറ്റു വൈകല്യങ്ങൾ ഉള്ളവരുടെ കാര്യവും. കേൾവി പരിമിതിയുള്ള ഒരു വ്യക്തിക്ക് ആശയവിനിമയ തടസ്സമാണ് പ്രധാനമായും നേരിടേണ്ടി വരുന്നത്. ഏതു വൈകല്യം ഉള്ളവർക്കും ചില സൗകര്യങ്ങളും സംവിധാനങ്ങളും ഉണ്ടെങ്കിൽ നല്ല രീതിയിൽ ജീവിക്കാൻ സാധിക്കും. അതിനു സാധിക്കാതെ വരുന്നതിനു കാരണം സമൂഹമാണ്. അപ്പോഴാണ് ഡിസെബിലിറ്റി ഉണ്ടാകുന്നത്. ജെൻഡർ സമൂഹത്തിന്റെ സൃഷ്ടിയാകുന്നതുപോലെ ഡിസെബിലിറ്റിയും ഒരു സമൂഹ നിർമ്മിതിയാണ്.

ശേഷിവാദം പൂർണ്ണതയുടെ ഒരു പാതയാണ് ഒരുക്കാൻ ശ്രമിക്കുന്നത്. അത് ഒരിക്കലും ഡിസെബിലിറ്റിയെ വൈവിധ്യത്തിൻ്റെ ഭാഗമായി കരുതുന്നില്ല. ശേഷീവാദം ഒരുതരം വാചാടോപം (rhetoric) ആണെന്നും അത് ഒരു തലമുറയിൽ നിന്നും മറ്റൊന്നിലേക്കും സംസ്കാരങ്ങൾക്കിടയിലും വ്യാപിക്കുന്നുണ്ടെന്നും ജെയിംസ് ചെർണി നിരീക്ഷിച്ചിട്ടുണ്ട്. അതുകൊണ്ടുതന്നെ ഏബ്ലിയിസത്തെ സമൂഹത്തിൽ തിരിച്ചറിയുക എന്നത് എളുപ്പമല്ല. അധികാരത്തിന്റെ വ്യവഹാരമായി പ്രവർത്തിക്കുന്ന ശേഷീവാദത്തിന് സമൂഹത്തിൽ ആധിപത്യം ഉണ്ട്. ശേഷീവാദത്തിന്റെ ജ്ഞാനശാസ്ത്രത്തിൽ ദ്വന്ദ്വങ്ങൾ ഉൾപ്പെടുന്നുണ്ട്. ശേഷിവാദം ദൃശ്യപരത കൈവരിക്കുന്നത് പ്രധാനമായും ഭാഷയിലൂടെയാണ്.

ഭിന്നശേഷി എന്ന വാക്ക് ഈ വിഷയത്തിൽ ഉപയോഗിക്കുന്നില്ല എന്നതെന്തുകൊണ്ട് എന്ന സംശയം ദൂരീകരിക്കേണ്ടതുണ്ടെന്നു തോന്നുന്നു. ഡിസബിലിറ്റി എന്നത് ഒരു സാമൂഹിക ആശയമാണ്. വൈകല്യമുള്ള ഒരു വ്യക്തിയെ മുഖ്യധാരാ സമൂഹത്തിൽ ജീവിക്കാൻ സഹായിക്കുന്ന തരത്തിലുള്ള സൗകര്യങ്ങളും സാഹചര്യങ്ങളും ലഭ്യമാകാതെ വരുമ്പോഴാണ് ആ വ്യക്തി ഡിസേബിൾഡ് ആയിത്തീരുന്നത്. അതായത് വൈകല്യമുള്ള ഒരാൾ ഡിസേബിൾഡ് ആകുന്നതിൽ സമൂഹത്തിന്റെ പങ്ക് വളരെ വലുതാണ്. ഭിന്നശേഷിക്കാർ, ദിവ്യാംഗർ, സ്പെഷ്യലി ഏബിൾഡ് എന്നിങ്ങനെ കേൾക്കാൻ സുഖമുള്ളത് എന്നു തോന്നുന്ന പദപ്രയോഗങ്ങൾ ഡിസെബിലിറ്റികൾ ഉള്ള വ്യക്തികളുടെ ജീവിതയാഥാർത്ഥ്യങ്ങളെ മറച്ചുവയ്ക്കുകയും അവരെ സമൂഹത്തിൽ നിന്ന് കൂടുതൽ വേർതിരിക്കുകയുമാണ് ചെയ്യുന്നത്. ഏബ്ലിയിസത്തിന്റെ അഥവാ ശേഷീവാദത്തിന്റെ പ്രതിഫലനമാണ് ഈ പദപ്രയോഗങ്ങളിലൂടെ

തെളിഞ്ഞു വരുന്നത്. നോൺ ഡിസേബിൾഡ് വ്യക്തികൾക്കില്ലാത്ത ഭിന്നമായതോ ദിവ്യമായതോ ആയ കഴിവുകൾ ഒന്നും തന്നെ ഡിസേബിൾഡ് വ്യക്തികൾക്ക് ഇല്ല. ഇത്തരം മഹത്വവൽക്കരണം അപകടമാണ്. ഡിസെബിലിറ്റി, ഡിസേബിൾഡ് എന്നീ വാക്കുകളുടെ വിശാലമായ അർത്ഥങ്ങൾ ഉൾക്കൊള്ളുന്ന പദങ്ങൾ ട്രാൻസ്ജെൻഡർ എന്ന വാക്കുപോലെ ഇന്ത്യയിൽ മലയാളം ഉൾപ്പെടെയുള്ള പല പ്രാദേശിക ഭാഷകളിലും ഇല്ല.

അതിനാൽ മലയാളത്തിലും ഡിസെബിലിറ്റി, ഡിസേബിൾഡ് എന്നീ വാക്കുകൾ തന്നെയാണ് ഉപയോഗിക്കുന്നത്. ഭാഷയ്ക്ക് നമ്മിലുള്ള സ്വാധീനം വളരെ വലുതായതിനാൽ വാക്കുകൾ ഉപയോഗിക്കുമ്പോൾ വളരെയധികം ശ്രദ്ധിക്കേണ്ടതുണ്ട്. ഐക്യരാഷ്ട്രസഭ അംഗീകരിച്ച ഔദ്യോഗിക വാക്ക് persons with disabilities എന്നാണ്. മലയാളത്തിൽ അത് ഡിസബിലിറ്റികൾ ഉള്ള വ്യക്തികൾ എന്നാകും. Differently abled എന്ന പ്രയോഗം അമേരിക്കയിലെ Democratic National Committee എന്ന ഒരു പാർട്ടി സാമൂഹിക മുൻവിധികൾക്കും വിവേചനത്തിനും വിധേയരായ ഡിസെബിലിറ്റികൾ ഉള്ള വ്യക്തികളെ സമാധാനിപ്പിക്കാൻ രൂപം നൽകിയതാണ്. അതിനെതിരെ പലരും പ്രതികരിച്ചിരുന്നു. വൈകല്യങ്ങൾ ഉള്ള വ്യക്തികൾക്ക് മറ്റുള്ളവരെ പോലെ സമൂഹത്തിൽ പൂർണവും ഫലപ്രദവുമായ രീതിയിൽ പങ്കെടുക്കാൻ തടസ്സമാകുന്ന മനോഭാവവും പാരിസ്ഥിതിക തടസ്സങ്ങളും ഒക്കെയാണ് ഡിസെബിലിറ്റി സൃഷ്ടിക്കുന്നത് എന്നാണ് ഐക്യരാഷ്ട്രസഭയുടെ ഡിസെബിലിറ്റികൾ ഉള്ള വ്യക്തികളുടെ അവകാശങ്ങൾക്ക് വേണ്ടിയുള്ള ഉടമ്പടിയിൽ നിർവചിച്ചിരിക്കുന്നത്.

പലതരത്തിലുള്ള ശേഷീവാദമുണ്ട്. ഒരു വ്യക്തിയുടെ ശാരീരികരൂപത്തെ അടിസ്ഥാനമാക്കിയുള്ള വിദ്വേഷം അല്ലെങ്കിൽ വിവേചനമാണ് ശാരീരികശേഷീവാദം

മാനസികാരോഗ്യ സാഹചര്യങ്ങളും വൈജ്ഞാനിക വ്യത്യാസങ്ങളും അടിസ്ഥാനമാക്കിയുള്ള വിവേചനമാണ് മാനസികശേഷീവാദം

മെഡിക്കൽ ശേഷിവാദം വ്യക്തിപരം വ്യവസ്ഥാപിതം എന്നീ രണ്ടു തലങ്ങളിൽ നിലനിൽക്കുന്നുണ്ട്. കാരണം മെഡിക്കൽ സ്ഥാപനങ്ങളും പരിചാരകരും തീരുമാനങ്ങൾ എടുക്കുമ്പോൾ വൈകല്യങ്ങൾ ഉള്ള വ്യക്തികളുടെ സ്വയംഭരണാവകാശം നിഷേധിക്കപ്പെടുന്നു.

റാമ്പുകൾ, വീൽചെയറുകൾ പ്രത്യേക വിദ്യാഭ്യാസ ഉപകരണങ്ങൾ മുതലായ പ്രവേശനക്ഷമത ഉറപ്പാക്കുന്ന സംവിധാനങ്ങൾ ഒരുക്കുന്നതിൽ പരാജയപ്പെടുന്നത് ഘടനാപരമായ ശേഷീവാദത്തിന് ഉദാഹരണമാണ്.

സാംസ്കാരിക ശേഷീവാദം പ്രകടമാകുന്നത് പെരുമാറ്റത്തിലൂടെയും മനോഭാവങ്ങളിലൂടെയുമാണ്. അത് വൈകല്യങ്ങളുള്ള വ്യക്തികളെ അപമാനിക്കുകയോ അവരോട് വിവേചനം കാണിക്കുകയോ അവരെ അദൃശ്യരാക്കുകയോ അവരുടെ പ്രത്യേക ആവശ്യങ്ങൾ നിരസിക്കുകയോ ചെയ്യുന്നതെല്ലാം ഇതിൽ ഉൾപ്പെടും.

വൈകല്യമുള്ള ഒരു വ്യക്തിക്ക് ഉള്ളിൽ ഉണ്ടാകുന്നതാണ് ആന്തരികശേഷീവാദം. അത് ഡിസെബിലിറ്റുകൾ ഉള്ള വ്യക്തികൾക്കിടയിൽ പ്രവർത്തിക്കുമ്പോൾ ഐക്യം ഉണ്ടാകില്ല. ആന്തരിക ശേഷീവാദത്തിന്റെ സ്വാധീനത്തിൽ ചിലർ തങ്ങൾക്ക് വൈകല്യങ്ങൾ ഇല്ലെന്ന് വരുത്തിത്തീർക്കാൻ ശ്രമിക്കും. സമൂഹമാണ് അവരെ ഡിസേബിൾഡ് ആക്കുന്നത് എന്ന വസ്തുത അവർ തിരിച്ചറിയുന്നില്ല.

വൈകല്യമുള്ള ഒരു വ്യക്തിയോട് പ്രകടിപ്പിക്കുന്ന ശത്രുതാമനോഭാവം ശത്രുതാപരമായ ശേഷീവാദത്തിന്റെ പ്രതിഫലനമാണ്.

വൈകല്യമുള്ള ഒരു വ്യക്തിയെ മുതിർന്ന വ്യക്തിയായി പരിഗണിക്കുന്നതിനു പകരം ഒരു കുട്ടിയെപ്പോലെ കരുതി ആളുകൾ പെരുമാറുന്നത് പരോപകാരശേഷീവാദത്തിന് ഉദാഹരണമാണ്. വൈകല്യങ്ങൾ എന്ന യാഥാർത്ഥ്യത്തെ അവഗണിക്കുക, വൈകല്യമുള്ള വ്യക്തിയുടെ ജീവിതാനുഭവങ്ങളെ മാനിക്കാതിരിക്കുക, സുപ്രധാന തീരുമാനങ്ങൾ എടുക്കുന്നതിൽ ആ വ്യക്തിയുടെ അഭിപ്രായം പരിഗണിക്കാതിരിക്കുക, ആ വ്യക്തിയുടെ സ്വകാര്യതയിലോ വ്യക്തിപരമായ അതിരുകളിലോ കടന്നുകയറുക, അനാവശ്യ സഹായം നൽകുക എന്നിവ മറ്റു ഉദാഹരണങ്ങളാണ്.

അനിശ്ചിതമായ ശേഷീവാദം ശത്രുതാപരമായ ശേഷീവാദത്തിനും പരോപകാര ശേഷീവാദത്തിനും ഇടയിൽ സ്ഥിതി ചെയ്യുന്നു. ഓരോ വ്യക്തിയും തന്റെ ഉള്ളിലുള്ള ഏബ്ലിയിസത്തെ തിരിച്ചറിഞ്ഞ് അതിനെ ബഹിഷ്കരിച്ച് സ്വയം നവീകരിക്കാൻ ശ്രമിക്കുകയാണ് വേണ്ടത്. അപ്പോഴാണ് നമ്മുടെ സമൂഹം കൂടുതൽ പുരോഗതി കൈവരിക്കുക.

○○

14

ഡിസെബിലിറ്റിയും സമൂഹവും: ഹേയ് ജൂഡ് എന്ന സിനിമയെ ആധാരമാക്കിയുള്ള പഠനം

ഡോ. ഷീബ സി.വി.

ആസ്പെർജേഴ്സ് സിൻഡ്രോം (Asperger's Syndrome) ബാധിച്ച ജൂഡിൽ (നിവിൻ പോളി) നിന്നാണു ചിത്രം ആരംഭിക്കുന്നത്. അവൻറെ പിതാവ് ഡൊമിനിക്കും (സിദ്ദിഖ്), സഹോദരി ആൻഡ്രിയയും (അപർണ്ണ ബോസ്) മറ്റുള്ളവരും അവൻറെ പ്രത്യേക പെരുമാറ്റത്തിൽ അസ്വസ്ഥരും അവസരം കിട്ടുമ്പോഴെല്ലാം അവനെ പരിഹസിക്കാനും വഴക്കുപറയാനും പ്രത്യേകതാത്പര്യം ഉള്ളവരുമാണ്. അവരെ സംബന്ധിച്ചിടത്തോളം ജൂഡും അവന്റെ ചിന്തകളും പെരുമാറ്റങ്ങളും ഉത്തരം കിട്ടാത്ത ഒരു സമസ്യയാണ്. അവനാകട്ടെ, വാശിയുടെയും മറ്റസാധ്യശാഠ്യങ്ങളുടെയും അവതാരവുമാണ്. അവന്റെ വിചിത്രമായ വഴികളും നിർബന്ധങ്ങളും പെരുമാറ്റങ്ങളും അവന്റെ അമ്മ മരിയ (നീന കുറുപ്പ്) ഒഴികെ മറ്റെല്ലാവരുടെയും ക്ഷമ പരീക്ഷിക്കുന്നുണ്ട്. ബൈപോളാർ (Bipolar Disorder) അസുഖമുള്ള ക്രിസ്റ്റൽ ആണ് പിന്നീട് ജൂഡിനെ ഒരു പരിധിവരെ സാധാരണജീവിതത്തിലേയ്ക്കു കൊണ്ടുവരുന്നത്.

എന്താണ് ആസ്പെർജേഴ്സ് സിൻഡ്രോം (Asperger's Syndrome)?

ഒരു ന്യൂറോ ഡെവലപ്മെൻറൽ അവസ്ഥയാണ് ആസ്പെർജേഴ്സ് സിൻഡ്രോം (Asperger's Syndrome) എന്നറിയപ്പെടുന്നത്. ഈ അവസ്ഥയിൽ ആയിരിക്കുന്ന വ്യക്തികൾക്ക് Social Skill താരതമ്യേന കുറവായിരിക്കും. അതിനാൽ സാമൂഹിക ഇടപെടൽ (Social Interaction) കുറവുള്ളവരും വാക്കുകളില്ലാത്ത ആശയവിനിമയവും (Non Verbel Communication) ആവർത്തിക്കുന്ന സ്വഭാവപ്ര

ത്യേകതകളും, നിയന്ത്രിതമായ പെരുമാറ്റരീതികളും (Restricted & Repetitive Patterns of Behaviour) ഉള്ളവരായിരിക്കും. ആസ്പെർ ജേഴ്സ് സിൻഡ്രത്തിന് ഓട്ടിസം സ്പെക്ട്രം ഡിസോർഡറിന്റെ അവസ്ഥകളുമായി സാമാന്യം ബന്ധമുണ്ട്.

എന്നാൽ, താരതമ്യേന അപാകതയില്ലാത്ത സംസാരഭാഷ ഇവർക്കുണ്ടായിരിക്കുന്നതു കൊണ്ടുതന്നെ ഇവരുടെ പെരുമാറ്റരീതികളും മറ്റും കാണുമ്പോൾ വാശിയും ദുഃസാമർത്ഥ്യവും ഉള്ള വ്യക്തികളായി സമൂഹത്തിൽ ഇവർ ചിത്രീകരിക്കപ്പെടുകയാണ് പതിവ്. സാമൂഹിക ഇടപെടൽ കുറവായതു കൊണ്ടു തന്നെ ഇവർ സൗഹൃദം സ്ഥാപിക്കാൻ താത്പര്യമില്ലാത്തവരായും, മറ്റുള്ളവരുടെ ആംഗ്യങ്ങളോ വികാരങ്ങളോ മനസ്സിലാക്കാൻ ഇവർക്കു സാധിക്കാതെ വരുന്നതുകൊണ്ട് ഒറ്റയാന്മാരായും സമൂഹമധ്യത്തിൽ ഇവർ എണ്ണപ്പെടുന്നു. തങ്ങളുടെ താത്പര്യങ്ങളെക്കുറിച്ച് ഏകപക്ഷീയമായ സംഭാഷണങ്ങളിൽ ഏർപ്പെടുന്ന ഇവർ മിക്കവാറും അസാമാന്യ ബുദ്ധിശക്തി ഉള്ളവരായിരിക്കുമെങ്കിലും സാമൂഹികമായ ഒറ്റപ്പെടലും തൊഴിൽ പ്രശ്നങ്ങളും അതിന്റെ തീവ്രതയിൽ അനുഭവിക്കുന്നവരായിരിക്കും. കൂടാതെ നിയമങ്ങളും അനുഷ്ഠാനങ്ങളും കൃത്യമായി പാലിക്കുന്നവരുമായിരിക്കുമെന്നതിനാൽ പലപ്പോഴും അവർ സമൂഹത്തിനു യോജിക്കാത്തവരായും (Unfit) മാറുന്നു.

യുകെയുടെ നാഷണൽ ഹെൽത്ത് സർവീസ് (NHS) മാർഗ്ഗനിർദ്ദേശങ്ങൾ സൂചിപ്പിക്കുന്നത് ഓട്ടിസം സുഖപ്പെടുത്താൻ കഴിയുന്ന ഒരു രോഗമല്ല എന്നാണ്. ദൈനംദിന ലോകത്ത് പ്രവർത്തിക്കാനുള്ള വ്യക്തിയുടെ കഴിവ് മെച്ചപ്പെടുത്തുന്നതിന് ആവശ്യമായ വിദ്യാഭ്യാസപരിശീലനം, സാമൂഹിക പിന്തുണ/പരിചരണം എന്നിവയാണ് ഇവർക്കു വേണ്ടത്.

സാമൂഹികനൈപുണ്യ പരിശീലനം, കോഗ്നിറ്റീവ് ബിഹേവിയറൽ തെറാപ്പി, ഫിസിക്കൽ തെറാപ്പി, സ്പീച്ച് തെറാപ്പി, രക്ഷാകർതൃപരിശീലനം, ഉത്കണ്ഠപോലുള്ള അനുബന്ധപ്രശ്നങ്ങൾക്കുള്ള മരുന്നുകൾ എന്നിവ ഇവർക്കുള്ള ചികിത്സയിൽ ഉൾപ്പെടുത്താം. പ്രായപൂർത്തിയാകുമ്പോൾ ഓട്ടിസ്റ്റിക് സ്വഭാവസവിശേഷതകൾ കുറച്ചുകൂടി വ്യക്തമാകുമെങ്കിലും സാമൂഹികവും ആശയവിനിമയപരവുമായ ബുദ്ധിമുട്ടുകൾ സാധാരണയായി നിലനിൽക്കുന്നു.

കഥാപാത്ര അപഗ്രഥനം

‘ഹേയ് ജൂഡ്’ എന്ന സിനിമ ആസ്പെർജേഴ്സ് സിൻഡ്രോം ഉള്ള ഒരു വ്യക്തിയുടെ ജീവിതത്തിന്റെ യഥാതഥമായ ആവിഷ്ക്കരണമാണ്. ഇവരുടെ പ്രത്യേകതകൾ ഇവയാണ്.

1. സാമൂഹികമായി ഇടപെടാനുള്ള ബുദ്ധിമുട്ട്: ക്രിസ്റ്റലിനെ കണ്ടുമുട്ടുന്നതുവരെ സാമൂഹികമായി ഇടപെടൽ ജൂഡിനു വളരെ പ്രയാസമായിരുന്നു. (ഗേൾഫ്രണ്ട്/ സുഹൃത്തുക്കൾ ഇല്ലാത്ത ജൂഡ്)

2. ആവർത്തിക്കുന്ന സ്വഭാവപ്രത്യേകതകൾ: ഇഷ്ടമുള്ളകാര്യങ്ങൾ മാത്രം ചെയ്യുന്നു. അതല്ലാത്തത് ആരു പറഞ്ഞാലും ചെയ്യില്ല എന്ന ജൂഡിന്റെ പിതാവിന്റെ കമൻറ് നോക്കുക.

3. അഭിപ്രായങ്ങളിലും വിശ്വാസങ്ങളിലും സ്ഥിരത: തന്റെ അഭിപ്രായങ്ങളെ ആരെങ്കിലും എതിർക്കുമ്പോൾ കാരണം ചോദിക്കുന്ന ജൂഡ്. അതിന് ഉത്തരം കിട്ടുന്നതുവരെ കാരണം ചോദിച്ചുകൊണ്ടേയിരിക്കുന്നു.

4. നിയമങ്ങളിലും ദിനചര്യകളിലുമുള്ള അതിരുകടന്ന നിഷ്ഠ: ഭക്ഷണസമയം, ഭക്ഷണസാധനങ്ങൾ എന്നിവയ്ക്കു കൊടുക്കുന്ന നിർബന്ധങ്ങൾ.

നായകകഥാപാത്രമായ ജൂഡ് വളരെ വ്യത്യസ്തമായ മനോനിലയും ജീവിതവ്യാപാരങ്ങളും ഉള്ളവനാണ്. ആംഗ്ലോ-ഇൻഡ്യൻ കുടുംബപശ്ചാത്തലമാണ് ജൂഡിന്റെ കുടുംബത്തിനുള്ളത്. ജൂഡിൻറെ സഹോദരിയായ ആൻഡ്രിയ തന്റെ പ്രായത്തിലുള്ളവരോടൊത്ത് ഉല്ലസിക്കാനും സുഹൃത്തുക്കളോടൊപ്പം യാത്ര പോകാനും തന്റെ സമയം വിനിയോഗിക്കുമ്പോൾ ജൂഡിന്റെ ആഗ്രഹങ്ങൾ ഒരു ഉപ്പുവെള്ള അക്വേറിയം സ്വന്തമാക്കുന്നതിലും സ്ക്കൂബയെ ഉണ്ടാക്കുന്നതിലും മറ്റും ഒതുങ്ങി നിൽക്കുന്നു.

അവനു സാധാരണ യുവാക്കളെപ്പോലെ സ്വപ്നങ്ങളോ സുഹൃത്തുക്കളോ ഇല്ല. എന്നിരുന്നാലും അവനു വീഡിയോ ഡയറി തയ്യാറാക്കുന്ന സ്വഭാവം ഉണ്ട്. അതിലൂടെ സ്വയം വെളിപ്പെടുത്താൻ അവൻ ശ്രമിക്കുന്നുണ്ട്. ദോശ ക്രിസ്പി അല്ലാത്തപ്പോൾ അവനതു കഴിക്കില്ല. അതു ക്രിസ്പിയായി കിട്ടുന്നതുവരെ അവൻ അസ്വസ്ഥനാകും, അതുപോലെത്തന്നെ കൃത്യസമയത്തു ഭക്ഷണം ലഭിച്ചില്ലെങ്കിലും കുറച്ചുനേരത്തെ ലഭിച്ചാലും അവൻ അസ്വസ്ഥനാകും. നേരത്തെയാണെങ്കിൽ സമയമാകാൻ (അതു സെക്കന്റുകൾ മാത്രമാണെങ്കിലും) അവൻ കാത്തുനിൽക്കുന്നു.

ഭക്ഷണത്തിലും അവനു കൃത്യമായ ലിസ്റ്റുണ്ട്. അതിൽ ഒന്നു പോലും മാറാൻ അവൻ ഇഷ്ടപ്പെടുന്നില്ല. എന്തെങ്കിലും വ്യത്യസ്തത അവൻ കണ്ടെത്തട്ടെ എന്നുകരുതി അവന്റെ അമ്മ മരിയ അവന് ഇഷ്ടമില്ലാത്ത എന്തെങ്കിലും ഭക്ഷണത്തിൽ ചേർത്താൽ അത് എടുത്തുമാറ്റും വരെ അവൻ ഇഷ്ടക്കേടു കാണിക്കുകയും ചുറ്റുമുള്ളവരെക്കൂടി അസ്വസ്ഥപ്പെടുത്തുകയും ചെയ്യും.

ജൂഡിന്റെ മുൻകാല അനുഭവങ്ങളാണു വൈകാരികതയില്ലാത്ത, നടക്കാനും സംസാരിക്കാനും മാത്രം കഴിയുന്ന ഒരു മെഷീൻ പോലെ അവനെ രൂപപ്പെടുത്തിയത്. അവന്റെ ചില സ്വഭാവസവിശേഷതകൾ രൂപപ്പെടുത്തിയതിലും അവൻ ജീവിക്കുന്ന ചുറ്റുപാടും സമൂഹവും പ്രധാന പങ്കു വഹിക്കുന്നുണ്ട്. ഒരിക്കൽ കടലിൽ ഇറങ്ങിയപ്പോൾ അപകടം ഉണ്ടായതിനാൽ ജൂഡിനെ ഒരിക്കലും വെള്ളത്തിലിറക്കാൻ അവന്റെ മാതാപിതാക്കൾ സമ്മതിക്കാത്ത അവസ്ഥ നോക്കുക. ജൂഡിനേക്കാൾ ഇക്കാര്യത്തിൽ അവൻ ജീവിക്കുന്ന സാഹചര്യങ്ങളും അവിടെയുള്ള വ്യക്തികളുമാണ് അവന്റെ മാനസികനില പരിതാപകരമാക്കി തീർക്കുന്നത്.

ജൂഡിന്റെ പിതാവ് ഡൊമിനിക്, പണത്തിനു വേണ്ടിമാത്രം ജീവിക്കുന്ന വ്യക്തിയാണ്. തന്റെ പിതൃസഹോദരി ഒലീവിയയുടെ പെട്ടെന്നുള്ള മരണത്തെത്തുടർന്ന് അതിന്റെ കർമ്മങ്ങളിൽ പങ്കെടുക്കാൻ പോകുന്നില്ലെന്നു തീരുമാനിക്കുകയും ഭാര്യ ആവശ്യപ്പെട്ടപ്പോൾ ഗോവയിലേക്കു പോകാൻ ധാരാളം രൂപ വണ്ടിക്കൂലിയായി വേണ്ടിവരുമെന്നും പറഞ്ഞ ഡൊമിനിക്, ഗോവയിൽ നിന്നു ഒലീവിയാന്റിയുടെ വക്കീൽ വിളിച്ചപ്പോഴും ഗോവ വരെ എത്താനുള്ള ബുദ്ധിമുട്ടാണ് വക്കീലിനെ അറിയിക്കുന്നത്. എന്നാൽ ഒലീവിയാന്റിയുടെ വിൽപ്പത്രത്തിൽ ഡൊമിനിക്കിനും കുടുംബത്തിനും പ്രധാനഓഹരി ഉണ്ട് എന്നു മനസ്സിലാക്കിയപ്പോൾ വളരെ ഉത്സാഹത്തോടെ അയാൾ ഭാര്യയെയും ജൂഡിനെയും ഒപ്പംകൂട്ടി ഗോവയിലേക്കു പോയി. ഒലീവിയാന്റിയുടെ വിൽപ്പത്രപ്രകാരം കാര്യങ്ങൾ നടത്തുന്നു. ഇയാളുടെ പണത്തോടുള്ള ഭ്രാന്ത് ഈ സിനിമയിൽ വ്യക്തമായി ചിത്രീകരിക്കുന്നുണ്ട്.

ഒലീവിയാന്റിയുടെ മരണത്തിനു ശേഷം അവരുടെ വീടും സ്ഥലവും ലഭിച്ച ഡൊമിനിക്ക് അതേസമയം ഒലീവിയാന്റിയുടെ തന്നെ നിർദ്ദേശപ്രകാരം ഔട്ട്ഹൗസിൽ താമസിക്കുന്ന ക്രിസ്റ്റലിനെയും (തൃഷ) അവളുടെ പിതാവ് സെബാസ്റ്റ്യനെയും (വിജയ് മേനോൻ) അത്ര താത്പര്യത്തോടെയല്ല കാണുന്നത്. പണത്തിനു

വേണ്ടിമാത്രം ജീവിക്കുന്ന ജൂഡിന്റെ പിതാവ് ഡൊമിനിക് അവരെ അവിടെനിന്നു പറഞ്ഞയക്കാൻ വേണ്ട എല്ലാ മാർഗങ്ങളും പ്രയോഗിക്കുന്നുണ്ടെങ്കിലും അതൊന്നും വിജയിക്കുന്നില്ല.

വളരെ സ്വതന്ത്രമായി ജീവിക്കുകയും ജീവിതം ആസ്വദിക്കുകയും ചെയ്യുന്ന കുടുംബമാണ് ക്രിസ്റ്റലിന്റേത്. ഔട്ട്ഹൗസിലെ വാടകക്കാരായ സെബാസ്റ്റ്യൻ, ക്രിസ്റ്റൽ എന്നിവരെ ഔട്ട്ഹൗസിൽ നിന്ന് ഒഴിക്കുവാനുള്ള നിരന്തരമായ പരിശ്രമങ്ങളുടെ ഭാഗമായി ജൂഡിന്റെ പിതാവ് ഡൊമിനിക്, ജൂഡിനെ ചർച്ചകൾക്കായി അവരുടെ അടുത്തേക്ക് അയക്കുന്നു. ഡൊമിനിക്കിന്റെ പ്രതീക്ഷകൾക്കു വിരുദ്ധമായി, ജൂഡും ക്രിസ്റ്റലും താമസിയാതെ സൗഹൃദം സ്ഥാപിക്കുകയാണുണ്ടായത്.

ഒരുപാട് പിറുപിറുക്കലോടെയാണ് അവരുടെ കണ്ടുമുട്ടൽ ആരംഭിക്കുന്നതെങ്കിലും ക്രിസ്റ്റലിന്റെ സൗഹൃദം പിന്നീട് ജൂഡിന്റെ ജീവിതത്തെ മാറ്റിമറിക്കുന്ന അനുഭവമായി മാറുന്നു. വീട്ടിൽ നിന്നും ഒരിക്കലും മാറിനിൽക്കാത്ത ജൂഡിനെ അതിനു പ്രേരിപ്പിക്കാനും, മറ്റുള്ളവരുമായി അടുത്തിടപ്പെടാത്ത ജൂഡിനെ സാമൂഹിക ഇടപെടലിലേക്കു കൊണ്ടുവരാനും ക്രിസ്റ്റൽ മുൻകൈ എടുക്കുകയും അതു വിജയിക്കുകയും ചെയ്യുന്നു. നല്ല അയൽവാസികളായിരുന്നു കൊണ്ട് ജീവിതത്തെയും അതിന്റെ പാഠങ്ങളെയും കുറിച്ച് സെബാസ്റ്റ്യനും ക്രിസ്റ്റലും അവനെ പ്രബുദ്ധനാക്കുന്നു; പ്രായോഗികമായി ചിന്തിക്കാൻ പ്രേരിപ്പിക്കുന്നു.

സൈക്കോളജിസ്റ്റായ സെബാസ്റ്റ്യനും ക്രിസ്റ്റലും ജൂഡിന്റെ അക്കങ്ങളോടുള്ള തീവ്രമായ അഭിനിവേശത്തിൽ ഏറെ കൗതുകമുള്ളവരാണ്. ഒരു വ്യക്തി എന്ന നിലയിൽ ജൂഡ് സാമൂഹികപിന്നാറ്റത്തിന്റെ ലക്ഷണങ്ങളാൽ കഷ്ടപ്പെടുമ്പോൾ, അവനെ യഥാർത്ഥത്തിൽ സഹായിക്കുന്നതിനുവേണ്ടി സെബാസ്റ്റ്യനും ക്രിസ്റ്റലും ജൂഡിന്റെ വിഷൽഡയറിയിൽ എൻട്രി നടത്തുകയും അവനെ കൃത്യമായി പഠിക്കുകയും ജൂഡിനെ വേണ്ട വിധത്തിൽ സഹായിക്കുകയും ചെയ്യുന്നു.

ഓരോ ദിവസം കഴിയുന്തോറും, ഗോവ എന്ന സ്ഥലത്തോടും ആ സാമൂഹിക ചുറ്റുപാടുകളോടുമുള്ള കടുത്ത ഇഷ്ടക്കേടിൽ നിന്നു മാറാനും ഗോവയോട് ഒരിഷ്ടം ജൂഡിൽ വളരുകയും ചെയ്യുന്നു. യാന്ത്രികതയിൽനിന്നു വൈകാരികതയിലേക്ക് അവന്റെ ജീവിതാഖ്യാനം മാറുന്നു. ക്രിസ്റ്റലിന്റെ ഇടപെടൽ വഴി ജൂഡിന്റെ ടൈംടേബിളുകളും ടൈംഫ്രെയിമുകളുമൊക്കെ പതുക്കെപ്പതുക്കെ

മാറുന്നുണ്ട്. മറുവശത്ത്, ക്രിസ്റ്റലിന്റെ സ്വതന്ത്രമായ പെരുമാറ്റത്തിലൂടെ ജൂഡ് കാര്യങ്ങൾ പഠിക്കുകയും പുതിയ ജീവിതം നയിക്കാൻ തുടങ്ങുകയും ചെയ്യുന്നു.

ഉപസംഹാരം

ഓരോരുത്തരും ഓരോ തരത്തിൽ ഭ്രാന്തൻചിന്തകളുള്ളവരാണെന്നും (Abnormal) ജീവിതത്തിലെ ഓരോനിമിഷവും ആഘോഷിക്കേണ്ടതാണെന്നുമുള്ള സന്ദേശം ഈ സിനിമ നൽകുന്നുണ്ട്. ഓരോരുത്തരും അവരവരുടെ ഭയത്തിൽ നിന്നു മോചനം നേടുന്നത് ഏറ്റവും മനോഹരവും ശ്രേഷ്ഠവുമായ കാര്യമാണ്. നമുക്കു ചുറ്റും നിർമ്മിക്കപ്പെട്ടിരിക്കുന്ന സമൂഹമാണു യഥാർത്ഥത്തിൽ അതിനവരെ പ്രാപ്തമാക്കുന്നത്. ജൂഡും ക്രിസ്റ്റലും ഒരുമിച്ച് അവരുടെ ചങ്ങലകൾ തകർക്കുകയും കൂടുതൽ മനോഹരമായ ജീവിതം നയിക്കാൻ പരിശ്രമിക്കുകയും ചെയ്യുന്നു. കൂടെയുള്ളവർ ആരാണെന്നും അവർ നിലകൊള്ളുന്ന അവസ്ഥ എന്താണെന്നും മനസ്സിലാക്കുന്നതിനും അംഗീകരിക്കുന്നതിനും ഓരോ വ്യക്തിക്കും കഴിയണം. ഓരോത്തരും തീർത്തും വ്യത്യസ്തമായ മനോവ്യാപാരങ്ങളും വൈകാരികനിലവാരവും ഉള്ളവരാണെന്നും എല്ലാവരേയും അവർ ആയിരിക്കുന്നപോലെ സ്വീകരിക്കണമെന്നും ഈ സിനിമ ഊന്നൽ നൽകുന്നു.

ആളുകളെയും അവരുടെ വികാരങ്ങളെയും മനസ്സിലാക്കാൻ താൻ എങ്ങനെ പാടുപെടുന്നു എന്നതിനെക്കുറിച്ച് ജൂഡ് പറയുന്നതാണു സിനിമയുടെ ഏറ്റവും മികച്ച നിമിഷം. സന്തോഷം വരുമ്പോൾ ചിരിക്കാതെയും സങ്കടം വരുമ്പോൾ കരയാതെയും ഇരിക്കുന്നവരേക്കാൾ കൂടുതൽ വ്യക്തതയും സത്യവും ഉള്ളതുകൊണ്ടാണ് അക്കങ്ങളോടുള്ള അവന്റെ സ്നേഹവും താല്പര്യവും മറനീക്കി പുറത്തുവരുന്നത്.

നിങ്ങൾക്ക് അസാധാരണമായതു മറ്റുള്ളവർക്കു സാധാരണമാണ് എന്നാണ് ഈ സിനിമ പറയാൻ ശ്രമിക്കുന്നത്. ആസ്പെർജേഴ്സ് സിൻഡ്രോം ബാധിച്ചവരെ എങ്ങനെ അവരോടൊത്തു വസിക്കുന്നവരും സമൂഹത്തിലുള്ളവരും പ്രത്യേകം കരുതണമെന്നും ഇത്തരം അവസ്ഥയിൽ ആയിരിക്കുന്നവർക്കു സമൂഹം നൽകുന്ന പിന്തുണ എത്രപ്രധാനപ്പെട്ടതാണെന്നും ഈ സിനിമ പഠിപ്പിക്കുന്നു.

സഹായകഗ്രന്ഥങ്ങൾ

▸ Tony Attwood, Asperger's Syndrome: A Guide for Parents and Professionals, Jessica Kingsley Publishers, 1998

▸ Tony Attwood, The Complete Guide to Asperger's Syndrome (Autism Spectrum Disorder): Jessica Kingsley Publishers, 2008

○○

ലേഖന രചയിതാക്കൾ

ഡോ. വന്ദന ബി.
അസിസ്റ്റന്റ് പ്രൊഫസ്സർ, മലയാളവിഭാഗം
എൻ.എസ്.എസ്. വനിതാകോളേജ്
നീറമൺകര, തിരുവനന്തപുരം.

ഡോ. ഹരിദാസ് കെ.
അസിസ്റ്റന്റ് പ്രൊഫസർ, മലയാളവിഭാഗം
കേന്ദ്ര സർവ്വകലാശാല, കണ്ണൂർ.

ഡോ. സൂര്യ പി.
അസിസ്റ്റന്റ് പ്രൊഫസർ, മലയാളവിഭാഗം
സെന്റ് സേവ്യേഴ്സ് കോളേജ് ഫോർ വിമെൻ
ആലുവ.

ഡോ. ഷീബ സി.വി
അസിസ്റ്റന്റ് പ്രൊഫസ്സർ, മലയാളവിഭാഗം
സെന്റ് തോമസ് കോളേജ് (ഓട്ടോണമസ്)
തൃശ്ശൂർ.
drsheebacv@gmail.com

ജിനി എം.ടി.
അസിസ്റ്റന്റ് പ്രൊഫസർ, മലയാളവിഭാഗം
സേക്രഡ് ഹാർട്ട് കോളേജ്
ചാലക്കുടി.

ഡോ. ബിൻസി ഡൊമിനിക്
അസിസ്റ്റന്റ് പ്രൊഫസർ
സെന്റ് പീറ്റേഴ്സ് കോളേജ്
കോലഞ്ചേരി.
drbincyparakkal@gmail.com

ഡോ. ശോഭിത ജോയ്
അസിസ്റ്റന്റ് പ്രൊഫസർ
നിർമ്മല കോളേജ്
മൂവാറ്റുപുഴ.

ഡോ. ശാരദാദേവി
അസിസ്റ്റന്റ് പ്രൊഫസർ, ഇംഗ്ലീഷ് വിഭാഗം
യൂണിവേഴ്സിറ്റി കോളേജ്
തിരുവനന്തപുരം.

ഗ്രീഷ്മ പാപ്പച്ചൻ
ഗവേഷക, മലയാളവിഭാഗം
വിമലാ കോളേജ് (ഓട്ടോണമസ്)
തൃശ്ശൂർ.

ശരണ്യ ബി.
ഗവേഷക വിദ്യാർത്ഥി
എസ്. എൻ. ജി. എസ്. കോളേജ്.
പട്ടാമ്പി.

ഗ്രീഷ്മ വി.
ഗവേഷക,
മലബാർ ക്രിസ്ത്യൻ കോളേജ്
കോഴിക്കോട്.

ക്രിസ്റ്റി അന്ന തോമസ്
ഗവേഷക
മഹാരാജാസ് കോളേജ്
എറണാകുളം.

അജയ് ലാൽ എം.
ഗവേഷകൻ
മലബാർ ക്രിസ്ത്യൻ കോളേജ്
കോഴിക്കോട്.
ajaylal.m1995@gmail.com

ആലീസ് റീജ ഫെർണാണ്ടസ്
ഗവേഷക
മഹാരാജാസ് കോളേജ്
എറണാകുളം.
reeja78@gmail.com

○○

www.ingramcontent.com/pod-product-compliance
Lightning Source LLC
LaVergne TN
LVHW090405051026
849518LV00006B/2244
* 9 7 8 8 1 1 9 9 4 0 6 1 5 *